உயரத்தில் ஒரு கழுவன்

ஆசை

எதிர்
வெளியீடு

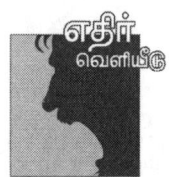

உயரத்தில் ஒரு கழுவன்
சிறுகதைகள்
ஆசை

முதல் பதிப்பு: ஜனவரி 2025

எதிர் வெளியீடு,
96, நியூ ஸ்கீம் ரோடு, பொள்ளாச்சி – 642 002
தொலைபேசி: 04259 – 226012, 99425 11302

விலை: ரூ. 220

Uyarattil oru kaLuvan
Short Stories
Asai

Copyright © Asai
First Edition: January 2025

Published by
Ethir Veliyeedu, 96, New Scheme Road, Pollachi – 2
email: ethirveliyedu@gmail.com
www.ethirveliyeedu.com

ISBN: 978-93-48598-32-5
Cover Design: Negizhan
Printed at Jothy Enterprises, Chennai.

All rights reserved. No part of this book may be reprinted or reproduced or utilised in any form or by any electronic, mechanical or other means, now known or hereafter invented, including Photocopying and recording, or in any information storage or retrieval system, without permission in writing from the Publisher.

ஆசை

1979இல் மன்னார்குடியில் பிறந்த ஆசையின் இயற்பெயர் ஆசைத்தம்பி. ஆங்கில இலக்கியம் பயின்றவர். கவிஞர், புனைகதை எழுத்தாளர், அகராதியியலர், பிரதிசெம்மையாக்குநர் (எடிட்டர்), பத்திரிகையாளர், சிறார் இலக்கிய எழுத்தாளர், மொழிபெயர்ப்பாளர் என்று பல பரிமாணங்களைக் கொண்டவர். 2003-லிருந்து 2013 வரை 'க்ரியா' பதிப்பகத்தில் பணியாற்றிய இவர் 'இந்து தமிழ்' நாளிதழின் நடுப்பக்க ஒருங்கிணைப்பாளராக பணியாற்றியிருக்கிறார்.

'க்ரியாவின் தற்காலத் தமிழ் அகராதி' (விரிவாக்கப்பட்ட பதிப்பு, 2008), தமிழ் வினைச்சொற்களின் வடிவங்களுக்கான 'A Handbook of Tamil Verbal Conjugation' (2009) என்ற பெருநூல் ஆகியவற்றின் துணை ஆசிரியராகவும் ஆசை பணியாற்றியிருக்கிறார். சமூகம், இலக்கியம், வரலாறு, அறிவியல், சுற்றுச்சூழல், திரைப்படம் போன்றவை தொடர்பாக 'இந்து தமிழ்' நாளிதழில் ஆசை தொடர்ந்து நூற்றுக்கணக்கான கட்டுரைகள் எழுதியிருக்கிறார். 'இந்து தமிழ்' நாளிதழுக்காக 'தி இந்து' (ஆங்கிலம்), 'தி கார்டியன்', 'தி நியூயார்க் டைம்ஸ்' போன்ற இதழ்களிலிருந்து நூற்றுக்கணக்கான கட்டுரைகளை மொழிபெயர்த்திருக்கிறார். தற்போது 'சங்கர் ஐ.ஏ.எஸ். அகாடமி'யின் பதிப்புப் பிரிவில் எடிட்டராகப் பணியாற்றுகிறார்.

இவருடைய வலைப்பூ: writerasai.blogspot.com
மின்னஞ்சல் முகவரி: asaidp@gmail.com

ஆசையின் பிற நூல்கள்

கவிதை:

சித்து (2006), கொண்டலாத்தி (2010), அண்டங்காளி (2021), குவாண்டம் செல்ஃபி (2021)

மொழிபெயர்ப்பு:

ருபாயியத், ஓமர் கய்யாம் (2010),
(தங்க.ஜெயராமனுடன் இணைந்து மொழிபெயர்த்தது)

அமைதி என்பது நாமே, திக் நியட் ஹான் (2018)

பிற:

பறவைகள்: அறிமுகக் கையேடு (2013),
(ப.ஜெகநாதனுடன் இணைந்து எழுதியது)

என்றும் காந்தி (2019)

இந்தப் பிரபஞ்சமே பேபல் நூலகம்தான் (2022)

விருதுகள்:

பபாசி வழங்கிய 'கலைஞர் பொற்கிழி விருது'–2022
(கவிதைக்காக)

சென்னை லிட்டரெரி ஃபெஸ்டிவல் 2014ன் 'எமெர்ஜிங் லிட்டரெரி ஐகான்–2014'

சமயபுரம் எஸ்.ஆர்.வி. பள்ளி வழங்கிய 'படைப்பூக்க விருது'–2023

நன்றி!

‘மதுரையை மீட்ட சுந்தரபாண்டியன்’ சிறுகதையைக் கொண்டாடி, பெரும் வாசகப் பரப்புக்கு அதை எடுத்துச் சென்றவர் சாரு நிவேதிதா. அந்த சிறுகதையை என் வலைப்பூவில் வெளியிட்ட சமயத்தில் என் படைப்புச் செயல்பாடுகளுக்குப் பெரும் நம்பிக்கை ஊட்டியவர் அவர். அவருக்கு என் மனமார்ந்த நன்றி!

என்னுடைய கதைகள் சிலவற்றை வெவ்வேறு தருணங்களில் படித்துக் கருத்து கூறிய ஹம்பி நண்பர்களுக்கு மனமார்ந்த நன்றி!

புத்தகத்துக்காகக் கதைகளைத் தொகுத்துக்கொண்டிருந்தபோது மொத்தமாக இந்தக் கதைகளைப் படித்துவிட்டு மொழிபெயர்ப்பாளர் ஜி.குப்புசாமி, தூயன், டி.என் ரஞ்சித்குமார் ஆகியோர் தங்களின் விரிவான கருத்துகளை என்னுடன் பகிர்ந்துகொண்டார்கள். தொகுப்பு குறித்து விருப்பு வெறுப்பற்ற பார்வையை உருவாக்கிக்கொள்ள அவர்களின் கருத்துகள் எனக்குப் பெரிதும் உதவின. அவர்களுக்கு என் மனமார்ந்த நன்றி!

‘கொண்டலாத்தியைப் பார்க்காமல் அப்பா சாகக் கூடாது’ கதையை வெளியிட்ட ‘உயிர்மை’ ஆசிரியர் கவிஞர் மனுஷ்ய புத்திரனுக்கு மனமார்ந்த நன்றி!

‘புரட்சி அக்காவின் கதை’, ‘மாவட்டம்’ ஆகிய கதைகளை வெளியிட்ட ‘தமிழ் இன்று’ மின்னிதழுக்கும் நன்றி!

‘பச்சையின் ஆயிரம் வண்ணங்கள்’ கதைக்கு உதவிய சில தகவல்களைக் கூறிய மனநல மருத்துவர் மோகன்ராஜுக்கும் நன்றி!

இந்த நூலை அழகுற வெளியிடும் எதிர் பதிப்பகத்துக்கும் நல்லதொரு முகப்பு வடிவமைப்பை வழங்கிய நெகிழனுக்கும் மிக்க நன்றி!

23-09-24

ஆசை

கொரட்டூர்

கதைகள்

மதுரையை மீட்ட சுந்தரபாண்டியன்	09
கண்ணதாசன்	21
பச்சையின் ஆயிரம் வண்ணங்கள்	28
மாம்பழத்தின் சுவை	48
கொண்டலாத்தியைப் பார்க்காமல் அப்பா சாகக் கூடாது	53
மாவட்டம்	64
காஃப்காவின் முன் இரு சிறுமிகள்	74
புரட்சி அக்காவின் கதை	101
எதிர்க்கடல்	110
கமல், ஸ்டேன்லி கூப்ரிக்கை என்ன செய்தீர்கள்?	118
நல்லரவின் படம்	131

சமர்ப்பணம்

என்னைப் பெற்று வளர்த்து,
கதைகள் கனவுகள் காதல் தந்த மன்னார்குடிக்கு

மதுரையை மீட்ட சுந்தரபாண்டியன்

இந்தக் கதையில் வரும் மனிதரை நான் சந்தித்தது 23 ஆண்டுகளுக்கு முன்பு. அப்போது இந்தக் கதையை நான் எழுதியிருந்தால் அந்த அனுபவத்தின் மீதான, அந்த மனிதரின் மீதான, என் நினைவு மீதான நம்பிக்கை எனக்கு முழுதாக இருந்திருக்கும். இப்போது எனக்கு வெறும் குழப்பம் மட்டுமே மிஞ்சுவதால், தெளிவையல்ல குழப்பத்தையே என் வாசகர்களுக்கு நான் தர விரும்புவதால் இப்போது, இத்தனை ஆண்டுகளுக்குப் பிறகு இதனை எழுதுவதுதான் பொருத்தமாக இருக்கும். எந்த அளவுக்கு நீங்கள் என்னை நம்பவில்லையோ அந்த அளவுக்கு எனக்கு மகிழ்ச்சி.

என்னை அறிந்த பலருக்கும் தெரியும், மன்னார் குடியிலிருந்து சென்னைக்குப் படிக்க வந்தவன் நான். இங்கே வந்த ஆண்டு 2001. அப்போது சென்னை மாநிலக் கல்லூரியில் ஆங்கிலம் முதுகலை படித்துக்கொண்டிருந்தேன். அந்தக் கல்லூரியில் ஏதும் நான் பெற்றுக்கொள்ளவில்லை என்றாலும் வகுப்பு நடக்கும்போது ஆசிரியரைக் கவனிக்காமல், தெளிவாகத் தெரியும் வங்காள விரிகுடாவை அங்கிருந்தே பார்த்துக்கொண்டிருப்பது அவ்வளவு மகிழ்ச்சியைத் தரும். கூடுதலாக, அருகிலுள்ள விக்டோரியா விடுதியிலிருந்தும் காலையோ மாலையோ கடற்கரைக்கு வந்து சிறிது உலவலாம், உட்கார்ந்து காற்றுவாங்கலாம். மாநிலக் கல்லூரி, விக்டோரியா விடுதி இரண்டும் ஆங்கிலேயர் காலத்துக் கட்டிடங்கள் என்பதால் அங்கே நடப்பதெல்லாம் ஷேக்ஸ்பியர் நாடகங்கள்

என்றும் நான் ஷேக்ஸ்பியர் காலத்துப் பார்வையாளன் என்றும் கற்பனை செய்துகொள்வேன்.

அப்படித்தான் ஒருநாள் ஷேக்ஸ்பியர் நாடகத்திலிருந்து வெளியேறி விடுதிக்குச் சென்று ஓய்வெடுத்துவிட்டு மாலையில் கடற்கரை சென்றேன். அங்கே மங்கிய ஒளியில் யாரும் உட்கார்ந்திராத ஒரு சிமெண்ட் பெஞ்ச் தெரிந்தது. அதை நோக்கி நடந்தேன். இன்னொருவரும் அதை நோக்கி வருவது தெரிந்தது. நான் முந்தினால் அவர் வேறு திசைக்குச் சென்றுவிடுவார் என்று என் வேகத்தை அதிகரித்து அங்கே சென்று அமர்ந்தேன். அவர் தன் வேகத்தை அதிகரிக்கவில்லை, திசையையும் மாற்றவில்லை. நேரே இங்கேதான் வந்தார், அமர்ந்தார். எழுபது வயது மதிக்கத் தகுந்த முதியவர். என்னையேதான் பார்த்துக்கொண்டிருந்தார். அப்போதுதான் உணர்ந்தேன், அவர் வந்தது சிமெண்ட் பெஞ்சை நோக்கியல்ல என்னை நோக்கியென்று. எப்படியோ நான் புறப்படும்போதே நான்தான் இலக்கென்று அவருக்குத் தெரிந்திருக்கிறது. தன் கதையை அவர் சொல்லிவிடுவாரோ என்று நான் அஞ்சிக்கொண்டிருந்தபோதே பேச ஆரம்பித்துவிட்டார்.

"ஏன் தம்பி ஒருமாதிரி நடுக்கத்தோட இருக்கிற மாதிரி இருக்கு. இந்த பீச்சுல அதலாம் கூடாது. ஃப்ரீயா உட்காருங்க. என்னை எங்கேயே பார்த்த மாதிரி இருந்திருக்கும், அதனாலதானே நடுக்கம். எனக்கும் இந்தக் கடற்கரையைப் பார்த்தா அப்படியொரு நடுக்கம்தான் வரும். ஆனா, இருவத்திரெண்டு வருஷமா இங்கேயேதான் இருக்கேன். உண்மையிலேயே நமக்குத் தெரியாத விசயங்களைப் பார்த்து நமக்கு நடுக்கம் கெடையாது. தெரிஞ்ச விசயங்களைப் பார்த்துதான் நடுக்கம். இல்லைன்னா தெரியாததுக்குள்ளேயும் தெரிஞ்சது ஏதாவது இருக்குமோன்னு நடுக்கம்" என்றார்.

"இல்லை, அதெல்லாம் இல்ல. சும்மாதான் உட்கார்ந்திருக்கேன். நான் கொஞ்சம் தனிமை விரும்பி அதான்" என்று சூசகமாகச் சொல்லிப் பார்த்தேன். ஏனென்றால் அவர் இருபத்திரண்டு ஆண்டுகளாக ஏதோ கதை சொல்லிக்கொண்டிருக்கிறார் என்றும், அதற்கு இன்று என்னைத் தேர்ந்தெடுத்துவிட்டார் என்றும் எனக்குத் தோன்றியது.

“தம்பி உங்களைப் பார்த்தா இந்த ஊர் மாதிரி தெரியலையே” என்று கேட்டார்.

“ஆமாம், நான் தஞ்சாவூர் பக்கம்”

“அட நம்ம ஊர் பக்கம். அதான் எனக்கு சட்டுன்னு பேசணும்னு தோணிருக்கு. நானும் அந்தத் திக்குதான். ஆனா, இப்போ அப்படிச் சொல்ல முடியுமான்னு தெரியலை” என்று இழுத்தார்.

“ஏன்...” என்று கேட்க ஆரம்பித்துப் பின் வம்படியாக மாட்டிக் கொள்வதற்கு நானே வாய்ப்பை ஏற்படுத்திக்கொண்டேன் என்று தோன்றியது.

“ஊர்லேருந்து தொலைஞ்சு வந்துடலாம் சரி. ஊரே தொலைஞ்சிடுச்சு தம்பி. சொன்னா நம்ப மாட்டீங்க” என்றார்.

இனி அவர் விட மாட்டார் என்பதாலும் எதிர்காலத்தில் அவர் ஏதோ விதத்தில் பயன்படுவார் என்று என் உள்ளுணர்வு கூறியதாலும் “அதெல்லாம் பிரச்சினை இல்லை, சொல்லுங்க” என்றேன்.

இப்போது வசமாக என் பக்கம் திரும்பி உட்கார்ந்துகொண்டார். இனி கதை அவர் குரலில்.

***

தஞ்சாவூர் பக்கம் உள்ள தன்னரசு நாடுகளைச் சேர்ந்தது நம்ம கிராமம் தம்பி. அங்க அரசாங்கம், போலீஸு எல்லாம் கொஞ்சமாத்தான் எட்டிப்பார்க்க முடியும். நான் சொல்ற கதை எப்போ ஆரம்பிச்சிச்சின்னு எனக்கே தெரியாது. எனக்கு நிஹா தெரிஞ்சதிலருந்து உள்ள கதையைத்தான் என்னால சொல்ல முடியும்.

எங்க ஊருல ஒரு ராசா இருந்தாரு. அவரை ஜமீனு அளவுல பின்னாடி குறுக்கிட்டதா பேசிக்கிட்டாலும் அவரு ராசாதான். ராசபரம்பரைதான். அவங்க அப்பாரைல்லாம் நான் பார்த்திருக்கேன். வேட்டைக்குத் துப்பாக்கியைத் தூக்கிட்டுப் பரிவாரங்களோடப் போவாரு. நான் பெரியவனான காலங்கிறது ராசா மவன் சின்ன ராசாவோட காலம். பெரிய ராசா போனப்புறம் இவரை யாரும் சின்ன ராசான்னு கூப்புடுறது இல்லை. ராசான்னுதான் கூப்புடுவோம்.

இந்த ராசா காலத்துல அவரோட அதிகாரத்துக்குக் கீழ இருந்த கிராமங்கள்லாம் அடியோட மாறுனுச்சு. அதுக்குக் காரணம் அவர் கட்டின தியேட்டர்தான் தம்பி. எங்க ஊர்ல நடந்தது இந்த உலகத்துல வேற எங்கேயேயும் நடந்துருக்க வாய்ப்பே இல்லை. அதுக்கும் காரணம் அந்த தியேட்டர்தான்.

எங்க ஊர்ல அவர் கட்டின தியேட்டர்ல ரெண்டு ஆட்டம்னா ராத்திரி ஆட்டத்தை ஊர்க்காரங்கள்ல நான் சொல்லப்போற விஷயத்தோட சம்பந்தப்பட்டவங்களை மட்டும் ஒரு வாரம் திரும்பத் திரும்பப் பார்க்க வைப்பாரு ராசா. காசு வாங்காமத்தான். அதுக்கு அப்புறம் ஒரு வாரமோ ஒரு மாசமோ, ராசாவுக்குப் புடிச்ச படம் வர்ற வரைக்குமோ அந்த கிராமமே அந்தப் படமா மாறிடும்.

என்ன புரியலையா தம்பி? படத்தில பார்த்ததெல்லாம் நிஜத்துல வரிசையா நடிப்போம். நடிப்போம்னு சொல்லக் கூடாது. வாழுவோம். தெனைக்கும் ஒரு ரீலு நடிப்போம். எம்.சி.ஆர். வேசத்துக்கு ஒரு ஆளு, சிவாசி வேசத்துக்கு ஒரு ஆளு, ஜெய்சங்கர், சிவகுமார், அசோகன், நம்பியார், நாகேசு, பாலையா, ரங்காராவு அப்படின்னு அத்தனை வேசங்களுக்கும் சுத்துப்பட்டுக் கிராமத்துல ஆட்களை ராசா உருவாக்கி வைச்சிருந்தாரு. சாவித்திரி, சரோசா தேவி, கே.ஆர். விசயா, தேவிகா, மனோகரம்மான்னு நடிகைகளுக்கும் பொண்ணுகளைத் தயார்பண்ணி வச்சிருந்தாரு.

படம் எங்கே நடக்கும்னு கேக்குறீங்களா? ஒரு காட்சி எந்த இடத்துல படத்துல வருதோ அதே மாதிரியான இடத்துலதான் தம்பி எங்க படம் நடக்கும். உரிமைக்குரல் படத்துல கல்யாண வளையோசை கொண்டு பாட்டைப் பார்த்திருப்பீங்க. தலைமேல எம்சியாருக்கு சாப்பாட்டுக் கூடை, இலையெல்லாம் வச்சிக்கிட்டு லதா நடந்து வருவால்ல. அதே மாதிரி எங்க ஊரு லதாவும் ஒரு வயவரப்புல சாப்பாட்டுக் கூடை, இலையெல்லாம் வச்சிக்கிட்டு வாயசைக்கிக்கிட்டு வருவா. பக்கத்துல ஸ்பீக்கர் செட்டுல பாட்டு ஓடும். பொன்னொன்று கண்டேன் பூவங்கு இல்லை பாட்டுன்னா ஆத்துல சிவாசி மாதிரியும் பாலாசி மாதிரியும் ரெண்டு பேரும் நீந்திக்கிட்டே வருவாங்க. கூடுமான வரைக்கும் படத்துல இருக்குற மாதிரி இடங்களை அங்கக்குள்ளே தேடிக்கண்டுபிடிச்சு ராசா எங்களை நடிக்க வைப்பாரு. ஏதாவது

ராசா வர்ற மாதிரி கௌரவ ரோலு இருந்துச்சுன்னா மட்டும் ராசாவும் நடிப்பாரு.

படங்களுக்காக ரயில்வே டேசன் செட்டு, சின்னதா ஏரோப்பிளேன் டேசன், பஸ்டாண்டு செட்டு இதெல்லாம் ராசா நெரந்தரமா போட்டாரு. பீச்சுக்குப் பிரச்சினை இல்லை. ஏரி இருந்துச்சு. கரையில நல்லா மணலை கொட்டிவுட்டுட்டாரு. அங்கேதான் எண்ணிரண்டு பதினாறு பாட்டை சிவாசி பாடுவாரு. அதே ஏரி அமைதியான நதியினிலே பாட்டுல ஆறாவும் நடிக்கும். ஏரோப்பிளேன் டேசன் செட்டுலதான் உலகம் சுற்றும் வாலிபன்ல கடைசியா எம்.சி.ஆரு. கிழக்கு ஆப்பிரிக்காவுக்கு லதாவோடயும் இன்னொருத்தியோடயும் போற சீனு. பஸ்ஸு ரயிலு ஏரோப்பிளேனு இதெல்லாம் உண்மையில வரலைன்னாலும் அவரால ஊரே ரொம்ப மாடர்னா ஆச்சு தம்பி. சும்மா சொல்லக் கூடாது, ரொம்பவும் தன்னிறைவோடதான் இருந்தோம்.

ஒரு பக்கம் எங்க ராசா எங்களை நல்லா பார்த்துக்கிட்டாலும் சமயத்துல ஈரோயினிகளைத் தூக்கிட்டுப் போயிடுவாரு. அவரு தூக்கிட்டுப் போனாரா, அவரைச் சொல்லிக்கிட்டு அவரு ஆளுங்க தூக்கிக்கிட்டுப் போனானுங்களான்னு தெரியலை தம்பி. உசுரோட திரும்ப அனுப்புனா போதும்னு நம்ப பொண்ணுங்க திரும்பி வரும். கை கழுத்துல ஏதாச்சும் நகை புதுசாக் கிடந்துச்சுன்னா ராசா வேலைன்னும் ஏதும் இல்லைன்னா ராசாவோட ஆளுங்க வேலைன்னும் நெனைச்சுக்கிட வேண்டியதுதான். ஆனா, கல்லுக்கொறத்திங்க அவளுக, வாயைத் தொறக்க மாட்டாளுக. அது மட்டுமில்லாம யாரும் வெளியூருக்குப் பொழைப்புக்காகவோ படிப்புக்காகவோ போக முடியாது தம்பி. சாயங்காலத்துக்குள்ள திரும்பலைன்னா மறுநாளு நம்ம வீட்டுல ஏதாவது கெட்டது நடந்திருக்கும். ஆனா ராசா மட்டும் சகல உலகத்துக்கும் சுத்திவந்துடுவாரு.

இதுல எங்களுக்குப் பெரிய பிரச்சினை என்னன்னா தம்பி எங்களுக்குச் சொந்தமா பேர்களே கிடையாது. ‘தங்கப்பதக்கம்’ படத்தில ஒருத்தர் நடிக்கிறாருன்னா. அவர் ஒரு நாள் முழுக்க ‘என் பேரு எஸ்.பி.சௌத்ரி என் பேரு எஸ்.பி.சௌத்ரி’ அப்படின்னு சொல்லிக்கிட்டே இருக்கணும். அடுத்த படம் வர்றப்போ அடுத்த பேரு. பொறந்தப்ப ஒரு பேரு வச்சிருப்பாங்கதான், அதுவும் ஏதாவது சினிமா கதாநாயகன் பேரோ, சினிமாக்

கதாபாத்திரம் பேரோ இருக்கும். அதுவும் காலப்போக்குல மறந்திருக்கும். எங்களுக்குன்னு நிலையா சாமி கிடையாது, குலதெய்வம் கிடையாது. ஒரு வாரம் நான் இந்து இன்னொரு வாரம் முஸ்லீமு அடுத்த வாரம் கிறிஸ்டீனு. எங்களுக்கு என்ன வரலாறுன்னே தெரியாது. பூர்வீகம் எதுனே தெரியாது தம்பி. நாளடைவுல சினிமாவுக்குள்ளேயே பொறந்துருக்குமோன்னு சந்தேகம் வந்துடுச்சு.

பெரிய ராசா, அவரோட அப்பாரு, முப்பாட்டனார் காலத்திலருந்து இப்படித்தான் தம்பி. பெரிய ராசா பி.யு. சின்னப்பா, கிட்டப்பா, தியாகராச பாகவதர் இவங்களோட ரசிகர். ராசப் பரம்பரையில எல்லாரும் நாடகத்தை வச்சுப் பண்ணுனத இந்த ராசா சினிமாவ வச்சுப் பண்ணினாரு. எங்களை மீட்குறதுக்கு யாரும் வர மாட்டாங்களான்னு ஏங்கிக்கிட்டு இருந்தோம் தம்பி. யாருமே வரலை.

இப்பிடி இருக்கப்பதான் எம்.சி.ஆரு., சிவாசி காலமெல்லாம் கொஞ்சம் ஓஞ்சிபோயி கமலு, ரசினின்னு சின்னப் பசங்க வர ஆரம்பிச்சாங்க. எம்.சி.ஆரும் முதலமைச்சரா ஆயிட்டாரு இனிமே படம் நடிக்க மாட்டாருன்னு சொன்னாங்க. கடைசியா எங்க ஊர்ல எடுத்த எம்.சி.ஆர் படம், நாங்க நடிச்ச எம்.சி.ஆர். படம் மதுரையை மீட்ட சுந்தரபாண்டியன்தான். நான்தான் தம்பி எங்க ஊர்ல ‘அன்பே வா’வுலருந்து எம்.சி.ஆர். ‘நீரும் நெருப்பும்’ மாதிரி டபுள் ஆக்டிங்குல மட்டும் எம்.சி.ஆர் போட்டோவ ஒருத்தன் முகத்துல கட்டிக்கிட்டு நடிப்பான். மதுரையை மீட்ட சுந்தரபாண்டியன் என்னையும் ஒரு வகையில மீட்டுச்சுன்னுதான் சொல்லணும். அதுவரைக்கும் எம்.சி.ஆரா வாழ்ந்துட்டதால எனக்கு வேறெந்த கேரக்டரும் ராசா அதுக்கு அப்புறம் கொடுக்கலை. எம்.சி.ஆருக்கு சைடு ரோலு கௌரவப் பாத்திரம்லாம் கொடுக்க முடியாதுல்ல. அதுனால படம் நடக்கிறப்ப கூடமாட ஒத்தாசையா என்னை ராசா இருக்கச் சொன்னாரு. மத்த நேரத்துல வய வேலைங்க அது இதுன்னு இருக்கும்.

கொஞ்சகொஞ்சமா எங்க ஊர்ல கமலு ரசினியெல்லாம் உருவாக ஆரம்பிச்சாங்க தம்பி. சீதெவி மாதிரி ஒரு பொண்ணு அப்படியே இருக்கும். பதினாறு வயதினிலேயெல்லாம் நடிச்சோம். எங்க ஊர்க்காரங்களுக்கு எம்.சி.ஆர் சிவாசி படத்தையெல்லாம் நடிச்ச மாதிரி அவ்வளவு சுளுவா கமலு ரசினி படத்தெல்லாம்

நடிக்க முடியலை தம்பி. அப்புறம் அவங்க படம்லாம் புதுடெக்னாலசியால்லாம் இருந்துச்சா ராசா தெணறுனாரு. கிராமத்துப் பின்னணி உள்ள படங்களா எடுத்தாரு. சிட்டுக்குருவி மாதிரி ரெண்டும் கலந்ததும் எடுத்தாரு. அவருக்கு செவப்பு ரோசாவை எங்களை வச்சி நடிக்கணும்னு ரொம்ப ஆசை. திரும்பத் திரும்ப எங்களுக்குப் போட்டுக்காட்டுனாரு. எங்களுக்கு வரவே இல்லை. ரொம்பக் கடுப்பாகி அதுல வர்ற கமலஹாசன் இங்கிலீசுல ஏதோ கத்துவாரே அதே மாதிரி திரும்பத் திரும்பக் கத்தினாரு. அப்புறம் செவப்பு ரோசாவை நாங்க நடிக்கவே இல்லை.

எங்களுக்கு விடிவு காலத்தை நாங்களாதான் தேடிக்கணும்னு நாங்க உணர்ந்தோம் தம்பி. அதுக்கு ஏத்தமாதிரி ராசாவும் உதிரிப்பூக்கள்னு ஒரு படத்தை தியேட்டர்ல எடுத்தாரு. ஒரு மாதிரி மெதுவா சோகமா இருக்கு, அது சரிப்பட்டு வராதுன்னு விட்டுட்டாரு போல. ஆனா என் மனசுல ஒரு திட்டம் உருவாச்சு. அன்னையிலருந்து ராசாவுக்குத் தெரியாமல் நாங்க உதிரிப்பூக்கள் படத்தை ஊருக்குள்ள நடிச்சிக்கிட்டு இருந்தோம். திட்டத்தை நிறைவேத்துறதுக்கு நாங்க குறிச்சி வச்ச நாளு வந்துச்சு தம்பி. ராத்திரி நேரத்துல நாங்க எல்லாரும் தீவட்டி ஏந்திக்கிட்டுக் கிளம்பிட்டோம். ராசாவுக்கு நல்லா நீச்சல் தெரியுங்கிறதால உதிரிப்பூக்கள் படத்துல வர்றது மாதிரி செய்ய முடியாதுல. அதுனால நெருப்பை எடுத்துக்கிட்டோம். என்னோட ரெண்டு பசங்க சின்னப் பசங்க. அவனுங்க கூட தீவட்டி ஏந்திக்கிட்டு வந்தானுவோ. ராசா வீட்டு வாசல்ல நின்னப்ப மேலே காவல் காத்துக்கிட்டுருந்த அடியாளுங்கள்லாம் என்ன விஷயம்னு கேட்டானுவோ. ராசாகிட்ட பேசணும் அப்படின்னோம். ராசா தூங்கிக்கிட்டு இருக்காரு நாளைக்குக் காலையில வாங்கன்னானுவோ. இல்லை இப்பவே பேசணும்னு சொன்னதும் பதறிப் போனானுவோ. கொஞ்ச நேரத்துல ராசாவே மேலே வந்தாரு. எல்லா சுச்சியிம் போட்டு லைட்டுல்லாம் பளபளன்னு எரிஞ்சிச்சு. என்னங்கடா இந்த நேரத்துல அப்புடின்னு அதட்டலா கேட்டார். உள்ள வந்து ஒங்க கிட்ட பேசணும் அப்படின்னோம். மொத தடவையா ராசா அப்படிங்கிற வார்த்தை இல்லாம நாங்க பேசுறத ராசாவும் உணர்ந்தாரு. எங்களுக்கும் அது இயல்பா வந்துச்சு. அதுதான் ராசாவுக்குப் பயத்தை ஏற்படுத்திருக்கும்போல. பின்னாடி மறைச்சு வச்சிருந்த துப்பாக்கிய எடுத்தாரு.

எங்களை நோக்கிக் குறிவைச்சாரு. அதுக்கு முன்னாடி எங்க ஆளுல ஒருத்தன் கையில் வச்சிருந்த கல்லை விட்டெறிஞ்சான் அது ராசா நெத்தியிலப் போய் அடிச்சிது. துப்பாக்கி அந்த உப்பரிகையிலருந்து கீழ விழுந்துச்சு. ராசா உள்ளே ஓடிட்டார். நாங்க வாசக் கதவை உடைச்சிக்கிட்டு உள்ளே பூந்துட்டோம். மேலேருந்து அடியாட்கள்லாம் சுட ஆரம்பிச்சுட்டாங்க. எங்க ஆள்கள்ல ரெண்டு மூணு பேரு அய்யோன்னு கீழயும் விழுந்துட்டானுவோ. அதுக்கு மேலே சுட முடியாதமாதிரி நாங்க பங்களாக்குள்ள பூந்துட்டோம்.

கரண்டு, ஃபோனு கனெக்ஷன் எல்லாத்தையும் அறுத்துட்டோம். சுத்துப்பட்டு ஊருலயே ஃபோனு கரண்ட்டுல்லாம் உள்ளவரு ராசாதான். அடுத்ததா கதவெல்லாம் தொறக்க முயற்சி பண்ணுனோம். தொறக்க முடியலை தம்பி. எல்லாம் பர்மா தேக்கு. நூறு எரநூறு வருசக் கதவுங்க. அதுனால எல்லாரும் மாடி வழியா ஏறி உள்ளே போற வழியைக் கண்டுபிடிச்சு உள்ளே போனோம். இவ்வளவு தூரமும் என் பசங்களும் வந்துருக்கானுவோன்னு அப்பத்தான் பாத்தேன் தம்பி. வரட்டும் இல்ல சாகட்டும். பேரு வரலாறு பூர்வம் இல்லாம வாழுறதுக்குச் செத்துப்போகலாம் அப்படின்னு நானும் விட்டுட்டோம். உள்ளே ஒரு இண்டு இடுக்கு விடாம தேடுனோம். எங்கயும் ஆப்புடல.

அப்புறம் ஒரு சந்தேகம். இவ்வளவு செட்டு போடுறவரு ஒரு சுரங்கம் இல்லாமலேயா இருப்பாரு அப்படின்னு. பங்களாவோட அடித்தளத்துக்கு வந்து தேடிப்பார்த்தோம். அங்க நாலு அடியாளுங்க ஒரு பல்லுசக்கரத்தைச் சுத்திக்கிட்டுருந்தாங்க. கீழே குகைவாசல் மாதிரி திறந்து இருந்துச்சு. நாங்க கரண்ட கட் பண்ணுனதால சுச்சி போட முடியாம சக்கரத்தை சுத்தி மூடப் பாத்தவனுவோ எங்களப் பாத்ததும் தெகைச்சிப் போயி நின்னுட்டானுவோ. என்னோட ஓடியாந்தவனுங்க எல்லாரும் ஒன்னு கத்த ஆரம்பிச்சிட்டானுவோ. அது எங்க பாட்டன் முப்பாட்டனெல்லாம் சேர்ந்துகிட்டுக் கத்துன மாதிரி இருந்துச்சு. கீழ ராசா அவரோட குடும்பம் பயலுவோ வப்பாட்டிங்க அடியாளுங்க எல்லாரும் நடுங்கிக்கிட்டு இருந்தாங்க. அது சுரங்கம் மாதிரி இல்லை. பதுங்குற பெரிய குகை. ராசா துப்பாக்கியால குறிவச்சுக்கிட்டே இருந்தவரு கீழே போட்டுட்டாரு. அவரு துப்பாக்கியக் கீழே போட்டது ஒரு சமிக்ஞை மாதிரியே இருந்துச்சு. அதுக்காகவே காத்திருந்த மாதிரி

16 | ஆசை

எல்லாரும் தீப்பந்தங்களை ராசாவைப் பார்த்து எறிஞ்சாங்க. ஒரே அலறல். அதுக்கப்பறம் அந்தத் தீப்பந்தமெல்லாம் நல்லா எரியணும்னு நெனைச்சாங்களோ என்னவோ தெரியலை எல்லாரும் போட்டுருந்த சட்டையெல்லாம் கழட்டி எறிய ஆரம்பிச்சாங்க. நானும் என் பசங்களும் மட்டும்தான் அப்படிச் செய்யலை. அப்புறம் ஹோன்னு ஒவ்வொருத்தனா அந்தப் பதுங்கு குகைக்குள்ள குதிக்க ஆரம்பிச்சானுவோ தம்பி. எனக்கு என்ன நடக்குதுன்னே தெரியலை. அவனுங்க குதிக்கிறப்போ வந்த சத்தத்துல அப்படியொரு ஆனந்தம் தம்பி. என் பசங்க கண்ணைப் பொத்திட்டேன். ஊர்க்காரங்க அத்தனை பேரும் குதிச்சிட்டாங்க. போயிடு போயிடு எங்க உசுரெல்லாம் எங்க மூச்செல்லாம் எடுத்துட்டுப் போயி உன் புள்ளைங்களுக்குக் கொடு. நம்ம பூர்வீகம் வரலாறு எல்லாத்தையும் கண்டுபிடி. இல்லன்னா உனக்கு இனிமேயாச்சும் புதுசா ஒரு பூர்வீகம் வரட்டும். அப்படின்னு சொல்லிட்டுக் கடைசியா ஒருத்தன் குதிச்சான்.

எனக்கு ஒண்ணும் புரியலை தம்பி. உதிரிப்பூக்கள் என்னுடைய திட்டமா ராசாவுடைய திட்டமான்னு ஒரே குழப்பமா இருந்துச்சு. தன்னோட முடிவும் கிராமத்தோட முடிவும் இப்படி இருக்கணும்னு ராசா திட்டம் போட்டுருக்காரோ. ஒரு கிராமத்தையும் தன் பரம்பரையையும் அழிச்சிக்கிட்டு இப்படி எரிஞ்சிக்கிட்டிருக்காரே அப்படின்னு அங்கேருந்து பசங்களைக் கூட்டிக்கிட்டுக் கௌம்பிட்டேன் தம்பி. நாங்க மூணு பேரும் கையில இருக்குற தீவட்டியால வழியெல்லாம் ஊரை எரிச்சிக்கிட்டே வந்தோம். பஸ்டாண்டு செட்டு, ரயில்வே டேசன் செட்டு, ஏரோப்ளேன் டேசன் செட்டு எல்லாத்தையும் எரிச்சோம். வீடு வயலு தோட்டம் தொரவு எல்லாத்தையும் எரிச்சோம் தம்பி. சொன்னா நம்ப மாட்டீங்க தம்பி ஏரியே எரிய ஆரம்பிச்சுடுச்சு. பெரிய கொள்ளிவாய்ப் பிசாசு மாதிரி இருந்துச்சு.

அப்புடியே ஓடி வந்துட்டோம். எவ்வளவு தூரம் ஓடுனோம்னு தெரியலை. பசங்க களைச்சுப் போனதும் ஒரு சுமைதாங்கிக் கல்லுல ஒக்காந்தோம். பக்கத்துல பார்த்தா தம்பி உண்மையில நீங்க நம்ப மாட்டீங்க. ஒரு பப்பாளி மரம். இலையே இல்லை. ஆனா, கோயில் கோபுரம் மாதிரி உச்சிலேருந்து தரையில அடித்தண்டு வரைக்கும் பப்பாளி காச்சும் பழுத்தும் தொங்குது.

ஒரு கோடி பப்பாளி இருக்கும் தம்பி. ஒவ்வொண்ணும் எவ்வளவு பெரிசு இருக்கும்கிறீங்க. பசங்க பசியோடு இருப்பானுவோன்னு ஒண்ணு பறிச்சுட்டுப் போய் ஒக்காந்தேன். அப்போ டிப்டாப்பா ஒருத்தர் வந்தார். என் கையில இருந்த பப்பாளியைப் புடுங்குனாரு. மரத்துக்கிட்ட போய் பால் வடிஞ்சிக்கிட்டிருந்த காம்புல அதை மறுபடியும் ஒட்ட வைச்சிட்டுப் போயிட்டாரு. என் பசங்க அந்தப் பப்பாளியைப் பாத்துக்கிட்டே தூங்கிட்டானுவோ. நான் விடிய விடிய அந்த மரத்தைப் பார்த்துக்கிட்டே இருந்தேன் தம்பி. என் ஊரு இல்லாம இன்னொரு ஊருல அதுதான் தம்பி எனக்கும் என் பசங்களுக்கும் மொத விடியக்காலம்பர. அப்பறம் தட்டுத்தடுமாறிப் பசங்களோட மெட்ராஸு வந்துட்டேன் தம்பி என்று முடித்தார்.

“கேக்கவே மனசுக்கு ரொம்ப கஷ்டமா இருக்குங்க. பிரமிப்பாவும் இருக்கு. உங்க பேரு என்ன பெரியவரே?”

“சுந்தரபாண்டியன்தான் தம்பி. கடைசியா எம்.சி.ஆரும் நானும் நடிச்ச படமில்ல. அதே பேரு இருந்து போச்சு. அப்போ எம்.சி.ஆரு அண்ணா என் தெய்வம்னு ஒரு படம் நடிக்க ஆரம்பிச்சாருன்னும் அதைப் பாதியிலேயே விட்டுட்டாருன்னும் பின்னாடி பாக்கியராசு படத்தைப் பார்த்துத்தான் தெரிஞ்சிக்கிட்டேன் தம்பி. அந்தப் படம் வந்திருந்து நான் ஊருல இருந்திருந்தா என் பேரு ராசுவா இருந்திருக்கும். பாக்யராசோட அவசர போலீசு பாத்துட்டு நீ நினைச்சா மழையடிக்கணும் கையசச்சா காத்தடிக்கணும் கூடாது இந்தக் கருத்துன்னு பீச்சுல கொஞ்ச நாள் நானும் ஆடிப்பார்த்தேன். எல்லாரும் சிரிச்சாங்க. என்னடா மழை விட்டாலும் தூவானம் விடாதான்னு அதை விட்டுட்டேன்.”

“இங்கேதான் வந்துட்டீங்களே பேரை மாத்திக்க வேண்டியதுதானே.”

“பழக்கதோசத்துல சுந்தரபாண்டியன்னு சொல்லிட்டேன். அப்புறம் அதுவே நிலைச்சிடுச்சு. சரி பசங்களுக்காச்சும் புதுசா பேரு வைக்கலாம்னு ஒருத்தனுக்கு கார்த்தின்னும் ஒருத்தனுக்கு பிரபுன்னும் வச்சேன் தம்பி. பேரு வச்சதுக்குப் பிறகுதான் தம்பி கார்த்தி, பிரபு அப்படின்னு ரெண்டு பேரு நடிக்க வரானுவோ. எத்தனையோ சிவாசி படம் முத்துராமன் படம்லாம் ஊருல நடிச்சிருக்கோம். ஆனா அவங்க புள்ளைங்க பேரு தெரியாம

இருந்துருக்கோமேன்னு ரொம்ப வருத்தப்பட்டேன் தம்பி. இனிமே மாத்த முடியாதுல்ல. அப்புடியே விட்டுட்டேன்.”

“அதுக்கப்புறம் ஊர்ப் பக்கம் போய்ப் பாத்தீங்களா” என்று கேட்டேன்.

“இங்க வந்ததிலேருந்து ஒரே கெட்ட கனவு தம்பி. ஊரே கனவுல பேயா வந்து கேள்விப்பட்டிருக்கீங்களா தம்பி? எனக்கு வருது தம்பி. இங்கே வந்ததுக்கு அப்பறம் ஊரைப் பத்தி நான் எதுவும் கேள்விப்படவே இல்லை. ஒரு ஊரே எரிஞ்சிருக்கு அதைப் பத்தி பேப்பரு கீப்பருன்னு எதுலயும் போடலை போல. எனக்கு எழுதப் படிக்கத் தெரியாதுன்னாலும் டீக்கடை சலூனுலல்லாம் பேப்பரைப் பொரட்டிப் பொரட்டிப் பார்ப்பேன். நம்ம ஊரு படம் போட்டுருக்கா, ராசா படம் போட்டிருக்கான்னு. ஒரு தகவல் இல்லை. அது நடந்து ஒரு பத்து வருசம் கழிச்சு நான் ஊரு பக்கம் போனேன் தம்பி. சூசகமா கவனிங்க ஊரு பக்கம்னுதான் சொன்னேன் ஊருக்குன்னு சொல்லலை. ஏன்னா அங்கே ஊரே இல்லே தம்பி. எனக்கு எங்க ஊரோட எல்லையெல்லாம் நல்லா அத்துப்படி. அந்த எல்லைகள்லாம் ஒண்ணாசேர்ந்து சுருங்கியிருக்கேயொழிய நடுவுல இருந்த ஊரைக் காணோம். எரிஞ்சாலும் அழிஞ்சாலும் மேல சாம்பலும் சிதிலமும் அடியில நிலமும் மிஞ்சுமுல்ல தம்பி. எதுவுமே இல்லை தம்பி. இல்ல கேக்குறேன் ஒரு ஊரே எப்படிக் காணாப் போகும். சுத்துப்பட்டு கிராமத்துல உள்ளவங்க கிட்டல்லாம் நான் கேட்டுப்பாத்தேன். என்னவிட வயசாளிங்க கூட அடங்கொப்புராண அப்படி ஒரு ஊரையோ ராசாவையோ கேள்விப்பட்டதில்லைன்னு சத்தியம் பண்ணுறானுவோ. நான் என் புள்ளைங்களுக்குப் பூர்வீக நிலம்னு எதைக் காமிப்பேன். அவனுங்க தலைமுறை அவனுங்க பூர்வீக நிலமுன்னு எதைத் தேடிவரும். ஒரே பெரக்கனையத்துப் போன மாதிரிதான் தம்பி பல வருஷமா இருக்கேன். ஆனா ஒண்ணு ராசாவோட திட்டம் உதிரிப்பூக்கள் படத்தோட நிக்கலை தம்பி. அதையும் தாண்டித் திட்டம் போட்டுருக்காரு. யாரு கண்டா நெருப்பு எங்க மூணு பேரு கண்ணையும் மறைச்ச பிறகு சுரங்கம் வழியாப் போயி வேறெங்கேயோ வாழ்ந்துக்கிட்டு இருக்காரோ, இல்லை சுரங்கத்துக்கு உள்ளேயே எல்லாரும் இன்னும் வாழ்ந்துகிட்டு இருக்காங்களோ தெரியலை. நிச்சயம் உள்ள பெரிய செட்டுல்லாம் போட்டு வைக்கக் கூடிய ஆளுதான்

அவரு” என்று சொல்லிவிட்டு “ஆனா ஒண்ணு தம்பி எங்க ஊரு சிவாசி, சிவக்குமாரு, செய்சங்கரு, ரசினி, கமலுல்லாம் போனாலும் எம்.சி.ஆர் மட்டும் இருக்காரு பாருங்க. அதுதான் தம்பி காலத்தோட மகிமை” என்றார் தொடர்ந்து விக்கியது போன்ற சிரிப்புடன்.

“கார்த்திக் பிரபுல்லாம் இருக்காங்களே” என்று கேட்டேன். இதைக் கேட்டுவிட்டு அமைதியில் ஆழ்ந்தார். என்ன பதில் சொல்வதென்று யோசிக்கிறாரா, அவர்கள் ஏன் இருக்கிறார்கள் என்று யோசிக்கிறாரா என்று தெரியவில்லை.

அவரிடம் சொல்லிவிட்டு விடுதி நோக்கி நடந்தேன். வழியெல்லாம் ஒரே சிந்தனை. கடந்த இருபத்திரண்டு ஆண்டுகளாக அவர் காலத்தில், இடத்தில் இனி கண்டடைய முடியாத தன் பூர்வீகத்தைக் கதையில் உருவாக்கிக்கொண்டிருக்கிறாரோ?

இப்போது இந்தக் கதையை எழுதிக்கொண்டிருக்கும்போது அந்தப் பெரியவர் உயிரோடு இருக்கிறாரா என்று தெரியவில்லை. இருந்தால் தொண்ணூறு வயதுக்கு மேலே இருக்கும். கார்த்திக் பிரபுவுக்கும் ஐம்பது வயது தாண்டியிருக்கலாம். அவர்களோ அவர்களின் எதிர்காலத் தலைமுறையினரோ இலக்கியம் படிக்கும் வழக்கம் உள்ளவர்களாக இருந்து என் புத்தகங்கள் படிக்கும் வாய்ப்பும் இருந்தால் அவர்களுக்கு ஒரு பெரும் உதவியாக நான் செய்யவிருப்பது, சொல்ல நினைப்பது இதுதான். உங்கள் பூர்வீக நிலத்தை நிஜமான இடத்தில் தேடி நீங்கள் ஏமாந்துபோக வேண்டாம். அது காலம், இடம் இரண்டிலிருந்தும் நிரந்தரமாக வெளியேற்றப்பட்டுவிட்டது. இதற்கு வேறு உபாயம்தான் உள்ளது. சினிமா பாட்டுப் புத்தகங்களின் பாணியில் சொல்வதென்றால் ‘மீதியை வெள்ளித்திரையில் காண்க’. ஆம், இப்போது கையகலத்துக்கும் வந்துவிட்டது. அதில் நீங்கள் எம்.ஜி.ஆர் படத்தையோ சிவாஜி படத்தையோ பழைய ரஜினி கமல் படத்தையோ பார்க்கும்போது நீங்கள் பார்ப்பது உங்கள் பூர்வீக நிலத்தையும் பூர்வீக நினைவுகளையும் என்று உணருங்கள். ஏதும் இல்லாதவர்களுக்குப் பூர்வீகத்தை அது ஒன்றே அளிக்கிறது.

- 2024

❑

கண்ணதாசன்

ஒருமுறை சீன ஞானி சுவாங் ட்சு ஒரு கனவு கண்டார். அந்தக் கனவில் அவர் ஒரு வண்ணத்துப்பூச்சியாக இருந்தார். மிகவும் மகிழ்ச்சியுடனும் சுதந்திரமாகவும் விரும்பிய இடமெல்லாம் பறந்து திரிந்தார். ஆனால், கனவில் வண்ணத்துப்பூச்சியாக வந்த சுவாங் ட்சுவுக்குத் தான் சுவாங் ட்சு என்பது தெரியாது. திடீரென்று விழிப்பு வந்துவிட அந்த வண்ணத்துப்பூச்சி தான்தான் என்று அறிந்துகொள்கிறார். ஆனால், அவருக்கு ஒரு சிக்கல்: வண்ணத்துப்பூச்சியின் கனவில் வந்தது சுவாங் ட்சுவா அல்லது தன்னை சுவாங் ட்சுவாக எண்ணி வண்ணத்துப்பூச்சியொன்று தன்னைக் கனவுகண்டுகொண்டிருக்கிறதா?

கிட்டத்தட்ட 2,300 ஆண்டுகளுக்குப் பிறகு எனக்கும் அதே பிரச்சினை வந்திருக்கிறது என்று சொன்னால் சுவாங் ட்சுவுக்கு உன்னை இணைவைத்துக்கொள்கிறாயா என்று பலருக்கும் கோபம் வர வாய்ப்பிருக்கிறது. அதற்காக, இந்தச் சிக்கல் எனக்கு வரவில்லை என்று நான் மறுத்துக்கொள்ள முடியுமா?

2012-ஆம் ஆண்டின் முற்பகுதியாக இருக்க வேண்டும். மன்னார்குடிக்கு ரயிலில் சென்றுகொண்டிருக்கிறேன். அப்போது வந்த கனவு இது. நனவில் காகத்தைப் பற்றி அதற்கு முந்தைய ஆண்டு நான் எழுதிய கவிதையைப் பற்றிய கனவு. கனவிலோ அது நிகழ்நேரத்தில் எழுதப்பட்ட கவிதையாக வருகிறது. காகம் ஒன்றோடு கொஞ்சம் கொஞ்சமாக நட்பை ஏற்படுத்திக்கொண்டு இறுதியில் அது என் கையிலிருந்து

பிஸ்கெட் வாங்கிச்செல்லும் அளவுக்கு நான் நிஜத்தில் நெருங்கியதைப் பற்றிய கவிதை அது. பறவைகளிடமும் விலங்குகளிடமும் நம் அகத்தைக் காட்டி அல்ல, நம் அகத்தைச் சிறிதுசிறிதாகக் குறுக்கிக்கொண்டு, இறுதியில் முற்றிலுமாக 'நம்'மை மறைத்துக்கொண்டால் மட்டுமே அவற்றின் நட்பை நாம் பெற முடியும். நம்மை மறைத்தால் நாம் காகமாகலாம். காகம் நாம் ஆகும். ஒரு காகம் என்னைச் சிறிதும் பொருட்படுத்தாமல், அதாவது என் இருப்பு அதற்கு எந்த அச்சத்தையும் ஏற்படுத்தாமல் என் கையிலிருந்து பிஸ்கெட்டை வாங்கிச் சென்றபோது அளவற்ற ஆனந்தத்தை உணர்ந்தேன். இதையெல்லாம்தான் அந்தக் கவிதையில் எழுதியிருந்தேன்.

துரைசிங்கம் என்னுடன் மிகவும் அன்பாகப் பழகும் ஈழத்தமிழர். காகத்தைப் பற்றி நான் நிஜத்தில் எழுதிய கவிதையை அவருக்கு நான் கனவில் அனுப்பி வைக்கிறேன். அந்தக் கவிதையைப் படித்துவிட்டு எனக்கு ஒரு கடிதம் அனுப்புகிறார் துரைசிங்கம். அந்தக் கனவில் அவர் எனக்கு எழுதிய கடிதத்தின் ஒவ்வொரு சொல்லும் மாறாமல் எனக்கு அப்படியே நினைவில் இருக்கிறது.

> 'அன்புள்ள ஆசை, வணக்கம்! தங்கள் கவிதையைப் படித்தேன். என்ன சொல்ல? 'கொண்டலாத்தி' கவிதைத் தொகுப்பில் உள்ள கவிதைகளைப் போல் இல்லை. அது மட்டுமல்ல, 'அவள் ஒரு தொடர்கதை' படத்தில் கண்ணதாசன் இப்படி எழுதியிருப்பார்:
>
> 'ஞானியர் தேடும் மதி/
>
> மறதி'
>
> இந்த வரிகளைத் தாண்டியொன்றும் நீங்கள் எழுதிவிடவில்லை."

துரைசிங்கத்தின் எழுத்திலும் சரி பேச்சிலும் சரி ஈழத்தமிழின் தனித்துவம் அலாதியாக வெளிப்படும். கனவில் வந்த அவரது கடிதத்திலோ அவரது ஈழத்தமிழ் முழுக்கவும் தமிழ்நாட்டுத் தமிழில் மொழிபெயர்க்கப்பட்டிருப்பதைப் போல உணர்ந்தேன். அது மட்டுமல்லாமல் வழக்கமான அவரது துயரம் இழையோடும் அபாரமான நகைச்சுவையுணர்வுடன் கூடிய நலவிசாரிப்புகள் ஏதுமின்றிக் கடுமையான தொனியில் அந்தக் கடிதம் இருந்தது. அது துரைசிங்கத்துக்கு மிகவும் அந்நியமானது. ஆனாலும்,

என் கனவில் எனக்குக் கடிதம் எழுதியது துரைசிங்கம்தான். பிரச்சினை இதுவல்ல. 'அவள் ஒரு தொடர்கதை' படத்தில் கண்ணதாசன் எழுதியதாக துரைசிங்கம் குறிப்பிடும் அந்த வரிகள்தான்.

'தெய்வம் தந்த வீடு' பாட்டு எனக்கு மனப்பாடமாகத் தெரியும் என்பதால் அந்தப் பாடலுக்குள் இந்த வரிகளை இட்டுத் தேடிப்பார்க்க வேண்டிய அவசியம் இல்லாமலே இந்த வரிகள் அந்தப் பாடலைச் சேர்ந்தவை அல்ல என்பதை என்னால் உறுதியாகக் கூறிவிட முடியும் என்றாலும் அதீத நம்பிக்கை சில சமயம் நம் முகத்துக்கு முன்பு தொங்குவதைக் கூட நம் பார்வையிலிருந்து மறைத்துவிடக்கூடும் என்பதால் 'தெய்வம் தந்த வீடு' பாடலை அதுவரை அறிந்தேயிராத ஒருத்தனின் மனநிலையை எனக்குள் வர வைக்க முயன்றேன். தெரியாத ஒன்றைத் தெரிந்ததாக ஆக்கிக்கொள்வது மிகவும் எளிது என்பதையும் நன்கு தெரிந்த ஒன்றைத் தெரியாததாக ஆக்கிக்கொள்வதுதான் இந்த உலகிலேயே மிகவும் கடினம் என்பதையும் அப்போதுதான் உணர்ந்துகொண்டேன். அம்னீஷியா, மரணம் போன்று ஏதும் வராமல் இதைச் செய்யவே முடியாது என்றாலும் எதற்கும் ஒரு சுருக்கு வழி இருக்குமல்லவா என்று 'தெய்வம் தந்த வீடு' பாடலை எனக்குத் தெரியாமல் ஆக்கும் முயற்சியில் முழு மூச்சில் ஈடுபட ஆரம்பித்தேன்.

முதலில் அந்தப் பாடல் வரிகளிலிருந்தும், ஒலிப்பேழையிலும் மனதுக்குள்ளும் ஒலிக்கும் அந்தப் பாடலின் சத்தத்திலிருந்தும் விலகி ஓடுவதன் மூலம் அந்தப் பாடல் வரிகளை மறக்க முயற்சித்தேன். எங்கு ஓட முயற்சித்தாலும் எனக்கு முன்னே அந்தப் பாடல் என் முகத்துக்குத் தன் முகத்தைக் காட்டியபடி ஓடிக்கொண்டிருந்தது. மூர்க்கமாக ஏதாவது செய்யலாம் என்று போர்ன் தளங்களுக்குச் சென்று 'தேஸி எம்.எம்.எஸ்', 'தேஸி பாத்ரூம்', 'தேஸி நிப்பிள் ஸ்லிப்', 'தேஸி சிஸ்டர்', 'தேஸி ப்ளோஜாப்', 'தேஸி ஹனிமூன்', 'மல்லு ஹனிமூன்', 'ஆண்டி அண்ட் யங் பாய்' என்று சு'தேஸி'ப் பற்று மாறாமல் 'தேஸி'யில் என்னென்ன காமவகை, நிலை, தொகையெல்லாம் சாத்தியமோ அத்தனை சாத்தியங்களிலும் சொற்களை இட்டுத் தேடி, அந்த வீடியோக்களின் உக்கிரப் பெருமூச்சில் எல்லாவற்றையும் மறக்க வேண்டும் என்று காதில் ஹெட்செட்டை மாட்டிக்கொண்டு உட்கார்ந்தேன். ரகசிய கேமரா இருப்பது தெரிந்தோ

தெரியாமலோ, அல்லது தொழில்முறையில் தெரிந்ததைத் தெரியாதவாறு காட்டிக்கொண்டோ குளிக்கும் பெண் ஒரு பாடலை முணுமுணுக்க ஆரம்பித்தாள்: 'தெய்வம் தந்த வீடு'. பஞ்சாபி பெண்ணுக்கு எப்படி 'தெய்வம் தந்த வீடு' தெரியும்? ஜெய்கணேஷ் ஏதோ ஒரு படத்தில் சிங் வேடத்தில் வந்திருப்பதையும் இதையும் எப்படி முடிச்சுப் போட்டுப் பார்க்க முடியும்? மல்லு ஜோடிகள் ஹனிமூனில் உச்சக்கட்டத்தை எட்டிக்கொண்டே 'தெய்வம் தந்த வீடு' என்கிறார்கள். 'நிப்பிள் ஸ்லிப்' ஆகும் ஃபேஷன் ஷோ பெண்ணும் முகத்தில் சலனமில்லாமல் 'தெய்வம் தந்த வீடு' என்று சொல்லிவிட்டுப் போகிறாள். நம் நாட்டுப் பெண்களாகப் பார்த்தால் அப்படித்தான் வரும்போல என்று ரஷ்யா, பிரான்ஸ் என்று தேடிப்பார்த்தேன். எல்லோரும் தெளிவாகத் தமிழ் உச்சரிப்பில், அவர்களுடைய அந்நியக் குரலிலேயே, அழகாக 'தெய்வம் தந்த வீடு' என்கிறார்கள். ரஷ்யா, பிரான்ஸுக்கெல்லாம் தமிழர்கள் சகஜமாகப் போய்வருகிறார்கள். ரஷ்யாவுக்குக்கூட கண்ணதாசன் எம்.எஸ்.வியுடன் போயிருக்கிறார் என்று படித்திருக்கிறேன். இன்பநாட்டத்தில் திளைத்திருந்த கண்ணதாசன் பிரான்ஸுக்கும் கட்டாயம் போயிருப்பார். ஆகவே, கண்ணதாசனோ, எம்.எஸ்.வியோ தமிழர்களோ போகாத தேசம் ஏதும் இருக்குமா என்று தேடித்தேடி போர்ன் வீடியோ பார்த்தேன். எங்கும் 'தெய்வம் தந்த வீடு'தான். தமிழர்கள் போகாத இடமே இருக்காது போல.

சரி, போர் உத்தியை மாற்றிவிட வேண்டியதுதான். தெய்வம் தந்த வீட்டுக்கு தெய்வம் தந்த வீடுதான் மருந்தே. அதை அளவுக்கதிகமாகத் தெரிந்துகொண்டால் ஒரு கட்டத்தில் அது முற்றிலும் தெரியாமல் போகும் தருணம் வரும் அல்லவா! அந்தத் தருணத்தில் அதற்குள் 'ஞானியர் தேடும் மதி/ மறதி' மறைந்திருந்தால் என் கண்ணுக்கு அகப்படும் என்று நினைத்தேன். என் வீட்டின் ஒவ்வொரு அறையின் சுவரிலும் என் குளியலறைச் சுவரிலும் அந்தப் பாடலை எழுதி வைத்தேன். கைபேசியில் ரிங்டோனாக வைத்து என்னிடம் உள்ள இன்னொரு கைபேசி மூலம் அதற்கு அடிக்கடி அழைப்பு விடுத்தேன். அழைப்பு விடுத்த கைபேசியிலும் அதையே ரிங்டோனாக வைத்து இந்தக் கைபேசியிலிருந்து அதை அழைத்தேன். வீட்டில், நேரத்துக்குத் தகுந்தபடி, அதிக ஒலியுடனோ மெதுவாகவோ 'தெய்வம் தந்த வீட்டை எப்போதுமே ஒலிக்க விட்டேன். சில

ஆன்மிகக் குழுக்களைச் சேர்ந்தவர்களைத் தொலைபேசியில் அழைக்கும்போது ‘வாழ்க வளமுடன்’ என்று கூறிய பிறகே அவர்கள் நம்முடனான உரையாடலைத் தொடங்குவதுபோல் நானும் எனக்குக் கைபேசியில் வரும் அழைப்புகளை ‘தெய்வம் தந்த வீடு’ சொல்லி உரையாடல்களை ஆரம்பித்தேன். இறுதியில் எனக்கு நிகழ வேண்டியது மற்றவர்களுக்கு நிகழ்ந்தது. எல்லோருக்கும் என் பெயர் மறந்துபோய் என்னை ‘தெய்வம் தந்த வீடு’ என்றே அழைக்க ஆரம்பித்தார்கள்.

ம்கூம்! முந்தைய உத்தியைவிட மோசமானது மட்டுமல்லாமல், ஆபத்தானதாகவும் அமைந்துவிட்டது இது. மனநலக் காப்பகத்தில் கொண்டுபோய்ச் சேர்க்கப்படுவதற்கு முன்பு விழித்துக்கொண்டு எல்லாவற்றையும் நிறுத்திக்கொண்டேன். மெதுமெதுவாக, ‘தெய்வம் தந்த வீடு’ உச்சாடனத்தைக் குறைத்துக்கொண்டே வந்தேன். சூழவும் அதன் தரிசனம், சப்தம், வாசனை, ஸ்பரிஸம், சுவை முற்றிலும் குறைந்துபோய் தற்போது மூளையில் போடப்பட்ட தையலாக ஒரு ஓரத்தில் போய் எந்தத் தொந்தரவும் கொடுக்காமல் ‘தெய்வம் தந்த வீடு’ உட்கார்ந்துகொண்டது.

தெய்வம் தந்த வீட்டைத் தேடுவதை விட்டுவிட்டு ‘ஞானியர் தேடும் மதி/ மறதி’யைத் தேட ஆரம்பித்தேன். தெய்வம் தந்த வீட்டு வெறியால் நான் பட்ட சிரமங்களையெல்லாம் மறக்க முடியாது என்பதால் ‘ஞானியர் தேடும் மதி/ மறதி’யை நிதானமாகத் தேட ஆரம்பித்தேன். கூகுள், நண்பர்கள் என்று இரண்டே தெரிவுகள். இரண்டு பேரிடமும் என் கனவில் வந்த வரிகள் என்று நான் சொல்லவில்லை. ‘ஞானியர் தேடும் மதி/ மறதி’ யாருடைய வரிகள் என்று மட்டும் கேட்டேன். கூகுள், ‘ஞானியர்’, ‘தேடும்’, ‘மதி’, ‘மறதி’ என்ற தனித்தனிச் சொற்களையும் இந்தச் சொற்களின் சாத்தியமாகும் சேர்க்கைகளையும் சேர்த்து 56 முடிவுகளை மட்டுமே காட்டியது. நண்பர்களோ கையை மட்டும் விரித்துக் காட்டினார்கள். நான் அதையெல்லாம் சாதாரணமாக எடுத்துக்கொண்டதை அவர்களால் அவ்வளவு சாதாரணமாக எடுத்துக்கொள்ள முடியவில்லை (கூகுளாலும்தான்). பார்க்கும்போதெல்லாம், ஒரு விரலால் நெற்றியைத் தேய்த்தபடி, அல்லது தலையைச் சொறிந்தபடி ‘ஞானியர் தேடும்...’ என்று ஆரம்பித்துவிடுவார்கள். கைபேசியில் என்னிடம் வேறு ஏதாவது பேசும்போதுகூட

இடையில், "மச்சான், நீ சொன்னியே அந்தக் கவிதை, அது ஏதோ பண்ணுதுடா. அதுல ஏதோ இருக்கு. நானும் யோசிச்சு யோசிச்சுப் பார்த்துட்டேன் எங்கேயும் கண்டுபிடிக்க முடியலை. அதுக்கு என்ன மச்சான் அர்த்தம்?" என்று கேட்க ஆரம்பித்துவிடுவார்கள். இதுகூட பரவாயில்லை. துரைசிங்கம் சொல்லித்தான் நான் தெய்வம் தந்த வீட்டைப் பிடித்துத் தொங்க ஆரம்பித்தேன். என் நண்பர்களில் ஒருவனோ அவனாகவே 'ஞானியர் தேடும் மதி/ மறதி'க்கும் தெய்வம் தந்த வீட்டுக்கும் ஏதோவொரு ஒற்றுமையைக் கண்டுபிடித்து அந்தப் பாடலைத் திரும்பத் திரும்பப் பாடியும் கேட்டும்கொண்டிருந்தவன் ஒருமுறை கைபேசியில் நான் அழைத்தபோது 'தெய்வம் தந்த வீடு' என்று கூறிவிட்டு "சொல்லு மச்சான்..." என்றான். அதற்குப் பிறகு அவன் எண்ணை என்னுடைய கைபேசியில் தடுத்துவைத்தேன். அவனைப் பார்ப்பதையும் தவிர்த்துவிட்டேன். 'நாயி கடைசியாக தெய்வம் தந்த வீட்டை மறப்பதற்கு போர்ன் வீடியோக்களின் துணையைத் தேடிப் போகட்டுமே' என்று விட்டுவிட்டேன்.

நண்பர்கள் இப்படியென்றால் கூகுள் வேறுவிதம். ஈஷா யோகா, ராம்தேவின் பதஞ்சலி யோகா, ஸ்ரீலஸ்ரீ ரவிஷங்கரின் 'வாழும் கலை', பிரம்மகுமாரிகளின் தியான வகுப்புகள் என்று ஆரம்பித்து 'மதி' ஃபர்னிச்சர், 'மதி' செக்ஸாலஜிஸ்ட் என்று என் கைபேசியில் விளம்பரங்கள் அனுப்பியும் ஃபேஸ்புக், ட்விட்டர் என்று நான் போகும் திசையெங்கும் விளம்பரங்களைக் காட்டியும் என்னை இம்சிக்க ஆரம்பித்தது. 'நீங்கள் மறதிப் பேர்வழியா? அப்படியென்றால் பதஞ்சலியின் வல்லாரை லேகியம் சாப்பிடுங்கள்' என்று என் கைபேசிக்கு ஒரு குறுஞ்செய்தி வந்ததுதான் உச்சம்.

அதை விடுங்கள். இப்போது என் முன்னே, அதனால் உங்கள் முன்னே என்றும் சொல்லலாம், மொத்தம் மூன்று கேள்விகள். *1. 'ஞானியர் தேடும் மதி/ மறதி' வரிகள் கண்ணதாசன் எழுதியவையா? 2. துரைசிங்கம் எழுதியவையா? 3. நான் எழுதியவையா?* கூடுதலாக, கனவையும் ஒரு நபராகக் கற்பனைச் செய்துபார்க்கலாமா என்று எனக்குத் தோன்றுகிறது. எது எப்படியோ, கண்ணதாசன், துரைசிங்கம், காகம், என்னை வைத்துக் கனவு ஒரு விளையாட்டு விளையாடியிருக்கிறது. இறந்துபோனாலும் கண்ணதாசனாலும், இது தெரியாமல்

இருந்தாலும் துரைசிங்கத்தாலும், பறந்துபோக முடிந்தாலும் காகத்தாலும், கனவைப் போல இவை யாவற்றையும் அறிந்துவைத்திருந்தாலும் என்னாலும் இந்த விளையாட்டிலிருந்து விடுபட முடியுமா என்று தெரியவில்லை.

சுவாங் ட்சுவைப் படிக்கவில்லையென்றால்கூட எனக்குச் சிக்கல் ஏற்பட்டிருக்காது. இந்தக் கனவு வந்த பல ஆண்டுகளுக்குப் பிறகுதான் சுவாங் ட்சுவின் கனவைப் படித்தேன். ஞானி என்றாலும்கூட நமக்கு இணையாக, அவரும் வகையாக மாட்டிக்கொண்டிருக்கிறார், வண்ணத்துப்பூச்சியின் கனவில் சுவாங் ட்சுவாகவோ, சுவாங் ட்சுவின் கனவில் வண்ணத்துப்பூச்சியாகவோ, தன்னை வண்ணத்துப்பூச்சியாகவோ சுவாங் ட்சுவாகவோ எதுவாகவோ அறிந்திராத எதுவாகவோ.

- 2018

❑

பச்சையின் ஆயிரம் வண்ணங்கள்

1. உலகம் கறுப்பு வெள்ளையாய் இருந்தபோது...

"கால்வின், கால்வின்! இன்னைக்கு உன் அப்பாகிட்ட என்ன கேட்டே?"

"'பழைய படம் எல்லாம் ஏன் கறுப்பு வெள்ளையில இருக்கு? அப்போல்லாம் கலர் ஃபிலிம்கள் கிடையாதா அப்பா?'ன்னு கேட்டேன்"

"அவர் என்ன சொன்னார்?"

"'இருந்துச்சி. உண்மையில அந்த பழைய படங்கள்லாம் கலர் படங்கள்தான். ஆனா, உலகம் அப்போ கறுப்பு வெள்ளை கலர்ல மட்டும்தான் இருந்துச்சு' அப்படின்னார்."

"அப்படியா சொன்னார்?"

"ஆமாம்! '1930கள் வரைக்கும் உலகம் கலரா ஆகலை. அதுக்கு அப்பறம்தான் கலரா மாறுனுச்சு. ஆனாலும் கொஞ்சம் மங்கலான கலர்தான்' அப்படின்னார்."

"விநோதமா இருக்கே?"

"நானும் இதேதான் அப்பாகிட்ட கேட்டேன். 'உண்மைங்கிறது கதைகள்ல வர்றத விட விநோதமா இருக்கும்'னு அவர் சொன்னார்."

"நீ அத்தோட விட மாட்டியே?"

"ஆமாம் காவிரி. 'அப்புறம் பழைய கால ஓவியர்கள் வரைஞ்ச ஓவியங்கள் மட்டும் ஏன் கலர்ல இருக்கு?

உலகம் அப்போ கறுப்பு வெள்ளையா மட்டும்தான் இருந்துச்சுன்னா அந்த ஓவியர்களும் கறுப்பு வெள்ளையிலதானே வரைஞ்சிருப்பாங்க?' அப்படின்னு கேட்டேன்."

"ஆமாம்ல."

"அவர் என்ன சொன்னார் தெரியுமா? 'அப்போல்லாம் நெறைய ஓவியர்கள் கிறுக்குப் புடிச்சவங்களா இருந்தாங்க' அப்படின்னார்."

"அது என்னவோ உண்மைதான். நான் பழைய ஓவியர்களைப் பத்தி நெறைய படிச்சிருக்கேன். வான்கோ தன்னோட ஒத்தைக் காத அறுத்துத் தன்னோட காதலிக்குப் பரிசா அனுப்புனாரு தெரியுமா?"

"அவருக்குக் காது வரையத் தெரியாம இருந்திருக்கும் காவிரி. அந்தக் கோபத்துல அறுத்து அனுப்பியிருப்பாரு."

"உன்னோட அதிகப்பிரசங்கித்தனத்த உன் அப்பாவோட நிப்பாட்டிக்க. என்கிட்ட காட்டாத."

"குறைஞ்சபிரசங்கித்தனத்தோட நான் இருந்திருந்தேன்னா உன்னோட நண்பன் ஆகியிருந்திருக்க மாட்டேன்ல காவிரி. அதான். இன்னும் கதை முடியல கேளு. அப்பாவ நான் விடாம கேட்டேன். "அந்தக் காலத்துல கலரே இல்லன்னா எப்படி கலர் ஓவியம் வரைஞ்சாங்க? அவங்களோட கலர்களும் சாம்பல் கலரோட ஷேட்ஸாத்தானே இருக்கணும்?' அப்படின்னு கேட்டேன்."

"'அதெல்லாம் 1930கள்ல கலரா மாறிட்டு'ன்னு சொன்னாரா?"

"பாரு, நீங்கல்லாம் ஒரே மாதிரிதான் பேசுறீங்க. அப்பாவும் இதேதான் சொன்னாரு. நான் விடாம கேட்டேன் 'அப்படின்னா கறுப்பு வெள்ளைப் படங்கள் ஏன் கலரா மாறலை'ன்னு."

"இது பாய்ண்ட்!"

"அப்பா என்ன சொன்னார் தெரியுமா? 'அதெல்லாம் கறுப்பு வெள்ளையா இருந்த உலகத்தோட கலர் படங்கள்' அப்படின்னார்."

"உங்க அப்பா சொல்றது உண்மைதான் போல கால்வின். எனக்கும் அப்படித்தான். என் உலகம் கொஞ்சம் கொஞ்சமா பச்சையா மாறிக்கிட்டு வருது தெரியுமா?"

"அப்படின்னா யாரோ பச்சை ஃபிலிமை மட்டும்தான் இப்போ கண்டுபிடிக்கிறாங்களா?"

"உலகம் ஃபிலிமை எப்போவோ கைவிட்டுடுச்சு கால்வின். இப்போ டிஜிட்டலுக்கு மாறியாச்சு."

"ஏன் உலகம் எப்போவும் ஒன்னு வந்தா இன்னொன்ன விட்டுடுது? ஒரே நேரத்துல எல்லா உலகமும் பக்கத்துப் பக்கத்துல இருந்தா எவ்வளவு நல்லா இருக்கும். எங்க அப்பா சொல்றது உண்மைன்னா, எனக்குக் கறுப்பு வெள்ளை உலகமும் நம்ம கலர் உலகத்தோட பக்கத்துப் பக்கத்துல இருந்தா நல்லா இருக்கும்னு தோணுது. கலர் புடிக்காதப்போ அந்த உலகத்துக்குப் போய்ட்டு அப்புறம் அந்த உலகமும் அலுத்துப் போனா கலர் உலகத்துக்குத் திரும்பி வருவேன்."

"அப்படின்னா என்னோட பச்சை உலகத்துக்கு வந்துட்டுப் போ."

"அது எப்படி இருக்குது காவிரி?"

"பச்சைப் பசேல்னு இருக்குது. எங்கேயும் என் கூடவே வருது. என்னை சுத்தி இருக்குது."

"எந்த வயசுலருந்து இப்படி இருக்கு உனக்கு காவிரி?"

"சின்ன வயசுலருந்து இருக்கு கால்வின். ஆனா, அப்போல்லாம் இந்த அளவுக்கு அடர்ந்து இல்லை. நான் வளர வளர அதுவும் என் கூட வளர்ந்துகிட்டே இருக்கு."

"உன் சொந்த ஊருல உங்களுக்குத் தோட்டம் இருக்கா, அல்லது இருந்துச்சா?"

"இல்ல கால்வின். எங்களுக்குன்னு ஒரு சதுர அடி நிலம் கூட கிடையாது. வீடு புறம்போக்கு நிலத்துல. வயலும் ஒத்திக்கு எடுத்து சாகுபடி செஞ்சது. அதுவும் ரெண்டு மூணு வருஷம் இருக்கும், அவ்வளவுதான். ஆனா, ஊர்ல செடி கொடிகள் நிறைய இருக்கும்."

"ஒரு அமெரிக்கப் பையனுக்குத் தெரியாத வார்த்தைகள் நெறைய சொல்ற. பட் ஐ லைக் த வேர்ட் புறம்போக்கு! வாட்டர்ஸன் மறுபடியும் என்னை வரைய வந்தார்னா எங்காச்சும் அந்த வார்த்தைய நானே பேசிடுறேன்."

"நீதான் நெறைய தத்துவமெல்லாம் பேசுவீயே? என் பிரச்சினைக்கு ஒரு தீர்வு சொல்லு. சைக்கியாட்ரிஸ்டப் போய்ப் பார்க்கலாமா?"

"ஐயய்யோ அத மட்டும் பண்ணிடாதே. எங்க அப்பாவ விட அவங்கல்லாம் ரொம்ப போரு. நான் ஹாப்ஸோட பேசிக்கிட்டு இருக்குறதப் பாத்து ஏதோ பொம்மைப் புலியை நிஜப் புலியா நினைச்சுட்டுப் பேசுறேன்னு பயந்து என்னை சைக்கியாட்ரிஸ்ட்கிட்ட அழைச்சுட்டுப் போகலாம்னு எங்க அப்பா அம்மா திட்டம் போட்டாங்க தெரியுமா? உனக்குத் தெரியாது, நான் பார்த்த ஒரு படத்துல செத்துப்போன சைக்காலஜிஸ்ட் தான் செத்துப்போனதுகூட தெரியாம உயிரோட இருக்குற ஒரு பையனுக்கு ட்ரீட் பண்ணுவாரு. சைக்கியாட்ரிஸ்டெல்லாம் அப்படித்தான். அவங்க செத்துப்போனதுகூட அவங்களுக்குத் தெரியாது. உனக்குப் பிரச்சினை இல்லைன்னா நானே உனக்கு சைக்கியாட்ரிஸ்டா இருக்கேன். உன்னோட பிரச்சினையச் சொல்லு."

"ஏய் நீ எப்படி சிக்ஸ்த் சென்ஸ் படம் பாத்துருக்க முடியும்? உன்னை வாட்டர்ஸன் வரையிறத 95லேயே நிப்பாட்டிட்டாரே."

"நிப்பாட்டினாலும் இப்பவும் உன்கூட பேசிக்கிட்டிருக்கேன்ல. வாட்டர்ஸன்கிட்ட எனக்கு ரொம்ப பிடிச்சது எனக்காக அவர் டிவியும் வரைஞ்சிருக்காரு. அதுலதான் நான் எல்லாம் பாத்துக்கிட்டிருக்கேன். அவர் என்னை வரைஞ்சாரு, நான் காலத்த வரைஞ்சிக்கிட்டேன்."

"நீ உன் வயசுக்கு மீறின பேச்சு பேசுற."

"பேச்சுக்கு மீறின வயசு உள்ளவங்க இப்படித்தான் என்னைச் சொல்றாங்க காவிரி."

"அப்போ நீதான் என்னை ட்ரீட் பண்ணனும் கால்வின். என்னைச் சுத்தி வளர்ந்துருக்க பயிரையெல்லாம் உன் ஹாப்ஸ விட்டுத் திங்கச் சொல்லிடு."

“புலி பசிச்சாலும் புல்லைத் திங்காது காவிரி. அந்தப் பயிர நான் பாத்துக்குறேன். இப்போ எனக்கு களைப்பா இருக்கு. நம்ம செஷன நாளைக்கு வைச்சுக்கலாம்... ஹாப்ஸ் நீ எங்கே எலி புடிச்சிக்கிட்டு இருக்கே. ஒரு புலியா இருந்துகிட்டு இப்படி எலி புடிச்சிக்கிட்டு இருக்கீயே, வெக்கமா இல்லே... இதோ வர்றேன்.”

2. பயிர் வட்டம்

காவிரி கொஞ்சம் காலமாக வாழ்வது பச்சை உலகத்தில்தான். ஆரம்பத்தில் இயல்பான மற்றெல்லா நிறங்களுக்கிடையில் ஒரு பச்சை அலையடித்ததுபோல் இருந்தது. கானல் பச்சை. எல்லா நிறங்களுக்குள்ளும் ஒளிந்துகொண்டிருக்கும் பச்சையை யாரோ தூண்டிவிட்டது போலவும் அந்தப் பச்சை அரக்கப் பரக்க எல்லா நிறங்களின் மீது தாவியோடி மீண்டும் ஏதோ ஒரு நிறத்துக்குள் ஒளிந்துகொண்டது போலவும் இருந்தது. ஆனால், நாளாக நாளாக அந்தப் பச்சைக்கு ஒரு பெரும் தன்னம்பிக்கை வந்துவிட்டதாக காவிரி உணர்ந்தாள். தன்னை ஒன்றும் அப்படி ஒளித்துவைத்துக்கொள்ளத் தேவையில்லை என்று நினைத்திருக்குமோ?

அலையடிப்பிலிருந்து ஏறிப்போய்ப் பச்சை கொஞ்சம் கொஞ்சமாக நிலைத்து நிற்கவும் ஆரம்பித்தது. அதற்குக் காரணம் அவளைச் சுற்றிலும் வளர்ந்து நிற்கும் பயிர்தான். இவ்வளவு உயரம் வளர்ந்தாலும் கதிர்பிடிக்காதது மாதிரிதான் இருந்தது. கதிர்பிடித்து முற்ற ஆரம்பித்திருந்தால்தான் பச்சை மஞ்சளாக மாறியிருக்குமே.

விநோதம் என்ற கட்டத்தைத் தாண்டி இனம்புரியாத அச்சம் என்ற கட்டத்தை அப்போது காவிரி வந்தடைந்திருந்தாள். அன்றாட வாழ்வில் வண்ணங்கள் சார்ந்து மேற்கொள்ள வேண்டிய சின்னச் சின்ன தெரிவுகளில் ஏற்படும் தடுமாற்றம் உயிருக்கும் பணிக்கும் பாதிப்பை ஏற்படுத்திவிடுமோ என்று அஞ்சினாள். அதுவும் காட்சி ஊடகத்தில் பணிபுரிபவள் என்பதால் தோற்றத்துக்கு அடிப்படையான வண்ணத்தில் காவிரி ஏதும் தவறு செய்துவிடக் கூடாது. பொருத்தமான சுடிதார், அதற்கான கீழாடை, உதட்டுச் சாயம், பொட்டு, மை, காதணி, கைகலன் என்று எல்லாம் ஒத்திசைவோடு

பொருந்திப்போக வேண்டும். இல்லையென்றால் அலுவலகத்தில் பிரச்சினையாகிவிடுவது மட்டுமல்ல, சமூக ஊடகங்களில் கேலிக்கும் உள்ளாகிவிடக் கூடும். எனினும் காவிரி இந்தப் பிரச்சினையை ஓரளவு சமாளித்துக்கொண்டுதான் இருக்கிறாள். அவள் மிதமான ஒப்பனையையே விரும்புபவள். எனினும் அவள் கண்ணுக்குத் தெரியும் பச்சையிலும் ஒரு ஒத்திசைவை அவள் கூடிய சீக்கிரமே கண்டுபிடித்தாள். ஆடைகள் தெரிவிலும் அப்படித்தான் இருந்தது. அவள் அலுவலகத் தோழிகள் பாராட்டும் அளவுக்கு ஒரு கட்டத்தில் அவளுடைய ஆடைத் தெரிவு ஆனது. போக்குவரத்து சிக்னல் போன்ற நிறம் சார்ந்து முக்கியமான, உடனடியான முடிவு எடுக்க வேண்டிய விஷயங்களிலும் அவள் பழகிக்கொண்டாள். ஏனெனில் பச்சைக்குரிய இடம், சிவப்புக்குரிய இடம், மஞ்சளுக்கு உரிய இடம் என்று தனித்தனியே ஒதுக்கப்பட்டிருக்கிறது அல்லவா. மொத்தத்தில் உலகைப் பச்சையின் அடர்த்தி வேறுபாடுகளாகப் பார்ப்பதற்குப் பழகிக்கொண்டாள். அதுமட்டுமல்ல, அடர்த்தியின் தன்மையை வைத்தும் இடம் பொருளைக் கொண்டும் அது மற்றவர்களின் கண்ணுக்கு என்ன வண்ணமாகத் தெரிகிறதோ அதையும் எளிதில் ஊகித்துவிடுவாள். பிறகு பச்சையால் அவளுக்கு எந்தப் பிரச்சினையும் இல்லைதான்.

ஆனாலும் ஏன் பச்சை என்ற கேள்விக்கான பதிலை அறிந்துகொள்வதில்தான் அவளுக்குப் பெரும் உளைச்சல் ஏற்பட்டது. அவளைச் சுற்றிலும் வளர்ந்திருக்கும் பயிரும் அதன் பச்சை நிறத்தில் ஊடுருவி வரும் ஒளியும்தான் அந்தப் பச்சை நிறத்துக்குக் காரணம். எனில், ஏன் தன்னைச் சுற்றிப் பயிர் வளர்ந்திருக்கிறது என்பதுதான் முதன்மையான கேள்வி. சிறு வயதில் அந்தப் பயிர் உயரம் குறைவாக இருந்தபோதே சில தடவை தன் அப்பாவிடமும் அண்ணனிடமும் சொல்ல முயன்றாள். அவர்கள் ‘பித்துக்குளி மாதிரி உளறாத’ என்று கூறிவிட்டார்கள். வகுப்புத் தோழிகளிடம் சொன்னபோது ‘காவிரிக்கு மண்டையில மயிரு காலுல பயிரு’ என்று கேலி செய்ய ஆரம்பித்துவிட்டார்கள். அதற்குப் பிறகு அந்தப் பயிர் அவளுடைய ரகசிய உலகமாக ஆகிவிட்டது. தன்னைச் சுற்றி முளைத்திருந்தாலும் அது எதையும் மறைக்கவோ தடுக்கவோ இல்லை என்பதால் காவிரி அப்படியே விட்டுவிட்டாள். மேலும், ஒட்டுமொத்த உலகத்தினரிடமிருந்து தன்னை வேறுபடுத்தும் ஒன்றாக இந்தப் பயிர் இருப்பதால் அதை

நேசிக்கவும் ஆரம்பித்துவிட்டாள். அதுவும் நகரும் பயிர். தன் கூடவே எங்கிலும் வரும் பயிர். காலம் இடம் இரண்டையும் கேலி செய்து வளரும் பயிர். தனது நிரந்தரச் சுற்றுச்சூழலாக அது ஆன பிறகு அது அவளின் மனதின் வெளிப்படையாகத் தெரியும் மேல் பகுதியிலிருந்து அடியாழத்துக்குச் சென்று மறைந்துகொண்டது. அவள் வாழ்வின் நிரந்தரப் பின்னணியாக மாறிவிட்டிருந்தது.

அம்மாவைக் குழந்தைப் பருவத்தில் இழந்து அப்பாவைப் பள்ளி இறுதிப் பருவத்தில் இழந்து அண்ணன் தன்னைப் படிக்க வைத்தாலும் உணர்வுரீதியாக ஒருபோதும் தன்னோடு தொடர்புகொள்ள அவன் தயாராக இல்லாத சூழலில் அவளுக்கென்ற தனிப்பட்ட உலகத்தின் சொத்து அந்தப் பயிர். அப்படிப்பட்ட அரிய ஒன்றை சாதாரணப்படுத்திவிடக் கூடாது என்பதிலும் காவிரி எச்சரிக்கையாக இருந்தாள். ஆகவே அடிக்கடி தன் கால்களைக் குனிந்து பார்ப்பதைத் தவிர்த்தாள். மிகுந்த தவிப்பான, உளைச்சலான தருணங்களில் மட்டும் கால்களைக் குனிந்து பார்ப்பாள். அங்கே அவளுக்கான அந்தப் பயிர் அந்தச் சிறு வட்டப் பரப்பில் ஏதோ மிதக் காற்று அடித்ததுபோல் அசைந்துகொண்டிருக்கும். காற்றில் பச்சை அலையடித்துக்கொண்டிருக்கும் பெரும் வயல் பரப்பின் ஒரு சிறு வட்டப் பகுதியை மட்டும் விட்டுவைத்துவிட்டு சுற்றியுள்ள பெரும் பரப்பை ரப்பர் வைத்து அழித்துவிட்டால் எப்படி இருக்கும்.

பயிர் வட்டங்களைப் பற்றி காவிரி கொஞ்சம் படித்திருக்கிறாள். ஐரோப்பாவிலும் அமெரிக்காவிலும் கோதுமை வயல்கள், சோளக்கொல்லைகள் போன்றவற்றில் வளைய வளையமாக சிக்கலான வடிவங்கள் திடீரென்று உருவாகியிருக்கும். பயிர்களின் மேலே யாரோ புல்லட் ஓட்டியதைப் போல. அந்த வடிவங்களை உருவாக்கியவர்கள் வேற்றுகிரகவாசிகள் என்று சிலரும் மனிதர்களின் குறும்புதான் அது என்று சிலரும் இன்னும் வாதிட்டுக்கொண்டிருக்கிறார்கள். அது போன்ற ஒரு பயிர் வட்டமாக இது இருக்குமோ என்றும் ஒரு ஐயம். அப்படியே இருந்தாலும் பயிர்களை அழித்துதான் வேற்றுகிரகவாசிகள் பயிர் வட்டங்களை உருவாக்குவார்கள். இங்கே நட்டுவிட்டு அல்லவா போயிருக்கிறார்கள்.

ஆக எந்த முழுமையிலிருந்தோ சிறு வட்டம் ஒன்று கத்தரிக்கப்பட்டுத் தன் காலுக்குக் கீழே ஒட்டப்பட்டுவிட்டது. ஒரு இடத்தின் தொடர்ச்சி வேறு ஒரு இடத்தில் எப்படி இருக்க முடியும் என்று கேட்டுக்கொண்டாள் காவிரி.

இப்படிப்பட்ட சூழல்களில் எப்போதும் ஒன்றுக்கும் மேற்பட்ட பதில்களைச் சொல்லிப்பார்ப்பாள் காவிரி. அவற்றுள் நடைமுறை சாத்தியமான, உண்மையான பதில்களும் இருக்கும். நடைமுறை சாத்தியமற்ற கற்பனையான பதில்களும் இருக்கும். அவளுடைய வாழ்க்கையை அவள் மனதுக்குள்ளிருந்து யாரேனும் பார்ப்பார்கள் என்றால் அவள் இரண்டாம் வகை பதில்களையே நாடுவாள் என்பதை அறிந்துகொள்ள முடியும். இதுவும் அவளைப் பற்றிய துல்லியமான வரையறை அல்ல. பெரும்பாலும் அவள் முதல் வகைப் பதில்களை அங்கீகரிப்பாள் என்றால் இரண்டாம் வகை பதில்களை வரித்துக்கொள்வாள். ஒரு இடத்தின் தொடர்ச்சி இரண்டு இடங்களில் எப்படி இருக்க முடியும் என்ற கேள்விக்கும் இரண்டு சூழல்களைத் தன் மனதுக்குள் கொண்டுவந்தாள். அவை: 1. (மேற்கு) பாகிஸ்தானுக்கும் இன்றைய வங்கதேசமான அன்றைய கிழக்கு பாகிஸ்தானுக்கும் இடையே இந்தியா இருந்திருக்கவில்லையா? ஒரே நாடு; ஆனால் நிலத் தொடர்ச்சி இல்லை. அதிகாரத் தொடர்ச்சி, ஆளுகைத் தொடர்ச்சி மட்டுமே. 2. ஒரே ஆறு. நடுவே காணவில்லை. அதற்கு எந்தத் தொடர்பும் இல்லாமல் தொலைதூரத்தில் ஓடும் இன்னொரு ஆறு முந்தைய ஆற்றின் தொடர்ச்சியாகக் கருதப்பட்டால் எப்படி இருக்கும். காவிரி இந்தப் பதில்கள் இரண்டையும் வெகு நேரம் உற்றுப்பார்த்துக்கொண்டிருந்தாள். உற்றுப்பார்ப்பதன் மூலம் எல்லாக் கேள்விகளையும் ஒரே கேள்வியாக ஆக்கிவிடுவாள், எல்லா பதில்களையும் ஒரே பதிலாக ஆக்கிவிடுவாள். இன்னும் சொல்லப்போனால் கேள்வியையும் பதிலையும்கூட ஒன்றாக ஆக்கிவிடுவாள். அப்படித்தான் இந்த இரண்டு பதில்களையும் ஆக்கினாள். ஆறு தூரத்திலிருந்து இன்னொரு ஆற்றின் மேல் அதிகாரம் செலுத்துகிறது. அதனால் அதுவும் இதுவும் ஒரே ஆறாகக் கருதப்படுகிறது. ஆறு இன்னொரு ஆற்றின் மேல் அதிகாரம் செலுத்துகிறது என்றால் அந்தத் தண்ணீரில் குளிப்பவர்கள், அந்தத் தண்ணீரைத் தங்கள் வயலுக்குப் பாசனம் செய்பவர்கள், வேறு எதற்கெல்லாமோ அதைப் பயன்படுத்துபவர்கள், அவர்களின் ஐதீகங்கள், மதங்கள்,

கதைகள், பாட்டுகள் என்று அனைவரின் மீதும் அனைத்தின் மீதும் ஆறு அதிகாரம் செலுத்துகிறது என்றுதான் அர்த்தம்.

ஆக தன் காலுக்குக் கீழே அலையடிக்கும் சிறு பரப்பின் பெரும் சுற்றுப் பரப்பு எங்கோ இருக்கிறது. அதைக் கண்டுபிடித்தால் இந்தப் பச்சைக்கான காரணத்தையும் பயிருக்கான காரணத்தையும் கண்டுபிடித்துவிடலாம். தன்னைச் சுற்றிச் சிறு வட்டமாக இருக்கும் பயிரைப் பெருவட்டத்துடன் சேர்த்துவிடலாம். உண்மையில் தன் பச்சைப் பயிர்ப் பரப்பை விரிவாக்கி அதன் காற்றோடு சேர்ந்து தானும் அலையடிக்கலாம் என்று ஏங்கினாள் காவிரி. இதற்கு கால்வின் உதவுவான் என்று நம்பினாள்.

3. புலியோடு உறங்கும் சிறுவன்

காவிரியின் இருபதாவது பிறந்த நாள் அன்று அவளிடம் வந்து சேர்ந்தான் கால்வின். அவளுடைய முன்னாள் காதலி தபித்தா அவளுக்குப் பரிசாகக் கொடுத்தது 'கால்வின் அண்டு ஹாப்ஸ்' நான்கு புத்தகங்கள் அடங்கிய தொகுப்பின் மூலம் கிடைத்தவன். விலை ரொம்பவும் அதிகம். ஆனால் செல்வச் செழிப்பில் திளைத்திருந்த தபித்தாவுக்குத் தன் காதலிக்கு இந்தப் பரிசைக் கொடுப்பது ஒரு பொருட்டல்ல. இருவருமே அதற்கு முன்பே கால்வினுக்கும் ஹாப்ஸுக்கும் தீவிர ரசிகர்கள்.

1985லிருந்து 1995வரை தினமும் செய்தித்தாள்களில் பில் வாட்டர்ஸன் வரைந்த கால்வின் அண்டு ஹாப்ஸ் காமிக் ஸ்ட்ரிப்புகள் இடம்பெற்றன. அமெரிக்காவில் தொடங்கி உலகம் முழுவதும் பல்லாயிரக் கணக்கான பத்திரிகைகளில் கால்வின் அண்டு ஹாப்ஸ் உலா வந்தார்கள். இங்கே டைம்ஸ் ஆஃப் இந்தியாவிலும் வெளியானது. புகழின் உச்சத்தில் இருக்கும்போது சட்டென்று ஒருநாள் இனிமேல் நான் கார்ட்டூன் வரையப்போவதில்லை. இந்த ஊடகத்தில் என்னால் சாத்தியமானதை நான் சாதித்துவிட்டேன் என்று பில் வாட்டர்ஸன் நிறுத்திக்கொண்டு தனிப்பட்ட வாழ்க்கைக்குள் மூழ்கிவிட்டார். எந்தப் பத்திரிகையாளர்களையும் சந்திப்பதில்லை. வெகு அரிதாகத்தான் அவருடைய பேட்டிகள் வெளியாகியிருக்கின்றன. வனம் சூழ்ந்த ஒரு பகுதியில் தற்போது வாழ்ந்துகொண்டிருக்கிறார். கார்ட்டூனுக்குப் பதில் ஓவியத்தில் மூழ்கிவிட்டார். இவை எல்லாமே காவிரிக்கு அவர் மீதும் அவர்

படைத்த கால்வின் மீதும் பெரும் நெருக்கத்தைச் சேர்த்துவிட்டன. கால்வினின் நட்பு மூலம் வாட்டர்ஸனின் மனதை அடைய முடியலாமா என்று அவள் முயன்றுகொண்டிருக்கிறாள் என்றுகூட சொல்லிவிடலாம். ஹாப்ஸ் என்ற பொம்மைப் புலியை உயிருள்ள புலியாக பாவித்ததன் மூலம் கால்வின் ஒரு நீட்டிப்பு செய்தான் என்றால் கால்வின் என்ற கார்ட்டூன் பாத்திரத்தைத் தன் அந்தரங்க நண்பனாக இன்னும் சரியாகச் சொல்லப் போனால் பேசும் வளர்ப்புப் பிராணியாக இவள் நீட்டிக்கிறாள். இதன் மூலம் வயதில் வளராமல் கால்வின் இருத்தலில் வளர்ந்துகொண்டே போகிறான்.

மேலும் கால்வினுக்கும் காவிரிக்கும் நிறைய ஒற்றுமைகள். கால்வின் சிறுவயதிலேயே அதிகப்படியாகப் பேசுபவன். தெருவில் ஆறு வயதில் கெட்ட வார்த்தைகள் பேசி மாட்டிக்கொண்டவள் காவிரி. இத்தனைக்கும் அந்தப் பகுதியில் யாரும் அப்படியெல்லாம் பேச மாட்டார்கள்.

தபித்தாவுக்கும் காவிரிக்கும் இடையிலான காதல் முறிவும் காலடியில் வளர்ந்துகொண்டிருந்த பயிரின் உயரம் அதிகரித்ததும் கால்வினுடன் காவிரிக்கு நெருக்கத்தை அதிகரித்தது. மிகச் சரியாக அந்த முதல் காதல் முறிந்ததற்குக் காரணமும் காவிரி எப்போதும் கனவுலகத்தில் இருக்கிறாள் என்பதுதான்.

"நாம லவ் பண்றப்பயும் செக்ஸ் வச்சுக்கிறப்பயும் மட்டும்தான் கனவுலகத்துல இருக்கணும் இல்லையா" என்று தபித்தாவிடம் கண்கலங்க முறையிட்டாள் காவிரி.

"நிறைய உலகம் இருக்கு காவிரி. நீ ஒரே உலகத்துல இருக்க நினைச்சா எப்புடி?" என்று கேட்டாள் தபித்தா.

அதற்குப் பின் வந்த நிரஞ்சனியுடனும் அதிக நாள் உறவு நீடிக்கவில்லை. இப்படித்தான் கால்வினுடன் நெருக்கமானாள். அங்கேயும் பிரச்சினை என்னவென்றாள் அவள் ஹாப்ஸாக இல்லை. இன்னொரு கால்வினாக இருந்தாள். இரண்டு கால்வின்களுக்கும் இடையில் தீராத சண்டையாக இருக்கும்.

"நீ என்னை ஹாப்ஸாக மாற்றிவிட்டு நீ கால்வினாக ஆகத் துடிக்கிறாய்" என்று கால்வினே ஒருநாள் குற்றம் சாட்டிவிட்டான்.

அதில் நியாயம் இருப்பதாக உணர்ந்தாலும் அவள் காவிரியாக இருப்பதே கால்வினாக இருப்பதற்குச் சமம்தானே. சண்டையாக

இருந்தாலும் பிரியாத இரட்டைச் சகோதரனாக கால்வின் அவளுடன் இருந்தான். அவள் அண்ணன் அப்படித்தான் தன்னுடன் இருந்திருக்க வேண்டும் என்றும் காவிரிக்குத் தோன்றியது.

4. லா.ச.ராமாமிர்தம்

“அப்படி ஏதும் நடந்தது இல்லை டாக்டர். என்கிட்ட தப்பா ஒருத்தன் நடந்துக்க முயன்றது காலேஜ் படிக்கிறப்போதான். அப்போ நான் ஓரளவு தெளிவா இருந்ததனால அதுலருந்து ஈஸியா தப்பிச்சிட்டேன். ஆனா, இந்த பச்சைப் பசேல் நினைவு அதுக்கும் முன்னாடி இருந்து இருக்கு.”

“உங்க வீட்டுலயோ சொந்தக்காரங்க கிட்டேயோ யார் கிட்டேயாவது சொன்னீங்களா?”

“இல்லை.”

“ஏன்?”

“என்னைப் பைத்தியம்னு சொல்லிடுவாங்களோன்னு ஒரு பயம். அப்புறம், இந்தப் பச்சை என்னை சுத்தி இருக்குறத தவிர எனக்கு வேற எந்தத் தொந்தரவும் தர்றதில்லை. ஆனா, எனக்குப் பிற நிறங்கள் ஏதும் தெரியிறது இல்ல. எல்லாமே பச்சையோட ஷேட்ஸ் மாதிரிதான் தெரியும்.”

“எல்லாம் பச்சையா தெரியிறது எத்தனை நாளா இருக்கு? சின்ன வயசுலே இருந்தா, சமீபத்தில இருந்தா?”

“கொஞ்ச வருஷமாத்தான் டாக்டர். அது என்னை சுத்திக் கொஞ்சம் கொஞ்சமா வளந்துகிட்டு இருந்த பயிர் என் கண் மட்டத்துக்கு வந்ததுலருந்து சுத்திலும் பச்சையாத் தெரியுது. அதுக்கு முன்னாடி நான் பார்த்த சிவப்பு, நீலம், வெள்ளை, கருப்பு, மஞ்சள் எல்லாம் நினைவுகளாத்தான் மிஞ்சுது. ஆனா, பச்சையாக இருந்தாலும் ஷேட்ஸ வைச்சு அது உண்மையில என்ன நிறமா இருக்கும்னு கண்டுபிடிச்சிடுவேன். நான் பார்த்துக்கிட்டிருக்க பச்சையோட ஷேட்ஸ் அவ்வளவு அழகானது. இவ்வளவு அழகா பச்சையோட வேறுபாடுகளை உலகத்துல வேற யாரும் பார்த்துருப்பாங்களான்னு தெரியலை.

ஆனா, போகப் போக எனக்கு மொனாட்டனஸா தெரியுது. எல்லா நிறங்களையும் உணரணும்னு ஏக்கமா இருக்கு."

"நீங்க லா.ச.ராவோட 'பச்சைக்கனவு' கதை படிச்சிருக்கீங்களா? ஒருத்தர் பார்வையை இழக்குறதுக்கு முன்னாடி கடைசியா பார்த்த நிறம் பச்சை. அதனால அவரோட விழித்திரையில பச்சை நிறமே நிரந்தரமாத் தங்கிடும்னு நினைக்கிறேன். உங்களுக்குப் பார்வையிழப்பு ஏற்பட்டுடும்னு நான் சொல்லலை. ஜஸ்ட் ஏதாவது பச்சை தொடர்பான விபத்துகளை அது நினைவுபடுத்துமோன்னுதான் அதைப் பத்தி சொன்னேன்."

"அந்தக் கதையைத் திரும்பத் திரும்பப் படிச்சிட்டிருக்கேன் டாக்டர். இத்தனைக்கும் நான் அவ்வளவா இலக்கியம் வாசிக்கிறவ இல்லை. ஒரு ரெண்டு வருஷத்துக்கு முன்னாடி 'பச்சை' அப்படின்னு கீவேர்டு போட்டு நெட்ல தேடுனப்போ அந்தக் கதையைப் பத்தின குறிப்புகளைப் பார்த்தேன். அதுக்கு அப்புறம் லா.ச.ரா. கதைகள் நிறைய படிச்சிட்டேன். நான் அவரோட எழுத்துகளுக்கு அடிமை."

"ஸீ, இது அநேகமா நரம்பு சம்பந்தப்பட்ட பிரச்சினையா இருக்கும்னு நெனைக்கிறேன். நீங்க முதல்ல நியூராலஜிஸ்ட்டப் பார்க்கணும். அவங்க சில ஸ்கேன் எடுக்கச் சொல்வாங்க. அதைப் பார்த்துட்டுதான் முடிவெடுக்க முடியும்."

"நான் அவங்களையெல்லாம் பார்த்துட்டேன் டாக்டர். நரம்புலயோ பார்வையிலயோ எந்தப் பிரச்சினையும் இல்லைனு சொல்லிட்டாங்க. இதோ இருக்கு அந்த ரிப்போர்ட்டுலாம்" என்று சொல்லிவிட்டு ரிப்போர்ட்டுகளையெல்லாம் எடுத்து மருத்துவரிடம் கொடுத்தாள் காவிரி.

மனநல மருத்துவர் ஆனந்த் செல்வன் அவற்றை ஒவ்வொன்றாகப் புரட்டிப் பார்த்தார்.

"வேற என்ன பிரச்சினையா இருக்கும் டாக்டர்?"

"நிறைய விஷயங்கள் இதுல இன்வால்வ் ஆகியிருக்கலாம். மூளையில கொஞ்சம் கெமிக்கல் இம்பேலன்ஸ் ஏற்பட்டிருக்கலாம், வம்சாவளியா வர்ற பிரச்சினையா இருக்கலாம். சின்ன வயசுல ஏற்பட்ட விபத்து, அப்யூஸ் போன்ற காரணங்கள் இருக்கலாம். நாம தொடர்ந்து சில செஷன்ஸ் பேசுவோம். பை த வே, நீங்க இப்போ நியூஸ் 18 மாறிட்டீங்க போல இருக்கு?"

“ஆமாம் டாக்டர், ரெண்டு மாசம் ஆச்சு. உங்க ப்ரோகிராம் பண்ணோம்ல அந்த மாசம்தான் எனக்கு ‘புதிய தலைமுறை’யில கடைசி மாசம்.”

“ஓ! ஆல் த பெஸ்ட் ஃபார் யுவர் நியூ ஜாப் அண்ட் நியூ பிளேஸ்”

“தேங்க்யூ டாக்டர்.”

5. நாற்று

காவிரிக்கு ஒரு நாள் ஒரு கனவு வந்தது. தன்னைச் சுற்றி வளர்ந்த பசுமையின் காரணத்தை அதன் மூலம் தான் அநேகமாகக் கண்டுபிடித்துவிட்டதாக அவள் நம்பினாள். உடனே டாக்டரிடம் நேரம் வாங்கிக்கொண்டு பார்க்கச் சென்றாள்.

“டாக்டர் எனக்கு ஒரு விஷயம் புடிபட்டுருக்கு. அதுவும் ஒரு கனவுலதான் அதை நான் கண்டுபுடிச்சேன்” என்றாள் காவிரி.

“சொல்லுங்க” என்றார் டாக்டர்.

“எங்க சொந்த ஊர் மன்னார்குடி பக்கத்துல இருக்கிற வடுவூர். ஆனா நான் பிறந்தது வளர்ந்தது எல்லாம் மன்னார்குடிதான். அதிலருந்து நீடாமங்கலம் போற வழியில கொஞ்சம் உள்தள்ளி நாவல்பூண்டின்னு ஒரு கிராமம். அங்கேதான் எங்க அப்பா ரெண்டு மூணு வருஷம் குத்தகைக்கு விவசாயம் பண்ணிக்கிட்டு இருந்தாரு. நடவு, அறுப்பு அதாவது ஹார்வெஸ்ட் இப்படிப் பல தடவை என்னையும் அங்கே அழைச்சிக்கிட்டுப் போவாரு. அப்படி ஒரு தடவை போறப்ப நாத்து நட்டுக்கிட்டு இருந்தாங்க. அப்போ எனக்கு அஞ்சு இல்லன்னா ஆறு வயசு இருக்கும். எனக்கு வயல் சேத்துல நடக்கணும்னு ஆசை. குட்டைப் பாவாடையைப் புடுச்சிக்கிட்டு கவனமா இறங்கி சேத்துல நடக்க ஆரம்பிச்சேன். அப்பத்தான் வரிசையா நாத்து நட்டுக்கிட்டு இருந்த அம்மா ஒருத்தங்க வேகமா என்கிட்ட வந்து என்னைச் சுத்திலும் நாற்றை நட்டுட்டுக் காசு கொடுத்தாதான் விடுவிப்பேன்னு அப்பாகிட்ட காசு கேட்டாங்க. அப்பா என்ன செஞ்சாருன்னு தெரியலை. எனக்கு பயம் தாங்க முடியலை. திகிலில் அலறிட்டேன். என்னவோ புதிரான கோட்டைக்குள் மாட்டிக்கிட்ட மாதிரி பயம். ரொம்ப நாள் எனக்கு இது

கனவுல வரும். நேத்துகூட இந்தக் கனவு வந்துச்சு. அப்பதான் ஒருவேளை என்னோட பச்சைக்கும் அந்தப் பயிருக்கும் தொடர்பு இருக்கலாம்னு எனக்குத் தோணுச்சு. அதனாலதான் உங்க கிட்ட வந்தேன்” என்றாள்.

“க்யூரியஸ்! இதை போஸ்ட்-ட்ரமாட்டிக் ஸ்ட்ரெஸ் டிஸார்டர் மாதிரின்னு சொல்லலாம், ஹாலுசினேஷன்ஸ், அப்ஸஸிவ் இமேஜரிஸ் அப்படின்னும் சொல்லலாம்” என்றார் டாக்டர்.

“இப்போ இதை சரிபண்ணுறதுக்கு வழி என்ன டாக்டர்” என்று கேட்டாள் காவிரி.

“நாங்க வழக்கமா குரூப் தெரபி கொடுப்போம். அங்கே சைக்கோட்ராமால்லாம் பண்ணுவோம். ஒவ்வொருத்தரும் ரோல் ப்ளே பண்ணுவாங்க. இது மூலமா ரீஃப்ரேமிங் நடக்கும். உங்க மனநிலை வேறொரு திசைக்கு வந்துடும்” என்றார்.

“கொஞ்சம் புரியிற மாதிரி சொல்லுங்க டாக்டர்” என்று கேட்டாள் காவிரி.

டாக்டர் சொல்ல ஆரம்பித்தார். காவிரிக்குப் பிரச்சினை அந்த நாற்று நடும் பெண் இவள் காலைச் சுற்றிக் கோட்டை போல் நாற்றை நட்டுவிட்டு, பணம் கொடுத்தால்தான் விடுவேன் என்று கூறியதிலிருந்து தொடங்கியது. குரூப் தெரபியின் ரோல் ப்ளேயின்போது காவிரிக்குச் சிறு வயதில் நடந்ததை மறுபடியும் நடிப்பார்கள். ஒருத்தர் காவிரியின் காலுக்குக் கீழ் நாற்று நடுவதுபோல் நடித்துவிட்டுக் காசு கேட்பார். காசெல்லாம் கொடுக்க முடியாது என்று காவிரி சொல்லிவிட்டு அந்த நாற்றுக் கோட்டையிலிருந்து வெளிவர வேண்டும். இல்லையென்றால் காசு கொடுத்துவிட்டு வெளிவர வேண்டும். இது ஓரளவுக்கு உதவும் என்றார் டாக்டர்.

“நல்ல ஐடியாதான் டாக்டர். ஆனா, எனக்கு ஒரு யோசனை. நான் ஏன் நாவல்பூண்டிக்கு ஒருமுறை போய்ட்டு வந்துடக்கூடாதுன்னு நெனைப்பும் எனக்கு வருது. சைக்கியாட்ரிஸ்ட் ரோலை நானும் அதிகப்பிரசங்கித்தனமா எடுத்துக்கிறேன்னு நெனைக்க வேண்டாம் டாக்டர். எனக்கென்னமோ எங்களுக்குச் சொந்தமா நிலம் இல்லாததும் கூட ஒரு பிரச்சினையோன்னு தோணுது. பாருங்க கனவுல கூட குத்தகை நிலம்தான் வருது. குத்தகை நிலத்துல வளர்ந்த பயிர்தான் என் கண்ணை மறைக்கிற

அளவுக்கு வளர்ந்து உங்களை வந்து பார்க்க வச்சிருக்கு" என்று அழ ஆரம்பித்தாள் காவிரி.

டாக்டர் அவளை நிறுத்தவில்லை. அவர் யாருடைய அழுகையையும் நிறுத்துவதில்லை என்பது அழுது முடிந்த பிறகு அவளுக்கே நன்றாகத் தெரிந்தது.

"இப்படித்தான் டாக்டர். ஊர்ப் பக்கத்துலேருந்து வர்ற நாங்க எவ்வளவோ படிச்சிருந்தாலும் தைரியமான லெஸ்பியனா இருந்தாலும்கூட எங்க மனசுல நிலம் அப்படிங்கிறது அவ்வளவு ஆழமாப் பதிஞ்சிருக்கும். ஒண்ணு சொந்த நிலம் போயிடக்கூடாதுங்கிற தவிப்பு. இல்லைன்னா போன நிலத்தோட நினைப்பு. எங்களுக்கோ நிலமே இல்லையேங்கிற ஏக்கம். எப்போவாவது இருந்திருக்கும்னு நினைக்கிறேன். அதனால்தான் அப்பா விவசாயம் பண்ணியிருக்காரு" என்றாள் காவிரி.

"ஐ அண்டர்ஸ்டேண்ட் யுவர் பெய்ன் காவிரி. நீங்க ஒருமுறை போய்ப் பார்த்துட்டு வாங்க. நாம அப்புறம் பேசுவோம். அதுவரைக்கும் ட்ரீட்மெண்ட் ஏதும் வேண்டாம்" என்றார்.

6. வீரம்மா

கிட்டத்தட்ட இருபது ஆண்டுகள் கழித்து நாவல்பூண்டி செல்கிறாள் காவிரி. விவசாயம், அதற்குரிய பருவம், பரிபாஷை எல்லாமே தொல்நினைவுகளாக மாறிவிட்டதால் அந்தப் பகுதிகளில் நடவு எப்போது இருக்கும் என்று விசாரித்து அதற்கேற்பதான் புறப்பட்டிருந்தாள். முன்பு அந்த நிலத்தின் உரிமையாளராக இருந்த ஒன்றுவிட்ட சித்தப்பா ஒருவர் மன்னார்குடியில் இருந்தார். அவரிடம் விசாரித்துவிட்டுதான் அவர் தந்த ஸ்கூட்டியிலேயே நாவல்பூண்டிக்குச் சென்றாள். இப்போது அந்த வயலின் உரிமையாளரும் மன்னார்குடிக்காரர்தான் என்றாலும் வயலில்தான் இருப்பதாகச் சொன்னார்கள்.

மன்னார்குடியிலிருந்து நீடாமங்கலம் செல்லும் சாலையில் இடது பக்கம் 6 கி.மீ. தொலைவில் காளாஞ்சிமேடு வந்தது. அங்கே திரும்பிய உடனே பாமணி ஆறு. அதில் இப்போது சற்றே அகலமான பாலம். அப்போது குறுகலான பாலம் என்று நினைவு. பாலத்தின் முடிவில் வலது பக்கம் திரும்பினால் நாவல்பூண்டி

என்றார்கள். இந்த இடத்தையெல்லாம் உள்வாங்கிக்கொண்டே செல்ல வேண்டும் என்று நிதானமாக வண்டியை நிதானமாக ஓட்டிச்சென்றாள். அவளுக்கு அழுகை தாளவில்லை. "அப்பா அப்பா" என்று வாய்விட்டுச் சொல்லிக்கொண்டே வந்தாள். அப்பாவுடன் அந்த சைக்கிளில் முன்னால் உட்கார்ந்துகொண்டு இனி வரவே முடியாதா?

நாவல்பூண்டியில் காவிரிக்கு நினைவில் இருந்த ஒருசில பெயர்களைச் சொல்லி விசாரித்தாள். அவர்கள் உயிரோடு இல்லை. ஆனால் இன்னார் மகள் என்று சொன்னதும் காவிரியைப் பலரும் வாஞ்சையுடன் சூழ்ந்துகொண்டார்கள். "வடுவூராரு பொண்ணாம்மா நீ. உனக்குக் கல்யாணம் ஆச்சாம்மா" என்று கேட்டார்கள். இல்லையென்று காவிரி சொன்னதும் "ஒனக்கு ஒரு கல்யாணங் கங்காட்சியைப் பண்ணிவைக்காமக்கூடப் போயிட்டாரே அந்த மனுஷன்" என்று வருத்தப்பட்டார்கள்.

அவர்களிடம் சிறுகச் சிறுக ஒரு பிரியத்தை அந்த நேரத்துக்குள் ஏற்படுத்திக்கொள்கிறாள் காவிரி. கொண்டுவந்த பழங்கள், தின்பண்டங்கள் எல்லாவற்றையும் அங்கிருக்கும் சிறியவர்கள், பெரியவர்கள் என்று எல்லோருக்கும் கொடுக்கிறாள். சிறு வயது நாவல்பூண்டி நினைவுகளைப் பகிர்ந்துகொள்கிறாள். "பாரேன் இத்துனூண்டு இருந்தப்ப நடந்ததெல்லாம் ஆயி ஞாபகம் வச்சிருக்கு" என்று மாய்ந்துபோனார்கள். இதுதான் தருணம் என்று நாற்று நட்ட சம்பவத்தை அங்கே எடுத்து வைத்தாள். "அப்போ ரொம்ப பயந்துட்டியா ஆயி. எல்லாம் அந்த வீரம்மாக் கெழவி வேலையாத்தான் இருக்கும். அவதான் சட்டுன்னு போயி நட்டுப்புட்டுக் காசு குடு காசு குடுன்னு கேப்பா. இப்போ அந்தப் பழக்கம் அவ்வளவா கிடையாது. ஆனா முன்னாடி பல ஊர்கள்ல வயல்ல யாராச்சும் நடந்தா இப்புடிச் செய்வாங்க" என்றார் ஒரு பாட்டி. தோதாக அந்தப் பாட்டியைப் பிடித்துக்கொண்டு வீரம்மா வீட்டுக்குப் போய்விட்டாள் காவிரி.

இன்னார் மகள் என்றதும் "அந்தக் கடன்காரன் மவளா நீ" என்று கேட்டுவிட்டார் வீரம்மா பாட்டி. காவிரி அதிர்ந்துபோய்விட்டாள். பிறகு காவிரிக்கு முன் வீரம்மா சுதாரித்துக்கொண்டு "நீ ஒண்ணும் தப்பா எடுத்துக்காதே ஆயி

நான் ஏதோ மனசுல உள்ளதைக் கொட்டிட்டேன்" என்று பதறிப்போய்விட்டார்.

சிறு வயதில் அப்பா அழைத்து வந்த இடங்களையெல்லாம் பார்க்க வந்ததாகவும் அவர்களுடைய வயலைப் பார்க்க வேண்டும் என்று ஆசையாக இருப்பதாகவும் காவிரி சொன்னாள். மேலும் தன்னைச் சுற்றி நாற்று நட்டது பற்றியும் தயங்கித் தயங்கிச் சொன்னாள்.

அவர்களுக்குப் புரியும் மொழியில் சொல்ல வேண்டும் என்பதால்,

"அன்னைக்கு நீங்க நாத்து நட்டது இன்ன வரைக்கும் கனவுல விடாம வருது" என்றாள்.

"வராம என்னடியம்மா பண்ணும். அப்ப உங்கப்பன் என்னைச் சொன்ன ஒவ்வொரு சொல்லும் எனக்கு இன்னைக்கு வரைக்கும் மறக்கலைடியம்மா" என்றார் வீரம்மா பாட்டி.

"நீங்க என் காலைச் சுத்தி நாத்து நட்டதைத் தவிர எனக்கு வேறு எதுவும் ஞாபத்துல இல்லையே பாட்டி."

"நீ சின்னப் புள்ளம்மா. உனக்கு நடந்ததைத் தவிர வேற எதுவும் ஞாபகத்துல இருக்காது" என்று சொல்ல ஆரம்பித்தார் பாட்டி.

காவிரியின் அப்பாவிடம் காசுக்குக் கைநீட்டியபோது முதலில் அவர் அங்குள்ள வழக்கப்படி பிடிகொடுக்காமல் விளையாட்டின் ஒரு பகுதிக்குள் அவரும் இருந்துகொண்டிருந்தார். "ஆர்சுத்தியாரே நீங்க காசு கொடுக்கலைன்னா புள்ளை என்னோடது. காசு கொடுத்துட்டு மீட்டுட்டுப் போங்க" என்றதும் காவிரியின் அப்பாவுக்கு எங்கிருந்து அவ்வளவு கோபம் வந்ததென்று தெரியவில்லை. "என் புள்ளை வந்து உன் புள்ளையாடி **ப் **டாமவளே" என்று சொல்லிவிட்டு நாற்றுக் கோட்டையை விட்டு காவிரியின் அப்பா காவிரியைத் தூக்கிக்கொண்டு போர் செட்டுக்குப் போய்விட்டார். வீரம்மா இடிந்துபோய் நின்றிருந்தார். நினைவுதெரிந்த நாளிலிருந்து வீரம்மாவுக்கு இது போன்ற அவமானம் பழகிப்போயிருந்தாலும் வயலுக்குள் கால் வைத்த காவிரியைப் பார்த்ததும் இரண்டு வயதிலேயே தவறிப்போன தன்னுடைய பெண் குழந்தையின் நினைவு வந்து ஓடிவந்து வாஞ்சைவாஞ்சையாக அவளைச் சுற்றிலும் இந்தக் கோட்டையைக் கட்டினார். அந்தச் சின்னப் பிள்ளையின் முன் எல்லாக் கோட்டையையும் கண நேரத்தில் காவிரியின்

அப்பா இடித்து நாசம் செய்ததைத்தான் வீரம்மாவாள் பொறுத்துக்கொள்ள முடியவில்லை. நாற்று நட்ட மற்ற பெண்களும் வீரம்மாவுக்கு சொந்தபந்தங்கள்தான். ஆனால், வடுவூராருக்கு எதிராக வாய் திறக்க முடியாது அல்லவா. வீரம்மாவைச் சமாதானப்படுத்தி அழைத்துக்கொண்டு போய் வேலையைத் தொடர்ந்தார்கள்.

"இந்த **ப் **டாமவ நாத்து நட்டுக் களைபறிச்சு அறுப்பறுத்ததை தான் ங்கொப்பனும் நீயும் தின்னீங்க ஆயி. அப்பல்லாம் ங்கோப்பனுக்குத் தெரியலை. ஆனா நான் ஏதும் சாபம் விடலைம்மா. அந்த வருஷம் சாகுபடி அய்யோன்னு போச்சு. அறுப்பறுக்குறதுக்கு ரெண்டு மூணு வாரத்துக்கு முன்னாடி ஒரே மழை. எல்லாம் போச்சு. நான் ஒண்ணும் சந்தோஷப்படலை. ஏன்னா அங்கே நான் வேலை பார்த்துக் கூலி வாங்கியிருக்கேன் ஆயி. போனது என்னோட வேர்வையும்தான். அதுக்கப்புறம் ங்கொப்பன் விவசாயத்தை விட்டுட்டான். அவனே பெந்தகத்துக்கு நிலத்துல விவசாயத்தைப் பண்ணிக்கிட்டு எவ்வளவு கெப்பரு பாரு" என்றார் வீரம்மா.

காவிரிக்கு உடம்பெல்லாம் தூக்கிப்போட ஆரம்பித்தது. அவ்வளவு சூடு எங்கிருந்து வந்தது என்று தெரியவில்லை. தன்னைச் சுற்றி நடப்பட்டது நாற்றுக் கோட்டை மட்டும் இல்லையா. எந்தக் கோட்டையாக இருந்தாலும் சுற்றிலும் உள்ளதைப் பற்றிய பிரக்ஞையே இல்லாமல் அதற்குள் இளவரசியாக இருந்திருக்கோமே. வீரம்மா பாட்டியைக் கட்டிப்பிடித்துக்கொண்டு காவிரி அழுதாள். "எங்கப்பா பண்ணுன தப்புக்கு நான் மன்னிப்பு கேட்டுக்கிறேன் பாட்டி. எனக்கு இதைப் பத்தியெல்லாம் தெரியலை. நீங்க நட்ட நாத்துதான் என் கண் முன்னாடி பெரிசா வளர்ந்து பச்சையா இருக்குன்னு உங்களைப் பார்க்க வந்தேன். ஆனா நீங்க எந்த நிறத்துல மாட்டிக்கிட்டு இருக்கீங்கன்னு என்னால கற்பனையே செஞ்சு பார்க்க முடியலை" என்று அழுதாள். காவிரி பேசுவது பாதி புரிந்தும் பாதி புரியாமலும் வீரம்மா பாட்டியும் அவளைக் கட்டிப்பிடித்துக்கொண்டு அழுதார்.

அன்று முழுவதும் வீரம்மாவுடனேயே காவிரி இருந்தாள். அவள் வாழ்க்கைக் கதையை முழுவதும் கேட்டாள். அவருடைய குழந்தை இரண்டு வயதிலேயே போன பிறகு சில ஆண்டுகளில் குடித்துக் குடித்து அவருடைய கணவரும் போய்விட்டிருக்கிறார்.

அதன் பின் முழுவதும் வயல் வேலைதான். அதற்கு முன்பும் அப்படித்தான். இப்போது கொஞ்சம் தள்ளவில்லை. மகளிர் உதவித் தொகை. நூறு நாள் வேலைத் திட்டம். ரேஷன் அரிசி என்று தன் காலம் ஓடுகிறது என்றார் வீரம்மா பாட்டி.

இதற்குப் பிறகும் வயலுக்குப் போக வேண்டுமா என்று யோசித்துப் பார்த்தாள் காவிரி. வேண்டாம் என்றே தோன்றியது. அங்கே வயலை மட்டுமல்ல அப்பாவையும் பார்க்க நேரிடும், தனக்குப் புரிந்திராத அப்பா. ஆனால் அவரும் தன் மேல் வாஞ்சை காட்டிய அப்பாவும் ஒன்றுதான். வீரம்மா பாட்டியின் வார்த்தைகளால் அப்பாவை உதறிப்போட முடியாது என்றாலும் அதே நேரத்தில் இனிமேல் தூய அலங்காரத்துடன் அப்பாவுடன் சைக்கிளில் போய்க்கொண்டிருக்கவும் முடியாது.

மத்தியானத்துக்கு மேல் எல்லோரிடமும் சொல்லிவிட்டு வீரம்மா பாட்டி எவ்வளவோ மறுத்தாலும் அவர் கைகளில் இரண்டாயிரம் ரூபாயைத் திணித்துவிட்டு காவிரி கிளம்பினாள். தன்னுடைய கைபேசி எண்ணையும் ஒரு துண்டுச் சீட்டில் எழுதிப் பாட்டியிடம் கொடுத்திருந்தாள். பாட்டியிடம் கைபேசி இல்லையென்றாலும் ஊரில் உள்ள யாரிடமாவது வாங்கிப் பேசும்படி காவிரி கூறியிருந்தாள். மேலும் பக்கத்தில் உள்ள ஒருவரின் கைபேசி எண்ணையும் காவிரி வாங்கிக்கொண்டாள்.

7. அமெரிக்கப் பையனுக்குப் புரியாத ஒரு பாடம்

“நீ தப்பு பண்ணிட்ட காவிரி” என்றான் கால்வின்.

“என்ன?”

“அந்தப் பாட்டிக்குப் பணம் கொடுத்திருக்கக் கூடாது.”

“ஏன்”

“யோசிச்சுப் பாரு. அன்னைக்கு உங்க அப்பா காசு கொடுக்காததாலதான உன்னைச் சுத்தி இவ்வளவு பெரிசா பயிர் வளர்ந்திருக்கு. அப்படின்னா என்ன அர்த்தம். நீ அந்தப் பாட்டியோட பிள்ளையாதான் இருந்திருக்க. இப்போ நீ பணம் கொடுத்துட்ட இல்லை. இனிமே நீ அவங்க பொண்ணு கிடையாது” என்றான் கால்வின்.

"அதுக்கு வயலுக்குப் போயி அவங்க மறுபடியும் நாத்து நட்டு நான் காசு கொடுக்கணுமாம். நான்தான் வயலுக்குப் போகலியே. வீட்டுலதானே பணம் கொடுத்தேன். இந்தப் பச்சை இன்னும் போகலங்கிறதுதான் அதுக்கான அடையாளம்" என்றாள் காவிரி.

"எனக்குப் புரியாதது ஒரு விஷயம்தான். இந்த ஊரு கெட்ட வார்த்தைகூட எனக்கு புரியுது. ஆனா அதுல கலந்துருந்த விஷயம்தான் எனக்குப் புரியலை" என்றான் கால்வின்.

"இங்கே இருக்கிற எனக்கே அது இன்னும் சரியாப் புரியலை. புரியலைங்கிறதவிட அந்த உலகமே எனக்குள்ள வராம வாழ்ந்திருக்கேன். அமெரிக்கக் குழந்தை உனக்கு எப்படிப் புரிய வைக்கிறது."

"என்னை யாரும் குழந்தைன்னு சொன்னாதான் எனக்குக் கோபம் கோபமா வரும். அதுசரி இப்போ என்ன முடிவுல இருக்க பச்சையோடவே வாழ்ந்திடுறதா."

"ஆமாம். அது அந்தப் பாட்டி நட்ட பச்சை. நீயும் இதுக்குள்ளே வந்திடேன்" என்று கூப்பிட்டாள் காவிரி.

"என்னோட ஹாப்ஸையும் அழைச்சுட்டு வரவா"

"ஆனா அது எனக்குக் கண்ணுக்குத் தெரியாதே"

"என் கண்ணுக்குத் தெரியாத உன்னோட பச்சைக்குள்ள நான் வர்றது மாதிரி உன் கண்ணுக்குத் தெரியாத என்னோட ஹாப்ஸோட அந்தப் பச்சைக்குள்ள நான் இருக்கிறதையும் நீ சகிச்சிக்கிட்டுதான் ஆகணும்" என்று சொன்னான் கால்வின்.

"உன் புலி என்னோட புல்லையெல்லாம் திங்கிறவரைக்கும் எனக்கொன்னும் பிரச்சினை இல்லை" என்றாள் காவிரி.

- 2024

❏

மாம்பழத்தின் சுவை

வைக்கோல் லாரியின் மேல் ஏறிப் படுத்துக் கொண்டேன். கொஞ்ச நேரத்தில் சுணை அரிக்க ஆரம்பித்தது. அரிப்பையும் மீறி வைக்கோலின் மெத்து சுகமாகத்தான் இருந்தது. அதைவிட, காலையிலிருந்து விடுபட முயன்றுகொண்டிருக்கும் சூரியனின் கதிர்கள்தான் கொஞ்சம் சிரமம் கொடுத்துக்கொண்டிருந்தன. லாரி போகும் திசையில் படுத்திருப்பதால் சற்றே சாய்வாகத்தான் கண்களின் திசை இருக்கும் என்பதாலும் அது நோக்கும் காட்சியில் பிரதானமாக சூரியன்தான் இருக்கும் என்பதாலும் இந்தச் சிரமம். பிறகு அது கண்ணுக்கு வைக்கோல் மெத்தைபோல் ஆகிவிட்டது. கண்களை இறுக்க மூடி, சற்றே இறுக்கத்தை விடுவித்து ஆனால் மூடிய நிலையிலேயே வைத்திருந்து, பிறகு மெலிதாக மட்டும் திறந்து என்று நிறங்களின் விளையாட்டை விளையாடிக் கொண்டிருந்தேன். முப்பது ஆண்டுகளுக்குப் பிறகு என் நாற்பத்திரண்டாவது வயதில் இந்த விளையாட்டை மீட்டுக்கொண்டேன்.

அது மட்டுமல்ல சிறுவயதில் சர்க்கரை ஆலைக்கு இந்த வழியாகத்தான் கரும்பு லோடு ஏற்றிக்கொண்டு டிராக்டர்கள் செல்லும். அப்போது, டிராக்டருக்குப் பின்னே ஓடி, அதிலிருந்து வெளியே நீட்டிக்கொண்டிருக்கும் ஒரு கரும்பைப் பிடித்தேறி, ஒரு கட்டுக் கரும்பையே கீழே தள்ளிவிட்டுவிடுவோம். அதெல்லாம் இப்போது உதவியிருக்கிறது. சிறுபிராயமும் பெரும்பிராயமும் ஒன்றுக்கொன்று எப்படியோ

உதவிக்கொள்கின்றன. ஆனால் ஒன்று, கீழே இழுத்துப்போட்ட கரும்புக் கட்டில் ஒன்றிரண்டு கரும்பை மட்டும் கடித்துத் தின்போம், இல்லையென்றால் கஷ்டப்பட்டுப் பிழிந்து சாறு குடிப்போம். மற்றதெல்லாம் காய்ந்துபோய் கொஞ்ச நாட்களில் குச்சியாகிவிடும்.

லாரி மெதுவாகத்தான் போய்க்கொண்டிருந்தது. உர ஆலைக்கும் சர்க்கரை ஆலைக்கும் லாரிகளும் டிராக்டர்களும் போகும், ஆற்றையொட்டிய பைபாஸ் சாலை என்பதால் குண்டும் குழியுமாக இருக்கும். ஒரு இடத்துக் குலுங்கலில் கண்ணில் நிழல்படரக் கண்ணைத் திறந்தேன். மாமரம். காயும் செங்காயும் பழங்களுமாகத் தொங்கின. லாரியின் மேற்கூரை இடித்துச் சில பழங்கள் என் மேல் விழுந்தன. படுத்தபடியே கைநீட்டிச் செங்காயாகவும் பழமாகவும் சிலவற்றைப் பறித்துக்கொண்டேன். இருந்த இடத்துக்கே வருகிறதே, இதுவல்லவோ சொர்க்கம். அந்த இடத்தில் லாரியல்ல, காலம் மிக மெதுவாகச் சென்றுகொண்டிருப்பதை உணர முடிந்தது. என் பிள்ளைகள் விரும்பிச் சாப்பிடும் நீல மாம்பழம். இப்போதெல்லாம் அதிகம் கிடைப்பதில்லை. இந்த மாம்பழங்களையும் இனி அவர்களிடம் கொண்டுசேர்க்க முடியாது. நான்தான் அடுத்து உணவு கிடைக்கும் வரை வைத்துச் சாப்பிட வேண்டும்.

அம்மாவை நினைத்து அழுகையாகத்தான் வருகிறது. எழுவத்தைந்து வயதில் கடைப்படாத காலத்தில் இந்தப் பிள்ளைகளைப் பார்த்துக்கொண்டு கஷ்டப்பட்டுக்கொண்டிருக்கிறார். என் பிள்ளைகளின் அம்மா அவர்களுடன் இல்லை. உயிருடன் இருக்கிறாள். எங்கே இருக்கிறாள் என்று தெரியவில்லை. அவள் வாழ்க்கையில் ஒரு நாள் அவளுக்கு ஒரு தெரிவு வந்தது. இந்தக் கணவன், இந்தப் பிள்ளைகள் என் வாழ்க்கையில்லை என்று முடிவெடுத்தாள். சென்றும் விட்டாள். ஆரம்பத்தில் என்னால் அந்த முடிவைத் தாங்க முடியவில்லை. துடிதுடித்துப்போனேன். பிறகு அவள் முடிவை மதிக்க ஆரம்பித்தேன். அவள் மீது பொறாமை கொள்ளவும் ஆரம்பித்தேன். எல்லோருடைய வாழ்க்கையும் வேறு வேறுதான். எல்லோரும் தங்கள் கணவன், மனைவி, பிள்ளைகள், குடும்பத்துக்கு ஆயுளுக்கும் கட்டுப்பட்டவர்கள் இல்லைதான். ஆனால், அதை உணர்வதற்கும் விடுபட முடிவதற்கும் இடையிலான பெருந்தவிப்பில் புத்தியே பேதலித்துவிடும்போல் இருக்கிறது. அதனால்தான்

சட்டென்று இந்த லாரியில் ஏறிவிட்டேன். அம்மா இருக்கும் வரை பிள்ளைகளைப் பார்த்துக்கொள்வாள். அதற்குப் பிறகு யாராவது பார்த்துக்கொள்ளட்டும். நானொன்றும் அப்போதும் பொறுப்பான அப்பாவாக இருந்திருக்கவில்லைதானே. கிளம்பிவிட்டேன்.

காலையில் சாப்பிடாமல் வேறு வந்துவிட்டேன். அணில் கடித்திருந்த ஒரு மாம்பழத்தை எடுத்துச் சாப்பிட ஆரம்பித்தேன். அதன் சுவை எனக்குச் சிறுவயதில் சொந்த ஊரில் ஆயா வீட்டு மரத்தின் சுவையை நினைவுபடுத்தியது. இந்தப் பழங்களைப் பிள்ளைகள் எப்படிச் சாப்பிடுவார்கள். நான் ஓடிப்போய்விட்டுப் பல ஆண்டுகள் கழித்துத் திரும்பினாலும் அவர்கள் வளராமல் இருந்தால் இந்தப் பழங்களை நான் நீட்டினால் எதையும் பற்றி யோசிக்காமல் என்னைக் கட்டிக்கொண்டு முத்தமிட்டு வாங்கிக்கொள்வார்கள்.

திரும்புவதில் எனக்கு இஷ்டமில்லை. ஆனால், இந்த மாம்பழத்தை, இந்த மாம்பழத்தின் சுவையை அவர்களிடம் எப்படிக் கொண்டுபோய்ச் சேர்ப்பது? நம் உடலின் ஒவ்வொரு புலனும் நம் பிணைப்புகளுக்கான நினைவுதானா? இவ்வளவு அலைக்கழிப்பில் என்னால் இன்னும் ஒரு பத்து கிலோ மீட்டர் கூட ஓடிப்போக முடியாது. இப்போது வீட்டிலிருந்து ஒன்றரை கிலோ மீட்டர்தான் வந்திருப்பேன். ஒன்றரை கிலோ மீட்டர் ஓடிப்போனவனை யாரும் நினைவில் வைத்திருக்க மாட்டார்கள். லாரியிலிருந்து நலுங்காமல் குதித்துவிட்டேன். இப்போது முட்டியில் சற்றே அடிபட்டுவிட்டது.

காலை இயல்பாக்கிக்கொண்டு திரும்பி லாரிக்கு நன்றி சொல்லிவிட்டு நடந்தேன். என் வலது பக்கம் ஆறு. இடது பக்கம் வரிசையாகக் குடிசை வீடுகள். ஒவ்வொரு வீட்டுக்குள்ளும் அதிகபட்சமாக ஐந்துபேர் கால் நீட்டி நெருக்கிக்கொண்டு படுக்கலாம். இரண்டு பேர் மட்டுமே படுக்கக்கூடிய வீடுகளும் உண்டு. இந்த வரிசையின் இன்னொரு முனையில் என் வீடு. இவற்றைவிட மூன்று நான்கு மடங்கு பெரிதாக இருக்கலாம். இந்த வரிசையில் முதன்முதலில் மின்சாரம், டேப்ரெக்கார்டர், டிவி, டிவிஎஸ்-50 போன்றவற்றைக் கண்ட வீடு. ஆனால், கழிப்பறையெல்லாம் எங்கள் வீடு உட்பட யார் வீட்டிலும் கிடையாது. ஆண்கள் பெண்கள் யாராக இருந்தாலும் ஆற்றங்கரைச் சரிவு, அக்கரைப் பன்றிக் காடு. அவ்வளவுதான்.

சிலர் வீட்டு வாசலில் அடுப்பு மூட்டிச் சமைத்துக் கொண்டிருந்தார்கள். சிலர் வெறுமனே ஒடுக்கிக்கொண்டு உட்கார்ந்திருந்தார்கள். நான் கடக்கும்போது அவர்கள் பார்வையிலோ தலையிலோ சிறு சலனம் கூட இல்லை. உண்மையில் நான் கடக்கிறேனா என்ற சந்தேகத்தை ஏற்படுத்திவிட்டார்கள். அப்போதுதான் கவனிக்கிறேன் எனக்கு வலது பக்கம் நான்கடி இடைவெளியில் இரண்டடி முன்பாக ஒரு இளம் பெண் நடந்துபோய்க்கொண்டிருந்தாள். ஒரு தோளில் கல்லூரிப் பை போன்று ஒன்று மாட்டியிருந்தாள். இந்த நேரம் கல்லூரி விடும் நேரம் கிடையாதே. ஒருவேளை முதல் பீரியட் முடிந்ததுமே அவளுக்கு வரத் தோன்றி வந்துவிட்டாளோ. கல்லூரியில் வீட்டில் திட்டுவார்களே என்றெல்லாம் கவலைப்படாமல் கிளம்பியிருக்கிறாள். அவளது சுதந்திரத்துக்கு ஒரு காதலன் என்ற காரணம்கூட தேவைப்படவில்லை. ரொம்பப் பொறாமையாக இருக்கிறது.

அவள் முகத்தின் பக்கவாட்டுத் தோற்றமே அவ்வளவு ஆனந்தத்தைத் தருகிறது. வீடு திரும்புதல், வீடு நீங்குதல், வீட்டில் இருத்தல் என்ற வேறு வேறு தோற்றங்கள் ஒரே பொருளில் அந்த முகத்துக்குள் குடியிருக்கின்றன. அவள் கூட இப்போது போகிறாளா வருகிறாளா என்று தெரியவில்லை. மாலையில் தூங்கி விழிக்கும்போது வரும் குழப்பம் போல் இருக்கிறது.

இப்போது அவள் தலை சற்றே திரும்புகிறது. முகம் மட்டுமல்லாமல் ஒரு தலையே வியந்து இப்போதுதான் பார்க்கிறேன். அவள் தலை திரும்பிய திசையில் ஒருவர் சாலையோரமாகக் குளித்துக்கொண்டிருந்தார். பிறந்த மேனியாக. இந்த வரிசையில் பலரும் வாசலில்தான் குளிப்பார்கள். ஆனால், இடுப்பில் துண்டாவது கட்டியிருப்பார்கள். இவர் அப்படியில்லை. இவருக்கு வயது அறுபது இருக்கலாம். ஆனால் கட்டுத்திட்டான, கன்னங்கரேலென்ற உடல். மிக முக்கியமான விஷயம் என்னவென்றால் கோயிலில் உள்ள ஆளுயர முரட்டுச் சிலையொன்று குளிப்பதுபோல் இருந்தது. வைத்த கண் வாங்காமல் அந்தப் பெண் அவரையே பார்த்து நடக்க, நான் இருவரையும் பார்த்தபடி நடந்தேன். மெதுவாக நடக்க நாங்கள் எந்த முயற்சியும் செய்யவில்லை. ஆனால் ஒவ்வொன்றும் துலங்குவதற்குப் போதிய அவகாசம் இருந்தது. அப்படித்தான் குளிக்கும் அந்தச் சிலை மனிதர் எந்த வீட்டு

வாசல் முன்னும் குளிக்கவில்லை என்பதும் புலனானது. அவர் சிறிய வாளியிலிருந்து ஒரு குவளையால் மொண்டு ஊற்றிக்கொள்வதும் சற்றே வளைந்து நெளிந்து உடலைத் தேய்த்துக்கொள்வதும் ஒரே மாதிரி தொடர்ந்து நடந்தது. இந்த அசையும், குளிக்கும் சிலை இந்த இடத்தில் இவ்வளவு நாள் இருந்து என் பார்வையிலிருந்து எப்படியோ தப்பியிருக்கிறது. ஒரு பெண்ணின் வியப்பு அதனைக் காட்டிக்கொடுத்திருக்கிறது.

அந்தச் சிலை மனிதரைக் கடக்கும்போது அதே கோணத்தில் அவள் பார்வையும் இரண்டு கோணங்களில் என் பார்வையும் திரும்பின. அந்த மனிதரின் முன்னழகு இன்னும் அற்புதம். கறுப்பு ரஸ்தாளி ஒன்று இப்படியும் அப்படியும் ஆடுவதுபோல் அவர் குளிக்கும் அசைவுக்கு ஏற்ப அவர் குறி ஆடியது. அவளுடைய வியப்பு இன்னும் விரிந்தது. அதே இடத்தில் நின்றுவிட்டாள். அந்த மனிதர் எங்கள் யாரையும் பார்க்கவில்லை. குளியலையும் நிறுத்தவில்லை. ஆனால் நான் அங்கேயே நின்றுகொண்டிருக்க முடியாது. அந்த மனிதர் எப்படிச் சிலை மனிதரோ அதுபோல் அவள் ஒரு மோகினிப் பெண்ணாகவும் இருக்கலாம்.

ஐயோ மாம்பழங்களை விட்டுவிட்டு வந்துவிட்டோமே என்று அவளைக் கடந்த பிறகுதான் நினைவு வந்தது. இன்னும் கொஞ்ச தூரத்தில் மாமரம் வந்துவிடும் பறித்துக்கொள்ளலாம் என்று நடந்தேன். குண்டும் குழியுமான அந்த இடமும் வந்துவிட்டது. ஆனால் மாமரத்தைக் காணோம். இதென்ன கொடுமை, அதற்குள் மாமரத்தை வெட்டிவிட்டார்களா? அது இருந்த தடம் கூடக் காணவில்லையே. ஒருவேளை பறக்கும் மாமரமாக, குறிப்பிட்ட நேரம் மட்டும் ஒரு இடத்தில் நின்று செல்லும் மாமரமாக அது இருக்குமோ.

ஐயோ! ஒருபோதும் அந்த மாம்பழத்தின் சுவையை என் பிள்ளைகளுக்குச் சேர்க்க முடியாதே!

- 2024

❑

கொண்டலாத்தியைப் பார்க்காமல் அப்பா சாகக் கூடாது

பனி பெய்யும் காலைப் பொழுதுக்கு இதமாகக் கையில் காப்பிக் கோப்பையையும் நாளிதழையும் எடுத்துக்கொண்டு திண்ணைக்கு வந்து நாற்காலியில் உட்கார்ந்தேன். அங்கிருந்த படி, திண்ணையின் கொசுக்கதவு வழியாக வாசலைப் பார்த்தேன். வாசலில் சில மீட்டர்களைத் தாண்டி எல்லாமே மங்கலாகிவிடும் அளவுக்குப் பனி பெய்துகொண்டிருந்தது. உண்மையில் பெய்வதைப் போலத் தெரியவில்லை. அது ஆவியாகத் தரையிலிருந்து அந்தரம் வரை நிறைந்திருந்ததைப் போலத் தெரிந்தது. அந்தத் திரைக்குள்ளிருந்து வீட்டு வாசலில் வந்து நின்றது ஒரு பறவை. அது கொண்டலாத்தி. கறுப்பும் வெள்ளையுமான பட்டைகளுடன் கழுத்திலும் மார்பிலும் செம்பழுப்பு நிறம் கொண்டிருந்தது. தலையில் விசிறிக் கொண்டை. வாசலில் என்ன கிடக்கிறதென்று தெரியவில்லை, மும்முரமாகக் கொத்திக்கொண்டிருந்தது. எப்போதும் ஆள் இருந்தால் பறந்துசென்றுவிடும் கொண்டலாத்தி பத்தடி தூரத்துக்குள் நான் இருந்தும் பொருட்படுத்தாமல் அங்கே எதையோ கொத்திக்கொண்டிருந்தது. கொசுக்கதவின் ஊடே பார்க்கும்போது வலைபோன்ற கித்தானில் வரையப்பட்ட சித்திரம் போன்று இருந்தது. ஏற்கெனவே அழகு மிக்க கொண்டலாத்தி பனியினூடே இன்னும் பேரழகாகத் தெரிந்தது. கொண்டலாத்தியை அதுவரை நேரில் பார்த்திராத என் மகன் அவசியம் இதைப் பார்க்க வேண்டும் என்று நான் அவனை மெதுவான குரலில் அழைத்தேன். அப்போதுதான்

எழுந்திருந்த அவன் சோம்பல்முறித்தபடியே வெளியே வந்தான். "சத்தம் போடாமல் அங்கே பார், கொண்டலாத்தி" என்று காட்டினேன். பார்த்துவிட்டு "வாவ், எவ்வளவு அழகா இருக்குப்பா. தம்பியை எழுப்புறேன்" என்றான். "அவனை எழுப்பாதே. தாத்தாவைக் கூப்பிட்டு வா. அவர் கொண்டலாத்தி பார்த்ததே இல்லை" என்றேன். என் அப்பாவை அழைக்க அவன் உள்ளே போனான்.

அந்த நேரம் பார்த்து ஒரு கைபேசி அழைப்பு என்னை எழுப்பியது. மணி காலை ஏழரை. இந்த நேரத்தில் கூப்பிடுகிறார்களே என்று எடுத்து பதினோரு மணிக்குக் கூப்பிடுங்கள் என்று சொல்லிவிட்டு மறுபடியும் படுத்தேன். கலைந்த தூக்கம் மீண்டும் வருவதுபோல் தெரியவில்லை. இப்போது கனவு எனக்கு நினைவுக்கு வந்தது. சரியாக அப்பாவைக் கூப்பிடும் நேரத்தில் என் கனவு துண்டிக்கப்பட்டதை எண்ணி ஒரே நேரத்தில் கோபமும் வியப்பும் ஏற்பட்டது. அந்தக் கனவையும், அதன் குறுக்கீடலாய், அதுவும் மிகச் சரியாக அப்பாவை அழைக்கப்போவதற்கு முன்பு முந்திக்கொண்ட குறுக்கீடலாய் வந்த அந்தக் கைபேசி அழைப்பையும் பேரண்டத்தின் பிரம்மாண்டமான சதித் திட்டங்களில் ஒன்றாகவே பார்க்க முடிகிறது. சில விஷயங்களை நாம் எவ்வளவு முயன்றாலும் நாம் முயல்கிறோம் என்பதை அறிந்துகொண்டு அதைத் தெரிந்துகொள்ள முடியாதபடி பேரண்டம் ஏதாவதொரு வழியில் தடுத்துவிடும் என்று நான் இயற்பியல் புத்தகமொன்றில் படித்திருக்கிறேன். அதுபோலத்தான் இதுவும். மூன்று ஆண்டுகளுக்கு முன்பு மெய்யுலகில் இறந்துபோன என் அப்பா அந்தக் கனவில் உயிருடன் இருந்தாரா, அவரை என் மகன் அழைத்துக்கொண்டு வந்தானா, அவர் கொண்டலாத்தி பார்த்தாரா, அவர் கொண்டலாத்தியைப் பார்க்க வேண்டும் என்று நான் துடித்தது ஏன் என்பதைப் பற்றியெல்லாம் இனி ஒருபோதும் என்னால் அறிந்துகொள்ள முடியாது என்பது எனக்குள் மெலிதான ஏக்கத்தை ஏற்படுத்தியது. 'தாத்தாதான் செத்துப்போய்விட்டாரே அப்பா?' என்று சொல்லாமல் அவரை அழைக்க என் மகன் உள்ளே சென்றது ஏன்? ஒரு படத்தில் நகைச்சுவைக் காட்சியொன்றில் திருடன் வெகு நேரமாகியும் வராததைக் கண்டு காவலர்கள் கதவைத் திறந்தால், கதவுக்கு அப்பால் வெட்டவெளி தெரிவதைப்போல என் மகன் உள்ளே

செல்லும்போது கதவுக்கு அப்பால் வீடு இருப்பது போன்றில்லால் அந்தகார அத்துவானம் ஒன்று இருப்பதுபோல்தான் தெரிந்தது.

அந்த வீடு நிஜத்திலும் கிட்டத்தட்ட அப்படித்தான். சாத்தியங்களின் அத்துவானத்தில்தான் இருந்துகொண்டிருந்தது/ இருந்துகொண்டிருக்கிறது. கனவில் வந்த வீடு இருப்பது பாமணியாற்றங்கரையில், சாலையோரத்தில், சாலைக்கும் வாய்க்காலுக்கும் இடையில், புறம்போக்கில். ஆகவே, எப்போது இடிப்பார்கள், எப்போது ஆற்று வெள்ளம் வரும் என்ற நிச்சயங்கள் அற்ற வாழ்க்கை. என் வாழ்வின் பெரும்பாலான ஆண்டுகள் அந்த வீட்டில்தான் கழிந்தன. ஆற்றங்கரை, வாய்க்கால் போன்றவற்றின் அருகாமை சிறு வயதில் அந்த வீட்டை எனக்குச் சொர்க்கமாக மாற்றினாலும் கழிப்பறை வசதியில்லாதது கல்லூரிப் பருவத்தில் அந்த வீட்டை வெறுக்க வைத்தது. வெறுப்புக்கு முக்கியக் காரணம் அக்காவோ அம்மாவோ நாங்களோ கழிப்பறை வசதியில்லாததால் ஆற்றங்கரைச் சரிவில் காலைக்கடன்களைக் கழிக்க வேண்டிய நிலையை எண்ணியல்ல; மழைக்காலங்களில் பிசுபிசுத்த ஆற்றங்கரைச் சரிவில் மலம்கழிக்க இடம் தேடி நாங்கள் அலையும் சிரமங்களால் அல்ல; எப்போதோ சென்னையிலிருந்து வீட்டுக்கு வரும் அண்ணன் இந்த அசௌகரியங்களால் அப்பாவையும் அந்த வீட்டையும் கரித்துக்கொட்டிக்கொண்டிருந்ததால் அல்ல; கல்லூரி படித்துக்கொண்டிருந்தபோது என் வீட்டுக்கு ஒரே ஒரு முறை வந்த, நான் காதலிக்கும் பெண 'கழிப்பறை எங்கே இருக்கிறது' என்று கேட்டபோது தயக்கத்துடன் கொல்லையில் வாய்க்காலுக்கு அருகில் உள்ள தட்டி மறைப்பைக் காட்டியபோதுதான் அந்த வீட்டை அவ்வளவு தீவிரத்துடன் வெறுக்க ஆரம்பித்தேன். அவள் நெற்றி சுருங்கி முகத்தில் ஒரு சுளிப்பு ஏற்பட்டபோது செத்துப்போய்விடலாமா என்னுமளவுக்கு அவமானம் பிடுங்கித் தின்றது. பிராமணக் குடும்பத்தைச் சேர்ந்த அந்தப் பெண், முதல்முதலாக ஒரு தட்டிமறைப்புக்குப் பின்னால் அப்போதுதான் சிறுநீர் கழித்திருக்க வேண்டும். அவள் என்னை ஏற்காமல் போனதற்கு அந்த வீடுதான் முக்கியக் காரணம் என்று அந்த வீட்டின் மேலும் அதை இரண்டாயிரம் ரூபாய் கொடுத்து ஒரு சமையற்காரரிடமிருந்து வாங்கியிருந்த அப்பா மீதும் ஆத்திரஆத்திரமாக வந்தது. அப்படி ஆத்திரம் வரும்போதெல்லாம் அப்பாவைத் திட்டித் தீர்த்தேன். அவர் பதிலுக்கு "நான் என்னத்தையப்பா கொண்டுவந்தன், மாளிக

வீடு கட்டுறதுக்கு? என் அப்பன் கோவணம் அவுத்த நேரம், என்னால முடிஞ்சது இவ்வளவுதான்" என்று சில சமயம் அழுகையை அடக்கிக்கொண்டு குமுறியிருக்கிறார்.

அந்த வீட்டுக்குப் பட்டா வாங்குவதற்கு ஒரு பக்கம் அப்பா முயன்றுகொண்டிருந்தார் என்றால் ஏதாவது நடந்து அந்த வீடு தரைமட்டமாகிவிடாதா என்று நான் ஏங்கிக்கொண்டிருந்தேன். அதில் கொஞ்சமும் நடந்தது. திண்ணைக்கு வெளியே சாலையை ஒட்டி அப்பா கட்டியிருந்த சுவரை, சாலை போடும்போது இடித்துவிட்டார்கள். வேளாண் அலுவலகத்தில் கடைநிலை ஊழியராக அப்பா வேர்வை சிந்தி உழைத்துப் பெற்ற ஆறு மாத சம்பளம் தரைமட்டமாகப் போனது. எவ்வளவோ கெஞ்சிப் பார்த்தார். பொதுப்பணித் துறை அசைந்துகொடுக்கவில்லை. அவரது கட்சியபிமானமும் அந்தக் கட்சி ஆட்சியில் இல்லாததால் காப்பாற்றவில்லை. அவரது கண்களில் முன்சுவர் இடிந்துவிழுந்துகொண்டிருந்தது. அப்போது எனக்கு மகிழ்ச்சி அல்ல, குற்றவுணர்வுதான் ஏற்பட்டது. எனினும் முன்சுவர் இடிக்கப்பட்டதை முன்வைத்து அந்த வீட்டின் நிலையற்றதன்மையைச் சுட்டிக்காட்டி மீண்டும் சில நாட்களுக்குள் சண்டை பிடித்தேன். அவரும் வழக்கமான ஒப்பாரியையே வைத்தார்.

சென்னைக்கு வந்த பிறகு விடுதி, அண்ணன் வீடு, நண்பர்களுடன் பல்வேறு அறைகள், பின் திருமணம் ஆன பின் வாடகை வீடுகள், தற்போது சென்னை புறநகர்ப் பகுதியொன்றில் மனைவி பிள்ளைகளுடன் ஒரு சொந்த வீடு என்று அந்த வீடில்லாமல் ஒரு 21 ஆண்டுகள் கழிந்துவிட்டன. ஆனாலும், நான் எந்த வீட்டின் மேல் அவ்வளவு ஆங்காரம் காட்டினேனோ அந்த வீடுதான் அதை நீங்கிய 21 ஆண்டுகளில் என் கனவுகளில் திரும்பத் திரும்ப வந்தது. இந்த ஆண்டுகளில் நான் இருந்த வேறு எந்த வீடும் ஒரு முறைகூட என் கனவில் வந்ததில்லை. என்னைத் தண்டிப்பதற்கென்றே மூர்க்கத்துடன் அந்த வீடு இப்படிச் செய்வதைப் போல் இருந்தது. அந்த வீட்டுக்கு ஒருபோதும் சென்றிராத என் மனைவி, மகன்கள் வரும் கனவுகள்கூட அந்த வீட்டில்தான் நிகழ்ந்தன. இவ்வளவு ஏன் அந்த வீட்டைக் குறித்துத் தன் முகத்தில் அருவருப்பை வெளிப்படுத்திய என் காதலியும் கூட கனவுகளில் அந்த வீட்டில்தான் என்னைச் சந்தித்துக்கொண்டிருக்கிறாள். அந்தக் கனவுகளில் அவள்

ஒருமுறைகூட கழிப்பறை எங்கே என்று கேட்டதில்லை. நானும், கனவுகளில் காதலிகளுக்குச் சிறுநீர் வருமா வராதா என்று யோசித்துப்பார்த்ததில்லை. நான் நிறைய தடவை கனவுகளில் சிறுநீர் கழித்திருக்கிறேன் என்பது வேறு விஷயம்.

அந்த வீட்டைத்தான் கொண்டலாத்தியும் தன் கனவுக்குத் தேர்ந்தெடுத்தது. பழைய ஏற்பாட்டில் அசுத்தமான பறவைகளில் ஒன்றாகக் கருதப்பட்டதும், குர் ஆனில் சாலமன் (சுலைமான்) மன்னனின் சிறப்புத் தூதுவராகக் கூறப்பட்டதும், பாரசீகப் சூஃபிக் கவிஞர் ஃபரீதுதூன் அத்தார் கி.பி. 1177-இல் எழுதிய 'பறவைகளின் மாநாடு' காவியத்தில் 'உலகிலேயே ஞானமிக்க பறவை' என்று குறிப்பிடப்பட்டதுமான கொண்டலாத்தி நான் வெறுத்த, அப்பா தன் முழுமூச்சுடன் காப்பாற்றப் போராடிய அந்த வீட்டைத்தான் என் கனவில் வருவதற்குத் தேர்ந்தெடுத்திருந்தது. அந்த வீட்டைப் போல, அப்பாவைப் போல, அதுவும் என்னைப் பழிவாங்க வந்திருக்குமோ என்று யோசித்துப் பார்க்கிறேன். அல்லது சாலமன் மன்னனின் தூதுவராக இருந்ததுபோல் தற்போது இறந்துபோன என் அப்பாவின் தூதுவராக அது ஏதேனும் செய்திசொல்ல வந்திருக்குமோ? நீ எங்கே வேண்டுமானாலும் அலைந்து திரி, ஆனால் என் இரை இங்கேதான் என்று எனக்கு உணர்த்துவதற்காக என் அப்பாதான் கொண்டலாத்தி வடிவில் வந்திருக்கிறாரோ?

அந்தத் தொலைபேசி அழைப்பு மட்டும் வந்திராவிட்டால் என்ன நிகழ்ந்திருக்கும் என்று யோசித்துப் பார்த்தேன். எப்படி யோசித்தாலும் கனவின் செல்திசைகளின் பிடி கிடைக்கவில்லை. அந்தகாரத்துக்குள் சென்ற என் மகன் தன் தாத்தாவை அழைத்துவந்திருப்பானா, அல்லது சற்று தாமதமாக நினைவுவந்ததுபோல் 'தாத்தாதான் செத்துப்போய்விட்டாரே அப்பா' என்று கடிந்துகொள்வானா, அல்லது திரும்பி வராமலே அதற்குள் மூழ்கிவிடுவானா?... அய்யோ இந்த சாத்தியம் எனக்கு அச்சமூட்டுகிறதே. நான் ஏன் அவனை அந்த அந்தகாரத்துக்குள் அனுப்பினேன்? ஆனால் ஒன்று, அனுப்பிய பிறகுதான அது அந்தகாரம் என்று தெரியும். பாவம் அவன், கொண்டலாத்தி இருந்திருக்கக் கூடிய கொஞ்ச நேரத்தில் அதைப் பார்த்து ரசித்திருக்க அவனை நான் விட்டிருக்கலாம். ஆனால், நானோ

அவனுடைய தாத்தாதான் இதைப் பார்க்க வேண்டும் என்று விரும்பினேன்.

அப்பா அழகுணர்வு, இங்கிதம், இயற்கை குறித்த நேசம் எல்லாவற்றுக்கும் அப்பாற்பட்டவர். சாப்பிட்டுக் கொண்டிருக்கும்போதே கரப்பான் பூச்சியைப் பார்த்தால் இடக்கையால் அடித்துக் கொன்றுவிட்டு வலக்கையால் சாப்பாட்டைச் சாப்பிட்டுக்கொண்டிருப்பார். ஆற்றங்கரை ஓரத்தில் இருப்பதால் எங்கள் வீட்டுக்கும் அக்கம்பக்கத்து வீடுகளுக்கும் அடிக்கடி நல்லபாம்புகள் வரும். அதற்காகவே அப்பா சுளுக்கி ஒன்றை வைத்திருந்தார். அதை எடுத்துக்கொண்டு ஓடிப்போய் அவற்றைக் குத்தித் திருகிக் கொன்றுவிட்டுதான் வருவார். இதில் அவருக்கு ஒருமுறைகூட தோல்வி இல்லை. பறவைகள் விஷயத்திலும் அப்படித்தான்.

வீட்டின் வேலியையொட்டிய மரமொன்றில் கொண்டைக்குருவி கூடுகட்டி, முட்டையிட்டுக் குஞ்சுபொரித்திருந்தது. அந்த மரத்தால் கொசுத்தொல்லை அதிகரித்தால் அதன் கிளைகளை அப்பா தறிக்கப்போனார். அவருடன் கெஞ்சிப் பார்த்து, சண்டையிட்டு இறுதியில் அவர் தறிப்பதைத் தடுத்தேன். அந்தப் பறவை தன் குஞ்சுகளோடு பறந்துசென்ற பின்தான் அவரைத் தறிக்க அனுமதித்தேன். கிளைகள் அடர்வதும் கொண்டைக்குருவி மீண்டும் வந்து கூடுகட்டுவதும் அப்பா அந்தக் கிளைகளைத் தறிக்கச் செல்வதும் நான் சண்டையிட்டுத் தடுப்பதும் சீரான இடைவெளியில் நடந்துகொண்டிருந்தது. அப்படிப்பட்டவர் கொண்டலாத்தியை என் கனவில் கண்டிருந்தால் என்னவாகியிருக்கும்?

அவர் உயிரோடு இருந்தபோது பல காலம் வீட்டுக்கு அருகிலும் தொலைவிலும் பறவைகள் பார்க்கச் சென்றிருக்கிறேன். வீட்டு வேலிக்குள்ளும் பறவைகள் நிறைய வருவதுண்டு. அவற்றையெல்லாம் அவருக்கு நான் காட்டியதில்லை. அவருடைய பிரக்ஞையில் பறவைகள் என்ற ஒன்றில்லை; இந்த வீடும் இந்த வீட்டுக்குள் இருக்கும் தன் மனைவி, பிள்ளைகளும் ஏன் அவர் சைக்கிள், சுளுக்கி போன்றவையும்தான் அவர் பிரக்ஞையின் வட்டத்துக்குள் இருந்தன. அப்படிப் பறவைகள் அவர் உலகத்தில் வந்தால் அவை ஆக்கிரமிப்பாளர்களாகவோ அந்நியர்களாகவோதான் இருந்தன. ஆக, நான் ஏன் என் கனவில்

அப்பாவுக்குக் கொண்டலாத்தி காட்ட முயன்றேன் என்பது எனக்குத் தீராத ஆச்சரியத்தை ஏற்படுத்திக்கொண்டிருந்தது.

அடுத்து வந்த சில நாட்களில் மீதிக் கனவை நான் என் கற்பனையில் உருவாக்கப் பல வழிகளிலும் முயன்றுகொண்டிருந்தேன். கனவைக் கட்டமைக்க முடியும் என்ற துணிவை போர்ஹேஸின் ‘வட்டச் சிதைவுகள்’ கதை எனக்குத் தந்தது. அப்படி முயன்று பார்க்கலாமா என்று தோன்றியது. அதே நேரத்தில், அந்தக் கதையில் கனவைக் கட்டமைக்க முயல்பவன் இருப்பதுவும் ஒரு கனவுக்குள்தான் என்று கதையின் இறுதியில் அவன் உணர்வான். ஆக, ஒரு கனவை நாமாகக் கட்டமைக்க வேண்டுமென்றால் நாம் கனவுக்குள் இருந்தாக வேண்டும்; நனவுலகிலிருந்து அதைச் செய்ய முடியாது என்று தோன்றியது. நான் இருப்பது நனவில்தான் என்று அவ்வளவு நிச்சயம் எனக்கு எப்படி ஏற்பட்டது? ‘உலகெலாம் ஓர் பெருங்கனவு அஃதுளே/ உண்டுறங்கி இடர்செய்து செத்திடும்/ கலக மானிடப் பூச்சிகள் வாழ்க்கையோர்/ கனவினும் கனவு ஆகும்’ என்று பாரதியும் பாடவில்லையா என்ற நம்பிக்கையில் நான் ஒரு கனவின் மீதியை உருவாக்கத் தொடங்கினேன்.

கனவு தர்க்கங்களை மீறியது என்பதால் அதன் அதர்க்கங்களையும் அதே நேரத்தில் சரிபாதியளவு தர்க்கங்களும் கனவில் இருப்பதால் தர்க்கங்களையும் பொறுக்கியெடுத்துக்கொண்டிருந்தேன். தர்க்கங்கள் எனும்போது நான் இருந்த வீடு, நான், சரியான தோற்றத்துடன் கொண்டலாத்தி, என் மகன் எல்லாவற்றையும் குறிப்பிட்டுச் சொல்ல வேண்டுமல்லவா? யார் மகனோ, யார் வீடோ அந்தக் கனவில் வரவில்லை. அப்படி வரும் சாத்தியங்களும் உண்டென்றாலும் இப்போதைக்கான குறிப்புச் சுட்டி இந்தக் கனவுதானே. இந்தக் கச்சாப் பொருள்களையெல்லாம் கொண்டு நான் கட்டமைக்கும் கனவைத் தொடங்குவோம்.

மகன் உள்ளே அந்தகாரத்துக்குள் செல்கிறான். நான் அப்பாவுக்காகக் காத்திருக்கிறேன். தன் தாத்தாவைத் தேடிச் சென்ற என் மகன் தாத்தாவாகத் திரும்பி வருகிறான். “அங்க பாருங்கப்பா கொண்டலாத்தி. இதுவரைக்கும் நீங்க பாத்திருக்க மாட்டீங்க. இதைப் பாத்த பிறகுதான் நீங்க சாகணும்” என்கிறேன். “வாவ், எவ்வளவு அழகா இருக்குப்பா. தம்பியை எழுப்புறேன்” என்று என் மகனின் குரலில் பதிலளிக்கிறார் அப்பா. ஆனால், நான் எந்த அதிர்ச்சியும்

அடையவில்லை. வாசலைப் பார்க்கிறேன். சின்னவன் வாசலில் ஏதோ பொறுக்கித் தின்றுகொண்டிருந்தான். “அப்பா, போய்த் தூக்குங்க. அவன் பாம்பைத் தின்னுக்கிட்டிருக்கான்” என்று நான் கத்த அப்பா கொசுக்கதவைத் திறக்காமல் அதனூடாகப் பறந்துசென்று அந்தப் பாம்பைச் சிறியவனிடமிருந்து பிடுங்கித் தான் தின்ன ஆரம்பித்தார். இந்த நேரத்தில் ஒரு கைபேசி அழைப்பையோ அல்லது திடுக்கிட்ட விழிப்பையோ கூட நாம் சேர்த்துக்கொள்ளலாம்.

அல்லது உள்ளே சென்ற என் மகன் தன் தாத்தாவுடன் திரும்பி வருகிறான். அவரிடம் நான் சொல்கிறேன், “அப்பா அங்கே பாருங்கப்பா கொண்டலாத்தி. சாலமன் ராஜா ஏதோ தூது அனுப்பியிருக்கார். என்னென்னு அதுகிட்ட போய்க் கேளுங்க” என்றேன். அவர் திண்ணையின் வலப்புறம் திரும்பி ஓட்டுச் சார்பில் செருகிவைக்கப்பட்டிருந்த சுளுக்கியை எடுக்கிறார். கொசுக் கதவைத் திறந்துகொண்டு செல்கிறார். அவர் அதைக் குறிபார்த்துக்கொண்டிருக்கும்போது அந்தக் கொண்டலாத்தி அவரை நிமிர்ந்து பார்த்துப் பாட ஆரம்பிக்கிறது, “உமது நேசம் திராட்சைரசத்தைப் பார்க்கிலும் இன்பமானது. உமது பரிமளத் தைலங்கள் இன்பமான வாசனையுள்ளவைகள்; உமது நாமம் ஊற்றுண்ட பரிமளத்தைலமாகயிருக்கிறது; ஆகையால் கன்னியர்கள் உம்மை நேசிக்கிறார்கள்.” அப்பா இப்போது திரும்புகிறார். கொண்டலாத்தி அவர் தோளில் வந்து உட்கார்ந்துகொள்கிறது. சுளுக்கியை என்னை நோக்கிக் குறிவைக்கிறார். என் மகன் கைதட்டி ஆர்ப்பரிக்கிறான். நான் திடுக்கிட்டுக் கண்விழிப்பதைப் போல கனவை முடித்துக்கொள்ளலாம். ஏனெனில், என் கனவுகளில் நான் செத்ததே இல்லை. பாம்பு கடித்து, நீரில் மூழ்கி, குத்துப் பட்டு என்றெல்லாம் சாவதற்கு முந்தைய கணம் வரை சென்றிருந்தாலும் ஒருபோதும் செத்துப்போனதில்லை. ஆகவே, அந்த இடத்தில் முடித்துக்கொண்டால் சரியாக இருக்கும்.

அல்லது உள்ளே சென்ற மகன் திரும்பி வராமல் நானும் அந்த அந்தகாரவெளிக்குள் சென்று திகைத்துப்போய் திரும்பும் வழி தெரியாமல் சுற்றிக்கொண்டிருக்கலாம். ஒரு கொண்டலாத்திக்காக அப்பாவையும் என் மகனையும் தொலைத்ததுடன் என்னையும் தொலைத்துக்கொண்டேனே என்று வருந்திக்கொண்டிருக்கும்

நேரத்தில், ஒன்று மீட்சிக்கான பாதை தெரிய வேண்டும் அல்லது பீதியில் விழிப்பு வர வேண்டும்.

நான் கட்டமைக்க முயன்ற எந்தக் கனவுமே எனக்கு திருப்தியளிக்கவில்லை. மிகச் சரியாக அப்பா வர வேண்டிய இடத்தில் ஒரு கைபேசி அழைப்பு (இன்னும் சரியாகச் சொன்னால் இந்தப் பேரண்டம்) என் கனவைத் துண்டித்ததில் ஒரு அமானுஷ்யத் தன்மை, இன்னும் சரியான சொல்லில் சொல்வதென்றால் மிஸ்டிக்தன்மை இருப்பதை உணர்கிறேன். அந்தத் தன்மையை ஒருபோதும் நான் கட்டமைக்கும் கனவுக்குத் தர முடியாது. அதேபோல், இனி ஒருபோதும் மூலக் கனவின் மீதிப் பகுதியும் எனக்குத் தெரியப்போவதில்லை. இனி, எல்லையற்ற சாத்தியங்களின் வெளியில் அந்தக் கனவின் மீதி மிதந்துகொண்டிருக்கும். மண்ணில் கிடக்கும் சிறு வளையல் துண்டு நாம் கடக்கும் ஒரு நொடியில் சூரியனை மினுக்கிட்டு நம் கண்களைக் கூசச் செய்வதுபோல், எப்போதாவது ஒரு நொடியில் மினுக்கிடலாம் என்ற நம்பிக்கையும், இல்லையில்லை அந்தக் கனவு அப்படித் தொலைந்துபோனதுதான் அதற்கு அழகு என்ற வசீகரமான அவநம்பிக்கையும் ஒன்றாக ஏற்பட்டன.

எனினும், "இந்தப் பேரண்டமானது நாம் கற்பனைசெய்யுமளவுக்கு விசித்திரமானது மட்டுமல்ல, நம்மால் கற்பனை செய்யக்கூடிய அளவை விட விசித்திரமானது" என்று உயிரியலர் ஜே.பி.எஸ். ஹால்டேன் கூறியது எவ்வளவு உண்மை என்று சில நாட்களுக்குள் தெரிந்துகொண்டேன். ஆம்! மீண்டும் கொண்டலாத்தியும் அப்பாவும் என் கனவில் வந்தார்கள். மூலக் கனவின் மீதியாக அல்ல. தனிக் கனவாக. கனவு நாம் நினைப்பதைப் போல் மட்டுமல்ல, நாம் நினைக்கக்கூடியதை விட விசித்திரமானது.

அப்பா மரணப் படுக்கையில் இருக்கிறார் என்று எனக்குச் செய்தி வந்தது. எனக்கு ஒரே பயமும் தவிப்பும். கொண்டலாத்தியைப் பார்க்காமல் அப்பா செத்துப்போய்விடுவாரோ என்று. சாலமன் ராஜாவே எனக்காக ஒரு கொண்டலாத்தியை அனுப்பிவையும் என்று வேண்டிக்கொண்டே போனேன். என் கையில் நான் ஒரு மஞ்சப்பை வைத்திருந்தேன். அதில் என்ன கொண்டுசெல்கிறேன் என்று கையை விட்டுத் துழாவினேன். புசுபுசுவென்று ஏதோவொன்று என் கைக்குள் திமிறியது. கைகளில் எடுத்துப் பார்த்தேன். அது ஒரு கொண்டலாத்தி. 'முள்ளுகளுக்குள்ளே

லீலிபுஷ்பம் எப்படியிருக்கிறதோ அப்படியே குமாரத்திகளுள்ளே எனக்குப் பிரியமான' என் கொண்டலாத்தி. எனக்கேற்பட்ட பரவசம் என் கனவுக்கு வெளியேயும் கசிந்துகொண்டிருந்ததைக் கனவுக்குள் இருந்துகொண்டே என்னால் உணர முடிந்தது. என் அப்பா கொண்டலாத்தி பார்க்காமல் சாக மாட்டார்; சாகக் கூடாது. ஆனால், நான் போய்ச் சேரும்வரை அவர் உயிருடன் இருக்க வேண்டும் என்பதுதான் என் ஒரே கவலை. ஆமாம், நான் எங்கிருந்து புறப்பட்டு எங்கு போய்க்கொண்டிருக்கிறேன்? சும்மா போய்க்கொண்டிருந்தாலே இறுதியில் அப்பாவைப் பார்த்துவிடலாமா?

நான் போய்ச்சேர்ந்த இடம் பழைய வீடா, சொந்த ஊரில் அண்ணன் கட்டிய புதிய வீடா, அல்லது மருத்துவமனை அறையா என்று சரியாகச் சொல்ல முடியவில்லை. இவை எல்லாம் ஒன்றாகக் குழைந்து ஒரே நேரத்தில் வெளிப்பட்டுக்கொண்டிருந்தன. அப்பாவை ஒரு கட்டிலில் படுக்க வைத்திருந்தனர். அதுவும் ஒரே நேரத்தில் மருத்துவமனைக் கட்டிலாகவும் கயிற்றுக் கட்டிலாகவும் குழைந்து தெரிந்தது. சுற்றிலும் அம்மா, அக்கா, சொந்தக்காரர்கள் நின்றிருந்தார்கள். ஆனால், ஒருவர் முகம் கூட எனக்குப் பரிச்சயமானதுபோல் தெரியவில்லை. அப்பாவைப் பார்த்து விம்மத் தொடங்கினேன். அதுவரை வெறுமையில், உச்சியில் வெறித்திருந்த அவரது பார்வை என்னை நோக்கித் திரும்பியது. “எனக்குத் தெரியும்ப்பா. நான் வரும் வரைக்கும் நீங்க சாக மாட்டீங்கன்னு. நீங்க கொண்டலாத்தி பாக்காம சாகக் கூடாதுப்பா. அதுக்காகத்தான்பா ஓடோடி வந்தேன். பாருங்க சாலமன் ராஜா உங்களுக்காக அனுப்பிவச்ச கொண்டலாத்திய” என்று சொல்லிவிட்டுப் பைக்குள்ளிருந்து கொண்டலாத்தியை வெளியில் எடுத்தேன். அது விடுபடுவதற்கான எந்தப் பிரயத்தனங்களையும், பைக்குள் இருந்தபோதும் சரி என் கைக்குள் இருக்கும்போதும் சரி, செய்யவில்லை. என் கையில் இருப்பதை அப்பாவின் கண்கள் சற்று நேரம் பார்த்தன. அந்தக் கண்களுக்கு உயிர் இருக்கிறதா இல்லையா என்பதைப் பற்றி நான் கவலைப்படவில்லை. அந்தக் கண்களில் கொண்டலாத்தி பிரதிபலித்தது ஒன்றே போதும் என்று நிம்மதியுடன் அதனை அவர் நெஞ்சின் மேல் விட்டேன். அதிர்ந்துபோய் சற்று முன்னே வந்த, யார் முகத்தையோ கொண்டிருந்த என் அம்மா “என்னடா தம்பி இது?” என்றாள். “சும்மா இரும்மா. கொண்டலாத்தி இந்த உலகின் பேரழகி. அப்பாவின் நெஞ்சு மேல அவ நிக்குற

அழகைப் பாரு. எவ்வளவு நாசுக்கா எச்சம்போடுறா பாரு. இப்படிப்பட்ட பேரழகியைப் பாக்காம எவ்வளவு நாள் வாழ்ந்தா என்ன பிரயோசனம்? அப்பா கொண்டலாத்தி பார்த்துட்டார். அவருக்கு பிரக்கினை இருக்குதோ இல்லையோ அவரு உடம்பு பூரா இன்னேரம் இந்த அழகு நெறைஞ்சிருக்கும். இந்த அழகு நெறைஞ்சிருக்கிற அவர் உயிரத்தான் சாவு எடுத்துக்கிட்டுப் போகணும். இனி அவர் சாகலாம். அவருக்கு வாயில நான் ஊத்த வேண்டிய பால, கண்ணுல ஊத்திட்டேன். அவரைப் போய் சாலமன் ராஜாவோட சிம்மாசனத்துக்குப் பக்கத்துல உக்காந்துக்கச் சொல்லு. அவருக்குன்னு தனி சிம்மாசனம் போட்டுவைக்கச் சொல்லி இந்தக் கொண்டலாத்திய சாலமன் ராஜாகிட்டயே அனுப்பப்போறேன்" என்று சொல்லிவிட்டுக் கொண்டலாத்தியை மறுபடியும் கையில் எடுத்துப் பறக்க விட்டேன்.

பேரண்டம் இந்த முறை சதிசெய்யவில்லை.

- 2021

❏

மாவட்டம்

தெருவுக்குள் நுழைவதற்கு முன் இருந்த அந்த வீட்டின் வாசலை நாங்கள் தாண்டிச் செல்ல இருந்தபோது துரைச்சாமி கண்டியர் எங்களை நிறுத்தினார்.

‘இருங்கய்யா, செருப்ப இந்த வூட்டு வாசல்லப் போட்டுட்டுப் போவோம்’ என்றார்.

‘ஏன் மாமா, சின்னவரு வீடு வரைக்கும் செருப்பு இல்லாமயா போவச் சொல்லுற. சித்திர வெயிலு மாமா’ என்றேன்.

‘நீ ஒருத்தன்டா சின்னவரப் பாக்கப் போற யாராவது செருப்புப் போட்டு நீ பாத்திருக்கியா? சுத்த வெவரங்கெட்டவன்டா நீ’ என்று சொல்லிவிட்டு வீட்டு வாசலில் இருந்தபடியே குரல் கொடுத்தார், ‘யோவ் ஓந்திரியரே, யோவ் ஓந்திரியரே, வெளியில வாய்யா, என்னய்யா வூட்டுக்குள்ளேருந்து முட்டப் போட்டு அடகாத்துட்டு இருக்கியா’.

இரண்டு குரலுக்குப் பிறகு ஆள் வெளியே வந்தார். ‘இவரா, இவரு அம்பலம் ஓந்திரியருல்ல’ என்று நினைத்துக்கொண்டேன்.

வெளியே வந்தவர், ‘என்னய்யா கண்டியரூட்டு ஆளுங்க ஆர்சுத்திங்க எல்லாம் படை தெறண்டு மதியனூருக்கு வந்திருக்கீங்கபோல. சின்னவரு தலமயில கட்சி மாறப் போறீங்களா?’ என்று கேட்டார்.

‘சும்மாருய்யா, நாங்களே கட்சிக்காரனுவளுக்குத் தெரியாம குந்துனாப்புல வந்துருக்கோம், ஒரு சிபாரிசுக்காவ’ என்று சொல்லிவிட்டு ‘அது இருக்கட்டும் செருப்பல்லாம் இப்புடி ஓரமாப் போட்டுட்டுப் போறோம்’ என்றார்.

‘போட்டுட்டுப் போங்க. பேசாம வாடகை செருப்பு கண்காணிப்பு நிலயம் ஆரம்பிச்சிடலாம் போலருக்கு. மாவட்டம் வேற இப்பதான் வண்டிய நிப்பாட்டிட்டுப் போயிருக்காப்புல’ன்னு சொல்லிவிட்டு சற்றுத் தள்ளி நின்றுகொண்டிருந்த டாடா சுமோவைக் காட்டினார். ஆமாம், மாவட்டம் வண்டிதான். தூரத்தில் யார் வூட்டு முன்னாலோ நின்றுகொண்டு மாவட்டம் குனிந்தபடி யாருடனோ செல்ஃபோனில் பேசிக்கொண்டிருந்தார்.

ஓந்திரியரிடம் சொல்லிவிட்டுப் புறப்பட்டோம். நாலு அடி எடுத்து வைப்பதற்குள் துரைச்சாமி கண்டியரு இழுப்பு வந்ததுபோல் சற்று குனிந்துகொண்டு நடக்க ஆரம்பித்தார்.

‘என்ன மாமா?’ என்றேன்.

‘ஸ்ஸ‌ூ. இப்புடித்தான் நடக்கணும். எலேய் ஏகாம்பரம் குனிஞ்சுகிட்டு வாடா’ என்றார். நானும் சித்தப்பாவும் மாமா சொன்னபடியே சற்றுக் குறுகி, குனிந்துகொண்டு நடக்க ஆரம்பித்தோம். செல்போனில் பேசி முடித்துவிட்டு மாவட்டம் நடக்க ஆரம்பித்தார். மிகவும் சிரமப்பட்டு மலையேறுபவர்போல குனிந்துகொண்டு நடந்துகொண்டிருந்தார். எனக்கோ சூடு தாங்க முடியவில்லை. வெயில் வேறு கொளுத்தி எடுத்தது.

‘என்ன மாமா? இப்புடி ஓத்திரியம் பண்றீங்க’ என்றேன்.

‘காரியம் நடக்கணும்னா நாலு பேரு சுண்ணிய ஊம்பனும்னாலும் ஊம்பித்தான் ஆவணும், பேசாமா வாடா’ன்னு அதட்டிவிட்டு நடந்தார்.

அந்தத் தெருவின் சாலையின் இரு மருங்கிலும் வரிசையாகத் தட்டிகள் வைக்கப்பட்டிருந்தன. முன்னே பார்த்துவிட்டு பின்னாலும் திரும்பிப்பார்த்தேன், கண்ணுக்கெட்டிய தூரம்வரை, ஒன்றை அடுத்து ஒன்று என்று பத்தடி இடைவெளி விட்டு வரிசையாகத் தட்டி வைத்திருந்தார்கள். வேறு யாருக்கு? சின்னவருக்குத்தான். ஒன்றில் ‘ஆன்மிகச் செம்மலே’ என்று இருந்தது; அதில் சின்னவர் நெற்றியில் பட்டையுடன் கண் மூடி இறைவனை வழிபடும் புகைப்படம், இன்னொன்றில்

'கல்விக் கடவுளே' என்றிருந்தது-நியாயம்தான், அவரே சொந்தமாக ஒரு பெண்கள் கல்லூரி நடத்திக்கொண்டிருக்கிறார், அதுமட்டுமல்லாமல் பினாமிகளின் பேரில் எத்தனையோ கல்லூரிகளும் பள்ளிகளும் நடத்திக்கொண்டிருக்கிறார்; இன்னொன்றில் 'சர்வ மதச் சன்மார்க்கரே' என்று இருந்தது; அதில் சின்னவர் கிறித்தவப் பாதிரியார் வேடத்தில், கையில் பைபிளுடனும் நடுவில் காவி வேட்டி காவி சட்டையுடனும் அந்தப் பக்கத்தில் முஸ்லீம் குல்லா போட்டுக்கொண்டும் என்று மூன்று வேடங்களில் காட்சியளித்தார், சின்னவரா மெனக்கட்டு இந்த போட்டோவுக்கெல்லாம் போஸ் கொடுத்திருக்கப்போகிறார், எதாவது கிராபிக்ஸ் வேலையாக இருக்கும் என்று நினைத்துக்கொண்டேன்; அடுத்த தட்டியில் 'இலக்கிய புரவலரே' என்று இருந்தது; இங்குதான் எனது ஞாபகத் திறனுக்குச் சிக்கல் வந்தது; சின்னவர் தினத்தந்தி பேப்பர் படித்துகூட நான் பார்த்ததில்லையே, ஏதாவது கவிஞர் எழுத்தாளருக்குக் காசு கொடுத்தாரா? ஒன்றும் புரியவில்லையே. ஒருவேளை அவருடைய கல்லூரியில் மாணவிகளுக்கிடையில் பேச்சுப் போட்டி, கட்டுரைப் போட்டி வைத்துப் பரிசு கொடுத்திருப்பாரோ? இருக்கலாம். அப்புறம் 'அரசியல் பிதாமகரே' என்று ஒரு தட்டி; இதில் சந்தேகமே வேண்டாம், வேறு கட்சிக்காரர்கள் நாங்களே சின்னவரைப் பார்க்க வருகிறோம், அதிலும் சின்னவர் பிரதான எதிர்க்கட்சி வேறு. அப்புறம் திரும்பத் திரும்ப இதே தட்டிகள்தான் மாறிமாறி. தட்டி வைத்தவனுக்குக் கற்பனை தீர்ந்துவிட்டதுபோல. தட்டி வைத்தவன் பேரைப் பார்த்தேன், கா.கீ. இளமாறன்,Bsc, ஊராட்சித் தலைவர், முக்காநாடு என்றிருந்தது. இந்தத் தட்டிகளை வைத்தே ஒரு ஊராட்சியில் ஒருவர் எவ்வளவு சம்பாதிக்க முடியும் என்பதை எளிதாகக் கணக்குப் போடலாம் போலிருக்கிறதே என்று எண்ணிக்கொண்டேன்.

இப்போதுதான் கவனித்தேன், ஒருசிலர் எங்களைப் போல் குனிந்துகொண்டும் வேறுசிலர் இயல்பாகவும் வந்துகொண்டும் போய்க்கொண்டும் இருந்தார்கள். மாமாவிடம் கேட்டேன்.

அவர் சொன்னார், 'மாப்புள்ள, இந்தத் தெருக்காரங்க மட்டும்தான் நிமுந்துகிட்டுப் போவாங்க. சின்னவரு ஒன்னும் எல்லாம் குனிஞ்சிக்கிட்டு வரணும் போவனும்னு சட்டமெல்லாம் போடல. எல்லாம் கட்சிக்காரப் பயலுங்க ஆரம்பிச்சு வச்சது,

இப்ப நம்மக் கால வெயிலு பதம்பாக்குது' என்றார். மாவட்டம் சின்னவரு வீட்டு வாசல் கதவை மெதுவாகவும் பவ்வியமாகவும் திறந்துகொண்டு நுழைவதைக் காண முடிந்தது. நாங்களும் வீட்டை நெருங்கிவிட்டோம். வீடு சாதாரண ரெண்டு மாடி வீடுதான். வாசலில் கா.மே.க கட்சியின் பச்சை வெள்ளைக் கொடி கம்பத்தில் படபடத்துக்கொண்டிருந்தது. அவர் வீட்டுச் சுவரில் மட்டும் எந்த வாசகங்களையும் சுவரொட்டிகளையும் காண முடியவில்லை. மற்றபடி தெருவில் இருந்த எல்லா வீட்டுச் சுற்றுச்சுவருக்கு வெளியிலும் 'சென்னை சென்று மதியனூர் திரும்பிய மன்னனே', என்றும் 'இன்று பிறந்த நாள் காணும் எங்கள் சின்னவரை வாழ்த்த வயதில்லை, வணங்குகிறோம்' என்றும் எழுதியோ சுவரொட்டியை ஒட்டியோ வைத்திருந்தார்கள்.

வீட்டுக்குத் தெற்குப் பக்கத்தில் இருந்த மாட்டுத் தொழுவத்தில் யாரோ மாட்டைக் குளிப்பாட்டிக்கொண்டிருந்தது தெரிந்தது. மாவட்டம்கூட அந்தப் பக்கம்தான் போனார். அட, மாட்டைக் குளிப்பாட்டுவது சின்னவர்தான்.

'என்ன சிம்பிளிசிட்டி பாத்தியா மாப்புள்ள' என்றார் மாமா.

வீட்டு வாசலுக்கு வந்துவிட்டோம். யாரையும் கூப்பிடவில்லை. அது மரியாதையாக இருக்காது என்பதால் அப்படியே நின்றுகொண்டிருந்தோம். மாட்டுத் தொழுவத்துக்குச் சென்ற மாவட்டம் சட்டையைக் கழட்டி அழுக்குப் படாமல் ஓரமாக ஒரு இடத்தில் வைத்தார். அவர் வந்ததைச் சின்னவர் கவனித்தாரா இல்லையா என்பது தெரியவில்லை, அவர் பாட்டுக்குத் தன் வேலையில் மும்முரமாக ஈடுபட்டுக்கொண்டிருந்தார். நல்ல முரடான பசுமாடு அது. சின்னவர் அதன் கழுத்துப் பகுதியை வைக்கோலை வைத்துத் தேய்த்துக்கொண்டிருந்தார். வெற்றுடம்போடுதான் இருந்தார், ஒரு அழுக்குக் கைலி கட்டியிருந்தார். என்ன செய்வது என்று தெரியாமல் சற்று நேரம் அப்படியே நின்றுகொண்டிருந்தார் மாவட்டம். தான் வந்திருப்பதைக் காட்டுவதற்காக இருமக் கூட இல்லை. சட்டென்று ஏதோ தோன்றியர்போல மாவட்டம் தான் போட்டிருந்த பனியனையும் கையில் கட்டியிருந்த கடிகாரத்தையும்கூட அவிழ்த்துச் சட்டையோடு வைத்துவிட்டுப் பிறகு தன் பங்குக்கு கைக்குள் கொள்ளும் அளவுக்கு வைக்கோலையும் பக்கத்திலிருந்த டப்பாவில் தண்ணீரையும் எடுத்துக்கொண்டு

மாட்டின் சப்பைப் பகுதியைத் தேய்க்க ஆரம்பித்தார். மாடு அலுங்காமல் குலுங்காமல், தேய்ப்பதற்கு அவருக்குக் காலைக் கொடுத்துக்கொண்டு ஒணக்கையாக நின்றுகொண்டிருந்தது. அது மிரளாமல் இருப்பதைப் பார்க்கும்போதே தெரிந்தது, மாவட்டம் மாட்டுக்குப் பலமுறை ஒணக்கையாக அழுக்குத் தேய்த்திருக்கிறார் என்பது.

நல்லவேளை சின்னவர் வீட்டு வாசலில் பந்தல் போட்டிருந்தார்கள், நிழலுக்குள் நின்றுகொண்டிருந்தோம். பந்தலுக்குள், நாற்காலி, பெஞ்ச் என்று எல்லாம் கிடந்தது. அநேகமாக அதில் மனிதர்கள் யாரும் உட்கார்ந்தே இருக்க மாட்டார்கள் என்றே தோன்றியது, குறைந்தபட்சம் சின்னவர் வீட்டு வாசலில் கிடக்க ஆரம்பித்ததிலிருந்து. நாங்கள் நின்றுகொண்டிருந்த இடத்திலிருந்து சின்னவரும் மாவட்டமும் மாட்டைக் குளிப்பாட்டிக்கொண்டிருப்பது தெளிவாகத் தெரிந்தது. ஆனால் அவர்கள் இருவரும் நாங்கள் வந்ததை இன்னும் கவனிக்கவே இல்லை என்பதுபோல்தான் தெரிந்தது. சாமிக்குப் பூசாரி தீபாராதனை காட்டுவதுபோல் பயபக்தியுடன் மாட்டைத் தேய்த்துக்கொண்டிருந்தார் மாவட்டம். அந்த நேரம் பார்த்தா மாட்டுக்குச் சாணி வரவேண்டும். மலைப்பாம்பு எட்டிப்பார்ப்பதுபோல் மாட்டின் சூத்திலிருந்து சாணி முதலில் எட்டி எட்டிப் பார்த்தது. பிறகு பொத்தென்று கீழே விழுந்தது. விழுந்தது கெட்டியான சாணிதான், ஆனால் அது ஏற்கனவே கழிந்து வைத்திருந்த தண்ணியான சாணியின் மீது விழுந்ததால் அது தெறித்து மாவட்டம் முகமெல்லாம் சாணி. இருந்தும் மாவட்டம் ஒரு துரும்பு நகர்ந்ததுபோல்கூடக் காட்டிக்கொள்ளாமல் தன் வேலையில் தீவிரமாக இருந்தார். பிறகு என்ன தோன்றியது என்று தெரியவில்லை, சப்பையைத் தேய்ப்பதை நிறுத்திவிட்டு மாட்டுக்குப் பின்னாடி வந்து பார்த்தார். மாடு சாணி போட்டிருந்ததால் கடைசியாக துக்குணிச் சாணி சூத்தில் ஒட்டிக்கொண்டு விழுவேனா விழ மாட்டேனா என்று இருந்தது. அது மட்டுமல்லாமல் முன்பு கழிந்த சாணியால் அங்கங்கே அடைஅடையாக இருந்தது. மாவட்டம் டப்பா தண்ணியை அதன் மேல் அடிக்கலாமா என்று யோசிப்பதுபோல் தெரிந்தது. சின்னவர் மேல் தண்ணீர் தெளித்தாலும் தெளிக்கக் கூடும் என்று எண்ணியவர்போல் தன் கையாலே அந்தச் சாணியை அவர் எடுத்துவிட்டார். அப்போது மாட்டின் குதப்பகுதி சிலிர்த்துக்கொண்டதுபோல் விரிந்துமூடியது.

கையால் எடுத்த சாணியைக் கீழே உதறிவிட்டு டப்பாவிலிருந்து கொஞ்சம் தண்ணீரைக் கையாலே எடுத்து குதப்பகுதியையும் சாணி அடைஅடையாக ஒட்டிக்கொண்டிருக்கும் பிற பகுதிகளையும் கழுவிவிட்டார். மாடு அப்போதுதான் சற்று, சற்றுதான், திமிறியது. சின்னவர் கொஞ்சம் தலை நிமிர்ந்து பார்த்துவிட்டு அடுத்த மாட்டிடம் சென்றார். மாவட்டம் பயந்துபோய், பதற்றத்தில் டப்பாவைக் கீழே போட்டுவிட்டார். டப்பாவை எடுத்துவிட்டு நிமிரும்போது இதையெல்லாம் நாங்கள் கவனித்துக்கொண்டிருந்ததை மாவட்டம் பார்த்துவிட்டார். மாவட்டத்துக்கு முகமெல்லாம் செத்துச் சுண்ணாம்பாகி, மோசமாகக் கோண ஆரம்பித்துவிட்டது.

இதற்கு மேலும் மாவட்டத்தைச் சங்கடப்படுத்த வேண்டாம் என்று நாங்கள் திரும்பிக்கொண்டோம். எங்களுக்கு ஒரு பக்கம் சிரிப்பை அடக்க முடியவில்லை என்றாலும் இன்னொரு பக்கம் சங்கடமாகவும் இருந்தது. மாவட்டம் நமக்குத் தூரத்து உறவுமுறை; அதுமட்டுமல்லாமல் ஏதாவது வேலை ஆக வேண்டும் என்றால் எங்கள் கட்சிக்காரர்களிடம் ஓடுவதைவிட மாவட்டத்திடம்தான் அதிகம் ஓடியிருப்போம். இனிமேல் என்ன செய்வாரோ என்று எங்கள் எல்லாருக்குமே பதற்றம் ஏற்பட்டது. அதை விட நாங்கள் இப்போது வந்திருக்கும் வேலைக்கு ஏதாவது குதாப்பு பண்ணிவிடுவாரோ என்று வேறு கவலை ஏற்பட்டது. எனக்கு என்ன ஆச்சர்யம் என்றால், மாவட்டத்தைப் பார்க்க அவர் வீட்டுக்கு வரும் எல்லாரும் இங்கே மாவட்டம் நடந்துவந்ததைப் போல்தான் நடந்து வருவார்கள். அதுமட்டுமல்லாமல் வேண்டுமென்றே மணிக்கணக்கில் காத்திருக்க வைப்பார். அதுவும் சொந்தக்காரன் என்றால் காலையில் வந்தால் சாயங்காலம்தான் அவரைப் பார்க்க முடியும்; ஆனால் காரியத்தைக் கச்சிதமாக முடித்துக் கொடுத்துவிடுவார்.

யாரும் எதுவும் பேசாமலேயே வெகு நேரம் நின்றுகொண்டிருந்தோம். ஒரு மணி நேரமாவது நின்றிருந்திருப்போம். அப்புறம் உள்ளிருந்து குரல் வந்தது 'வாங்கய்யா' என்று. சின்னவருடைய குரல்தான் அது. எத்தனை திருமணங்களில் தலைமை தாங்கிப் பேசியிருக்கிறார். அவருடைய குரல் எனக்கு நன்றாக அடையாளம் தெரிந்தது.

நாங்கள் மூவரும் முன்பை விட பவ்யமாகவும் பணிவாகவும், நடக்கிறோம் என்று தெரிய வேண்டும் ஆனால் விழுந்துவிடக் கூடாது என்பதில் கவனமாகவும் ஒவ்வொரு அடியாய் முன்னால் வைத்து வீட்டுக்குள் நுழைந்தோம். ஒரே வரியில் நுழைந்தோம் என்று சொல்லி விட முடியாது. நான் முன்பு காதலிக்காகக் காத்துக்கொண்டிருந்தபோதுகூட நேரம் இந்த அளவு யுகம்யுகமாக எனக்குத் தோன்றியதில்லை. உள்ளுக்குள் போவதற்கு ஐந்து வினாடிகள்தான் ஆகியிருக்கும், ஆனால் அதற்குள் பூமி பத்துத் தடவை சுற்றி ஓய்ந்ததுபோல் இருந்தது. எங்களுக்கு நாடி நரம்பெல்லாம் முடுக்கிவிட்டதுபோல் இறுக்கமாக ஆகிவிட்டிருந்தது. என்னால் சின்னவருக்கு முன்னால் பேச முடியுமா என்று தோன்றவில்லை, பெவிகால் வைத்து ஒட்டியதைப் போல பயத்தில் நாக்கு அண்ணத்தில் ஒட்டிக்கொண்டுவிட்டது.

வரவேற்பறைக்குள் நாலைந்து நாற்காலிகள் கிடந்தன. சின்னவர் அதில் ஒன்றில், நெற்றியில் பட்டையுடன் வெள்ளை வேட்டியைக் கட்டிக்கொண்டு மேலே துண்டு மட்டும் போட்டுக்கொண்டு, உட்கார்ந்திருந்தார். அவருக்குப் பக்கத்தில் மாவட்டம், இன்னமும் அவருடைய முகத்துக்கு உயிர் வரவே இல்லை.

‘அய்யா வணக்கம்’ என்று மாமா சொன்னவுடனே நாங்களும் கோரஸாக ‘அய்யா வணக்கம்’ என்று அனர்த்தமாகக் கத்தினோம்.

எங்கள் வணக்கத்தை ஏற்றுக்கொண்டதுபோல் தலையாட்டிய சின்னவர் அப்புறம் சிரித்துக்கொண்டே ‘என்னய்யா கண்டியரே, நம்மள பாக்க வர்றப்ப மட்டும்தான்யா ஒன்னோட கரை வேட்டிக்கு நீ லீவு கொடுப்ப. இடைத்தேர்தல்ல செயிச்சிட்டிங்க போலருக்கு. அதுக்கு ஸ்வீட்டு கொடுக்க வந்தீங்களா?’ என்றார்.

மாமா வராத சிரிப்பை மல்லுக்கட்டி வரவழைத்தபடி, ‘நமக்குக் கச்சியா முக்கியம் சின்னவரே, சாதி சனங்கதான் முக்கியம். அதான் ஒரு விஷயமா ஒங்களப் பாத்துச் சொல்லிட்டுப் போவலாம்ன்னு’ என்று மாமா இழுத்தார்.

‘என்ன விஷயம்யா, வக்காலி கண்டியரு வூட்டு ஆளுங்களுக்கு ஏதாவது விஷயம்ன்னாதான் நம்ம நெனப்பு வரும். அது சரி ஒங்க ஊரு ஆளுங்கயல்லாம் ஏன் இவ்வளவு புடிவாதமா இருக்காங்க. நான்தான் லட்சலட்சமாப் பணம் தர்றேன்னு சொல்றன்ல.

நீங்க எந்தக் கச்சியில வேணும்னா இருந்துக்குங்க, நான் காசு தர்றேன், எலக்சன் வர்றப்ப ஓட்ட மட்டும் நம்மாளுங்களுக்குப் போட்டுக்குங்க. அது கெடக்கட்டும் என்ன வெஷயமா வந்தீங்க' என்றார் சின்னவர்.

'இந்தா நிக்குதுல்ல தம்பி' என்று மாமா என்னைக் காட்டியபோது அதுவரை ஏதேதோ சிந்தனை ஓட்டத்தில் ஆழ்ந்திருந்த நான் சட்டென்று உயிர்பெற்று மறுபடியும் கூனிக் குறுகி வணக்கம் போன்ற ஒன்றை அவருக்குத் தெரிவித்தேன்.

'இந்தத் தம்பியோட அம்மா எனக்குத் தங்கச்சி மொற வேணும். அது கண்டியரு வூட்டுப் புள்ள, வாக்கப்பட்டது ஆர்சுத்தியாரு வூட்டுல. அதோட பையன் இவன். எம்பில்லு' என்று ஆரம்பித்தவர் வாயில் சரியாக வராததால் 'அது என்னடா தம்பி?' என்று என்னைப் பார்த்துக் கேட்டார். 'எம்ஃபில். இங்கிலீஷ் லிட்டரேச்சர்' என்று அவருக்கு எடுத்துக்கொடுத்தேன். தொடர்ந்து அவர் 'ஆங் அந்தப் படிப்புப் படிச்சிருக்கு. அதுவும் மெட்ராசுலேயே பெரிய காலேசுல. படிச்சு முடிச்சிட்டு அங்கயோ ஏதோ இஞ்சினியரிங் காலேசுல டெம்பரரியா வேலை பாத்துட்டு இருந்தது இப்ப நம்ம ஊரோடவே வந்துடிச்சு. சின்னவரு நீங்க நெனச்சா இங்க உள்ள ஏதாச்சும் ஒரு காலேசுல தம்பிக்கு ஒரு வேல பர்மனன்டா வாங்கித் தர முடியும். வயசு வேற முப்பத்தொன்னு ஆச்சு. கல்யாணம் பண்ணனுன்னா ஏதாச்சும் நல்ல வேலையில இருந்தாத்தான் பொண்ணு கொடுப்பாங்க' என்று ஒவ்வொரு வார்த்தையையும் மெதுவாகவும் நிறுத்திநிறுத்தியும் பேசினார் மாமா.

'அப்புடியா தம்பி, நம்ம பயல்ல ஒருத்தன் நல்லா படிச்சிட்டு வந்தா சந்தோஷப்படற மொத ஆளு நான்தான். என்னோட காலேஜு வந்து பொட்டப்புள்ளங்களோடது. அதுல ஆம்பள லெக்சரரு யாரும் போடறது இல்ல. நீ ஒண்ணும் கவலப்படாத தம்பி. சண்முகத்தோட காலேஜுலேயே ஒண்ண சேத்துவுடறன். அடுத்த வாரம் என்ன வந்து பாரு' என்று சொல்லிவிட்டு 'நீ ஆர்சுத்தியாரு வூடா தம்பி? என்னோட மச்சினன் பொண்ணு எடுத்ததும் ஆர்சுத்தி வூட்லருந்துதான். ஒரு வகயில நாம பங்காளிதான் தம்பி, நீயொன்னும் கவலப்படாத' என்று சொல்லிவிட்டுக் கலகலவென்று சிரித்தார் சின்னவர்.

‘ரொம்ப நன்றீங்க’ என்று நாங்கள் கையெடுத்துக் கும்பிட்டோம். ‘இருக்கட்டும்’ என்பதுபோல கையைக் காட்டினார் சின்னவர். சட்டென்று மாமா என் முதுகில் கைவைத்து அழுத்தினார். புரிந்துகொண்டு நான் சின்னவரின் காலில் விழுந்தேன்.

சின்னவரு என்னைத் தன் கைகளால் பிடித்துத் தூக்கிவிட்டு, என் தலையில் கைவைத்து தேவாரம் திருவாசகம் போன்று ஏதோ முணுமுணுத்துவிட்டுக் கண்ணைத் திறந்தார்.

‘எந்த விக்கினமும் இருக்காது தம்பி, நீங்க போய்ட்டு வாங்க’ என்றார்.

எழுந்து நின்றேன். சின்னவர் தலைக்குப் பின்னால் பெரிய படம் மாட்டியிருந்தது. முன்னாள் முதல்வரும் இந்நாள் எதிர்க்கட்சித் தலைவருமான குமாரி குந்தவையுடன் சின்னவருடைய அண்ணன் கூனிக் குறுகி இருப்பதுபோல் எடுக்கப்பட்ட புகைப்படம் அது. நாங்கள் எந்தப் பணிவுடனும் பயபக்தியுனும் வேகத்துடனும் வந்தோமா அதே பணிவுடனும் பயபக்தியுனும் வேகத்துடனும் வெளியேறினோம்.

சின்னவர் பெரிய மனசு பண்ணி தெரு முழுக்கப் பந்தல் போட்டிருந்தால் நன்றாக இருந்திருக்கும். தார்ச் சாலையில் காலை வைக்கவே முடியவில்லை. மெதுவாக நடந்துகொண்டிருந்தோம். எங்கள் பின்னால் யாரோ ஓடிவருவதுபோல் தெரிந்தது. திரும்பிப் பார்த்தோம். மாவட்டம்தான்.

‘துரைச்சாமி அண்ணே, ஒரு நிமிஷம்’ என்றார் மாவட்டம்.

நாங்கள் மூவரும் அப்படியே நின்றோம்.

‘என்ன தம்பி?’ என்று கேட்டார் மாமா.

மூச்சிரைக்க எங்களை நெருங்கி வந்துகொண்டிருந்தார் மாவட்டம். கூனாமல் குனியாமல் வருகிறார் என்றால் ஏதாவது முக்கியமான விஷயமாகத்தான் இருக்கும்.

பக்கத்தில் வந்ததும் நின்று, ஓரிரு மூச்சு வாங்கிவிட்டு அப்புறம் பேசினார் மாவட்டம் ‘யாருட்டயும் சொல்லாதீங்க அண்ணே’

‘எதத் தம்பி’ என்று நெற்றியைச் சுருக்கிக்கொண்டு கேட்டார் மாமா.

‘அங்க நடந்ததத்தான்’ என்று மென்று விழுங்கினார் மாவட்டம்.

இன்னமும் புரிபடாதவராக மாமா ‘அதான் எதத் தம்பி’ என்று கேட்டார் மாமா. மாமா ஈவிரக்கம் கொஞ்சம்கூட இல்லாதவர்போன்று எனக்குத் தோன்றினார்.

‘அதான் பாத்தீங்கல்ல’ என்று திணறிக்கொண்டு சொன்னார் மாவட்டம்.

‘புரியல தம்பி’ என்றார் மாமா.

வெறி வந்ததைப் போல் சற்று உரக்கவே கத்திவிட்டார் மாவட்டம், ‘கண்டார ஓலி மவன! நான் மாட்டுக்கு சூத்து கழுவுனததான்டா சொல்றன்.’

- 2010

❑

கா∴ப்காவின் முன் இரு சிறுமிகள்

1. சர்வீஸ் சாலை

அந்த நெடுஞ்சாலை மிகவும் பெரியது என்றாலும் அதன் ஓரம் நடப்பதற்கு நிறைய இடம் இருக்கிறது என்றாலும் அந்தச் சாலையில் செல்லும் மிக நீண்டதும் ஏராளமான சக்கரங்களைக் கொண்டதுமான லாரிகளையும் கண்டெய்னர்களையும் பார்க்க எனக்கு அச்சமாக இருந்ததால் அந்த நெடுஞ்சாலையின் இடது பக்கம் இருந்த சர்வீஸ் சாலை என்று சொல்லிவிட முடியாத ஆனால் இணையாகச் செல்லும் மண்ணும் தார்ச் சாலையும் கலந்த அந்தச் சாலையில் குறுக்காக இறங்கி நடக்க ஆரம்பித்தேன். எங்கும் புழுதி மயம். நெடுஞ்சாலையில் வாகனங்கள் செல்வதால் அங்கே ஓரத்தில் இருந்த புழுதி கிளம்புகிறது என்றால் இந்த சர்வீஸ் சாலையில் ஏன் இந்த அளவுக்குப் புழுதி என்று எனக்குப் புரியவில்லை. இத்தனைக்கும் காற்றே இல்லாத புழுக்கமான பகல் பொழுது இது. இந்தப் புழுதிக் காட்டில் சர்வீஸ் சாலையின் ஓரத்தில் வழக்கமாக நெடுஞ்சாலைகளில் இருப்பது போன்று டீக்கடை, பிஸ்கெட் சிகரெட் விற்கும் தண்ணீர் போன்றவை விற்கும் கடைகளும் இருந்தன. வெயில் மட்டும் இல்லையென்றால் இந்தப் புழுதியைப் பார்க்கும்போது காலைப் பனிக்கு நடுவே எல்லோரும் கதகதப்பாக டீ குடித்துக்கொண்டிருப்பதைப் போல தோன்றும். புழுதிக்கு நடுவே கண்ணை இடுக்கிக்கொண்டு ஊடுருவிப் பார்த்தேன் ஒருவராவது குளிர் பானம் குடிக்கிறாரா என்று. ம்கூம். எல்லாரும் டீதான். எல்லோரும் ஆசுவாசத்தையோ மாற்றையோ விரும்புவதில்லை.

அதிகரிப்பைத்தான் விரும்புகிறார்கள். நானும் அந்த இடத்துக்குப் போனால் அப்படித்தான். எதுவும் அருந்தாமல் கூட நின்றிருக்க முடியாது. சூழலின் அழுத்தம் நம்மையும் டீ அருந்த வைத்துவிடும். ஒருவேளை அந்தப் புழுதிகூட எல்லோரையும் அங்கே இழுக்கும் நிரந்தர ஏற்பாடாகக் கூட இருக்கலாம். இரவிலாவது அந்தப் புழுதி அடங்குமா என்று நினைத்துக்கொண்டேன்.

அந்த டீக்கடையைக் கடந்து சென்றுகொண்டிருந்தேன். பிரதான சாலைக்கும் இந்த ரெண்டும்கெட்டான் சர்வீஸ் சாலைக்கும் நடுவே சிறு வாய்க்கால் போல பள்ளம் இருந்தது. அந்தப் பள்ளத்தில் குப்பைகூளங்களுடன் சிறுசிறு முட்புதர்களும் காணப்பட்டன. அதே போல் சர்வீஸ் சாலையின் வலது பக்கமும் சரிவும் முட்புதர்களும் காணப்பட்டன. அந்த முட்புதர்களில் ஒன்றிலிருந்துதான் ஒருவன் வெளிப்பட்டதை நான் பார்த்தேன். கையில் பெரிய திருப்புளி போன்ற ஆயுதம். ஆடையெங்கும் ரத்தம். பதறிப் போய் நின்றேன். எனக்கும் முன்பு ஒருத்தன் என்னையும் தடுத்துக்கொண்டு திருப்புளி வைத்திருந்தவனை நோக்கிக் கற்களை எறிந்துகொண்டிருந்தான். என்னைத் திரும்பிப் பார்த்து “ஏய் ஏய் போய்விடு” என்று கத்தினான். என்னால் ஏதும் செய்ய முடியவில்லை. உறைந்துபோய் நின்றுவிட்டேன். கையில் திருப்புளி வைத்திருந்தவன இப்போது நெடுஞ்சாலை ஓரத்தில் உள்ள சரிவுப் பக்கம் ஓடினான். அங்கே ஒருத்தன் லேசாகப் புரண்டுகொண்டிருந்தான். இவன் ஓடிப்போய் அவன் கழுத்திலும் நெஞ்சிலுமாகத் துடிப்படங்கும் வரை குத்தினான். மறுபடியும் இடது பக்கம் ஓடிவந்து ஏற்கெனவே துடிப்படங்கிய ஒருத்தனை மாறி மாறிக் குத்தினான். குத்திவிட்டு எங்களை நோக்கி ஓடிவந்தான். எனக்கு முன் நின்றிருந்தவன் கற்களை வீசிக்கொண்டு எனக்கு சமிக்ஞை காட்டுகிறான். அப்போதுதான் கவனித்தேன். டீக்கடையில் உள்ளவர்களும் சத்தம் போட ஆரம்பிக்கிறார்கள். எங்கள் திசையை நோக்கி ஓடிவந்தவன் அப்படியே நின்று திரும்பி ஓட ஆரம்பிக்கிறான்.

நான் இந்தப் பக்கம் திரும்பி வேகவேகமாக நடக்கிறேன். திருப்புளியைக் கையில் வைத்திருந்தவன் என்னை நோக்கி ஓடிவந்த மாதிரியே இருந்ததே என்று படபடப்புடன் நினைத்துக்கொண்டு நான் வந்த வழியை நோக்கி நடந்தேன். சர்வீஸ் சாலையில் திரும்பும்போதுதான் கவனித்தேன் அருகே

ஒரு பெண் எனக்கு இணையாக நடந்துவந்துகொண்டிருந்தாள். போகப்போக எங்களுக்கு இடையிலான இடைவெளியைக் குறைத்தாள். எனக்கு இதயத் துடிப்பின் வேகம் அதிகரித்தது. நடந்துகொண்டே சட்டென்று என் கையைப் பற்றினாள். அவள் முகத்தைப் பார்க்கக்கூட எனக்குத் தெம்பில்லை. "ஏன் பார்த்தாய்" என்று என்னைக் கடிந்துகொள்வதுபோல் கேட்டாள். "நீ யார்" என்று கேட்டேன். "எனக்காகத்தான் அந்தக் கொலையெல்லாம்" என்றாள். மேலும் அவளே சொன்னாள் "ஆனால் நான் அவர்கள் யாரையும் காதலிக்கவில்லை." மேலும் அவளே சொன்னாள் "நான் காதலிப்பது உன்னைத்தான்." இப்படிச் சொன்னதும்தான் எனக்குப் புரிந்தது அவன் ஏன் என்னை நோக்கிக் கொலைவெறியுடன் ஓடிவந்தான் என்று. ஆனால் எனக்கு அவனையோ இவளையோ இதற்கு முன்பு சுத்தமாகத் தெரியாது. மேலும் நான் இரண்டு பெண் குழந்தைகளின் அப்பா. எப்படிப்பட்ட வலையில் விழுந்திருக்கிறேன். இவள் கையிலிருந்து என்னை விடுவித்துக்கொள்ள வேண்டும் என்று நினைத்தேன். ஆனால் முடியவில்லை. அப்போதுதான் எனக்குப் புரிந்தது எனக்கும் அவள் மேல் காதல் இருக்கிறது என்று. ஆனால் இன்னும் நிமிர்ந்து அவள் முகத்தைப் பார்க்கவில்லை. சுடிதாரின் நிறம் வெளிப் பிங்க். முக்கால் கை வைத்திருக்கிறாள். பச்சைப்பிள்ளை போல அவளிடமிருந்து ஒரு மணம் தனிப்பட்ட வகையில் இந்தப் புழுதி புழுக்கம் நெடுஞ்சாலை லாரிகள் கண்டெய்னர்களுக்கு இடையிலும் எங்கும் என்னையும் ஆக்கிரமித்துக்கொண்டிருந்தது. இதன் வலைக்குள்தான் இதெல்லாம் நடக்கிறதா. என் ஓரக்கண்ணுக்குப் பக்கத்தில் ஒரு பெண் நடந்து வருவது தெரிகிறதே தவிர என்னால் தலையைத் திருப்பவே முடியவில்லை. அவளின் மணம் என் தலையை வலது பக்கம் திருப்பும் திறனைச் செயலிழக்கச் செய்துவிட்டதுபோல.

ஒரு கட்டத்தில் தரதரவென்று என்னை இழுத்துச்செல்வது போலவே அவள் சென்றாள். அப்படிச் செல்வதால் என் கால்கள் தரையில் பாவாமல் என் முழு எடையையும் அந்தரத்தில் உணர்ந்தேன். ஓரக்கண்ணுக்கு ஒல்லியாகத் தெரிந்த அந்தப் பெண் எப்படி இவ்வளவு அநாயசமாக என்னைக் காற்றில் இழுத்துச் செல்கிறாள். ஒரே ஒரு முறையாவது உன் முகத்தைக் காட்டிவிடேன் அதற்குப் பிறகு அவன் கையால் குத்துப்பட்டுச் சாகக்கூடத் தயார் என்று என் மனதுக்குள் கெஞ்சினேன். அவளுக்கு என் நிலை சிறிதளவாவது புரிந்ததா என்று தெரியவில்லை.

எனக்கு இப்போதுதான் தோன்றியது. அந்த நான்கு பேருமே அவள் முகத்தைப் பார்த்திருக்க மாட்டார்கள். பக்கவாட்டில் கையைப் பற்றியபடியே நடந்திருப்பார்கள். அதிலேயே பித்தேறிவிட்டார்கள். அதனால்தான் இந்த வெறி. திருப்புளி வைத்திருந்தவன் இல்லையென்றால் மற்றவர்கள் மற்றவர்களைக் கொன்றிருப்பார்கள். இப்படியே மாறி மாறி நிகழ்ந்திருக்கும் என்று தோன்றியது. இது வேறொன்றாகவும் இருக்கலாம். கொல்லப்பட்டவர்கள் மட்டுமே இவள் முகத்தைப் பார்த்திருக்கலாம். அது தாங்க முடியாமல் திருப்புளிக்காரன் அவர்களைக் கொன்றிருக்கலாம். இவள் முகத்தைப் பார்த்தால் அதன் பின் வாழ முடியாது போல. இருந்தாலும் பரவாயில்லை இவள் முகத்தை நான் பார்த்தே ஆக வேண்டும். ஆனால் அதைச் சொல்லிக் கெஞ்சுவதற்குக்கூட என் மனதில் சக்தி எழ மாட்டேன் என்கிறதே. என் வாயே திற, என் மனதே பேசு. என்னைப் பார்த்து என் நிலையைக் கேலி செய்வதற்காவது அவள் என் முகம் பக்கம் திரும்ப மாட்டாளா என்று நான் ஏங்கியபோது அவள் முகம் திரும்பியது. அது என்னைப் பார்ப்பதற்காக இல்லை என்பதை ஒரு கண்டெய்னர் லாரி என் கண்ணில் புழுதி அப்பியதால் புரிந்துகொண்டேன். புழுதியோடு என்னுடைய கண் போராடியும் அவள் முகத்தைப் பார்க்க முடியவில்லை.

நாங்கள் ஒரு மெட்ரோவின் நுழைவாயில் செல்லும்வரை இதே நிலைதான். என் அறிவுக்குத் தெரிகிறது நான் நடந்துதான் வந்திருக்கிறேன் என்று. ஆனால் தரதரவென்று இழுத்துவந்ததால் கைகாலிலிருந்து பார்வை செவித்திறன் என்று புலன்கள் வரை மழுங்கிப்போன உணர்வு.

மெட்ரோவின் நகரும் படிக்கட்டில் இறங்கினோம். ஒரு தளம் இறங்கியதும் “அந்தத் திசையில் திரும்பிப் பார்க்காமல் போய்விடு. எங்கேயாவது போய்விடு” என்று சொல்லிவிட்டு இன்னொரு நகரும் படிக்கட்டில் இறங்கினாள். அப்போது புழுதியிலிருந்து கொஞ்சம் கொஞ்சமாகக் கண்கள் விடுபட்டுக்கொண்டிருந்தன. அவளுடைய பின்புறத் தோற்றத்தைப் பார்த்தபடி நின்றிருந்தேன். நான் கணித்தபடியே ஒல்லியான உருவம்தான். ஓரக்கண்ணுக்குத் தெரிந்த அதே பிங்க் நிற சுடிதார்தான். ஆனால், கன்னக் கதுப்புகூட தெரியவில்லை. ஓரிரு நொடிகளில் ஒரு அதிசயம் நிகழ்ந்தது. இறங்கும் படிக்கட்டின் பக்கவாட்டில் இறங்குபவர்கள்

தலை இடித்துவிடாமல் இருந்த கண்ணாடித் தூணில் அவள் முகம் தெரிந்தது. சரியாக என்னைப் பார்த்துவிட்டாள். அதில் ஒரு கணம் காதல் வெட்கத்துடன் பூத்தது. மறுகணம் ஒரு அமானுஷ்ய கண்டிப்பு கொழுந்துவிட்டு எரிய ஆரம்பித்தது. அவள் கீழே சென்றுவிட்ட பிறகும் கூட அந்த வெட்கப் பூவுக்கும் கண்டிப்பின் கொழுந்துக்கும் இடையே அந்தத் தூணில் போராட்டம் நடந்துகொண்டிருந்தது. இதைவிட வேறென்ன வேண்டும் எனக்கு. அப்படியே கண்ணை மூடி நின்றேன். முற்றிலும் பிரிந்துசெல்லும்போது எதிர்பாராமல் எதிர்பட்டுவிட்ட ஒரு கண்ணாடித் தூணுக்காகக் கண நேரத்தில் எப்படி யதேச்சையாகத் தன் காதலை அவளால் தயார்செய்ய முடிந்தது என்ற கேள்வியின் திளைப்பிலேயே நின்றேன். ஐயோ அந்த முகம் அந்தப் பார்வை அந்த முகத்தின் திடீர் விரிவு விரிவிலிருந்து திடீர்ச் சுருக்கம் திடீர்க் கனல். எல்லாவற்றிலும் எனக்குத் திளைப்பு.

ஒரு கட்டத்தில் அந்தத் திளைப்பும் எனக்குப் போதவில்லை. ஓடிச்சென்று அந்தத் தூணுக்குள் நுழைந்துகொள்ள வேண்டும் என்று தோன்றியது. அது சரிவராது. மேலிருந்து கீழே அந்தத் தூணைப் பார்த்தபடி இறங்கிச் சென்று மறுபடியும் மேலே வந்து கீழே அந்தத் தூணைப் பார்த்தபடி இடைவிடாமல் இதையே செய்ய வேண்டும் என்றும் தோன்றியது.

இப்போது கண்ணைத் திறந்து அந்தத் தூணைப் பார்த்தேன். காதலும் கண்டிப்புமாகத் தகதகத்து நின்றது தூண். நானும் தகதகத்து அதை நோக்கி நடக்க ஆரம்பித்தேன். அப்போது என்னை இன்னொரு கை பற்றியது

2. உலகின் மிகப் பெரிய புத்தகம்

என்னைப் பற்றிய கை அந்த சர்வீஸ் சாலையில் எனக்கு முன்பு நின்றுகொண்டிருந்தவனுடையது. “அவள் முகத்தைப் பார்த்துவிட்டாயா? அவள் உன் முகத்தைப் பார்த்துவிட்டாளா? சரி வா” என்று தரதரவென்று இழுத்துக்கொண்டு இன்னொரு நகரும் படிக்கட்டுக்கு என்னை அழைத்துச் சென்றான். அது வெளியேறும் படிக்கட்டு. அங்கே மேலே பெருந்திரள் சூழ்ந்திருந்தது. என்னைப் பார்த்ததும் அவர்கள் எல்லோரும் கொலைவெறியுடன் கூச்சலிட்டனர். நான் அவ்வளவுதான்

என்று தோன்றியது. இவர்களிடம் ஒப்படைக்கத்தான் இவன் என்னை அழைத்துச்செல்கிறானா, இப்படியே படிக்கட்டில் எதிர்திசையில் வேகமாக இறங்கி ஓடிவிடலாமா என்று யோசித்துக்கொண்டிருந்தபோது அந்தக் கூட்டத்தைப் பத்து பதினைந்து போலீஸ்காரர்கள் விலக்கினார்கள். அப்போதுதான் எனக்குச் சிறிது ஆசுவாசம் ஏற்பட்டது. நான் மேலே வந்ததும் என்னைச் சூழ்ந்துகொண்ட போலீஸ்காரர்கள் கூட்டத்தின் நடுவே நீந்திக்கொண்டு அவர்களின் வாகனம் நோக்கி என்னை அழைத்துச்சென்றார்கள். வாகனத்தில் ஏறும்போதுதான் கவனித்தேன் ஒரு கையில் எனக்கு விலங்கிட்டு அந்த விலங்கின் இன்னொரு வளையத்துக்குள் தன் கையை மாட்டியிருந்தார் ஒரு போலீஸ்காரர். என் பாதுகாப்புக்காக இருக்கும் என்று நினைத்தேன். இப்போதைக்கு இந்தக் கூட்டத்திடமிருந்து தப்பித்தால் போதும் என்று இருந்தது.

போலீஸ் வேன் கிளம்பியதும் அதை இருபுறமும் தட்டிக் கொண்டே அவர்கள் ஓடிவந்தார்கள். அவர்கள் கண்ணில் தெரிந்த கொலைவெறியைப் பார்க்கும்போது திருப்புளிக்காரன் கண்ணில் தெரிந்த கொலைவெறி போன்றே தெரிந்தது. அவன் மிகுந்த செல்வாக்குள்ள ஒருத்தரின் மகனாக இருக்க வேண்டும் என்று தோன்றியது. எல்லோரும் கைகளில் அரிவாள், சுத்தியல், கடப்பாரை, பட்டாக்கத்தி என்று விதவிதமான ஆயுதங்கள் வைத்திருந்தார்கள். நல்லவேளை துப்பாக்கி இல்லை. இருந்திருந்தால் போலீஸ்காரர்களை மீறியும் சுட்டிருப்பார்கள். எனக்கு என்னுடைய பெண்களின் முகமும் தூணில் தெரிந்த அவளின் முகமும் மாறிமாறி நினைவுக்கு வந்தன. சீக்கிரம் வீடு திரும்ப வேண்டும். முடிந்தால் பிள்ளைகளை அழைத்துக்கொண்டு சொந்த ஊருக்குக் கொஞ்ச நாள் போய் இருக்க வேண்டும் என்று நினைத்துக்கொண்டேன்.

போலீஸ் வாகனம் ஒரு நீதிமன்றத்துக்கு வந்து நின்றது. காவல் நிலையத்தைவிட இது பாதுகாப்பானது. இங்கே எந்த அசம்பாவிதம் நிகழ்ந்தாலும் அரசுக்கே அவமானம் என்று இப்போது கூடுதல் ஆசுவாசம் ஏற்பட்டது. நேராக என்னை நீதிமன்றத்தின் உள்ளே அழைத்துச் சென்றார்கள். அங்கே குற்றவாளிக் கூண்டில் அவன் ரத்தக்கறை கொண்ட ஆடையுடன் நிற்பதைப் பார்த்து ஒரே சமயத்தில் அதிர்ச்சியும் நிம்மதியும் ஏற்பட்டது. ஆனால், உடனே எப்படி நீதிமன்றத்துக்கு அழைத்துவருவார்கள்

என்றும் என்னை வேறு ஏன் இங்கே அழைத்துவருகிறார்கள் என்றும் எனக்குச் சஞ்சலம் ஏற்பட்டது. அவன் என்னைப் பார்த்ததும் கட்டிப்போட்ட காளை கட்டை அறுத்துக்கொண்டு பாயத் துடிப்பதுபோல் திமிரினான். அவன் மூச்சு எனக்கு இங்கே வரை சுட்டது. நீதிபதியோ போலீஸ்காரர்களோ அவனை ஏதும் சொல்லவில்லை. என்னைக் கொண்டுவந்து சாட்சிக் கூண்டில் நிறுத்தினார்கள். ஏற்கெனவே விசாரணை நடந்துகொண்டிருக்கிறதுபோல. அகப்பட்டவன் மிகவும் கொடூரமானவன் என்பதால் நடந்ததை உடனடியாக விசாரித்துத் தீர்ப்பு வழங்கத் தீர்மானித்திருக்கிறார்கள் போல. சட்டப்படியும் வழக்கப்படியும் இது சரி இல்லை என்று தோன்றினாலும் இந்த நெருக்கடியிலிருந்து உடனடியாக விசாரணை நடந்து தீர்ப்பு வழங்கப்பட்டால் எனக்கு நிம்மதி. ஆனால் வெளியே இருக்கும் இவனது ஆட்களால் எனக்குச் சிறிதும் நிம்மதி ஏற்படாதே. சட்டம் எனக்கு எந்தப் பாதுகாப்பும் வழங்காதே. நான் என்ன சொன்னாலும் என்னைக் கொல்வது என்ற தீர்மானத்தில் இருப்பவனை நான் என்ன செய்ய முடியும். இப்படி மாட்டிக்கொண்டேனே என்று பரிதவித்துக்கொண்டிருந்தபோது நீதிபதி அவனிடம் கேட்டார், “இவன்தானா”. “ஆமாம்” என்றான் அவன், என்னை வெறித்தபடியே. அவளும் நானும் ஒருவருக்கொருவர் பார்த்துக்கொண்டுவிட்டோம் என்பதை அந்தப் பார்வையின் மூலம் அவன் கிரகித்துக்கொண்டுவிடாமல் இருக்க என் பார்வையை நான் திருப்பிக்கொண்டாலும் அவனுடைய உக்கிரத்தின் சத்தம் இப்போது அதிகரித்ததை வைத்துக்கொண்டு அவன் கிரகித்துக்கொண்டுவிட்டான் என்று புரிந்துகொண்டேன். இப்போது நீதிபதி என்னைப் பார்த்துக் கேட்டார். “அவன் சொல்வது உண்மைதானா.” எனக்குப் புரியவில்லை. அவரை எப்படி விளிப்பது என்று தெரியவில்லை. சினிமாவில் நீதிமன்றங்களைப் பார்த்திருக்கிறேனேயொழிய உள்ளே வருவது இதுதான் முதன்முறை. ‘சார்’ ‘ஐயா’ ‘யுவர் ஆனர்’ என்று பலவற்றை மனதில் போட்டு உருட்டிப் பார்த்துவிட்டு ‘யுவர் ஆனர்’தான் சரியாக இருக்கும் என்று முடிவெடுத்தேன். ஆனால், பேசும்போது “கனம் கோர்ட்டார் அவர்களே” என்று நான் ஆரம்பிக்கவும் நீதிமன்றமே கொல்லென்று சிரித்துவிட்டது, நீதிபதி உட்பட. நான் மேற்கொண்டு எந்த விளியும் சேர்க்காமல் “எனக்குப் புரியவில்லை என்ன நடக்கிறதென்று. எனக்கும் இதற்கும் இவனுக்கும் என்ன சம்பந்தம் என்று தெரியவில்லை.

இவன்தானா என்று கேட்கிறீர்கள். அவனும் ஆமாம் என்கிறான். என்னைப் பார்த்து அவன் சொல்வது உண்மைதானா என்று கேட்கிறீர்கள். எனக்கு நான் ஏதோ குற்றவாளிக் கூண்டில் நிற்பதுபோலவும் இந்த வழக்கு வெகுநாட்களாக நடந்துகொண்டிருப்பது போலவும் தோன்றுகிறது" என்றேன். நீதிபதி மிகவும் பொறுமையுடன் எடுத்துச் சொன்னார், "நீங்கள் இருப்பது குற்றவாளிக் கூண்டில் இல்லை. சாட்சிக் கூண்டில்தான். ஆனால் இந்த வழக்கு வெகுநாட்களாக நடக்கிறது. இன்றுதான் தீர்ப்பு வழங்கப்படுகிறது. ஆகையால் நீங்கள் இதற்கு ஒத்துழைப்பு கொடுங்கள். ஜனநாயக நாட்டில் நீதி விசாரணை சட்டம் ஒழுங்கு போன்றவற்றுக்கு ஒத்துழைப்பு கொடுப்பது அவசியம் அல்லவா. ஆகவே கூறுங்கள். அவன் சொல்வது உண்மைதானே." "அவன் என்ன சொன்னான் என்பது எனக்குத் தெரியவில்லையே" என்று கேட்டேன். "அவன் செய்த கொலையை நீங்கள் பார்த்தீர்கள் என்று சொன்னான்." ஆகா ஒப்புதல் வாக்குமூலம் கொடுத்துவிட்டானா. இதற்கப்புறம் நாம் ஏன் கவலைப்பட வேண்டும் என்று "ஆமாம். இரட்டைக் கொலைகள். மிகவும் கொடூரமான கொலைகள். திருப்புளியை வைத்துக் கழுத்திலும் நெஞ்சிலும் மாறி மாறிக் குத்தினான். ஒருத்தனைக் குத்திவிட்டு இன்னொருத்தனைக் குத்துவதற்கு ஓடினான். இப்படியே மாறிமாறிக் குத்தினான். அவர்களின் துடிப்பு அடங்கிய பிறகு கொலைவெறியோடு எங்களை குறிப்பாக என்னை நோக்கி ஓடிவந்தான்" என்று நான் சொல்லிக்கொண்டிருக்கும்போதே இரண்டு விஷயங்களைக் கவனித்தேன். ஒன்று திருப்புளிக்காரன் முகத்தின் கொடூரமும் உக்கிரமும் தணிந்து சாந்தமாகிக்கொண்டேவந்தது. அந்த சாந்தத்திலேயே கண்களையும் மூடிக்கொண்டு திளைக்க ஆரம்பித்தான். இந்தப் பக்கம் நீதிபதியும் கண்களை மூடியிருந்தார். ஆனால் நான் கூறிய விஷயங்களின் காட்சி அவர் மனதில் ஓடியிருக்கும்போல, அந்தக் காட்சியின் குரூரம் அளித்த வேதனை அவர் முகத்தில் துலக்கமாகிக்கொண்டே வந்தது. திடீரென்று "போதும்" என்று கையை உயர்த்தினார்.

அப்போது வழக்கறிஞர்கள் இருக்கையில் இருந்து எழுந்த ஒருவர் "என் கட்சிக்காரரே ஒப்புக்கொண்டுவிட்டார். தங்களுக்குத் தெரியாத சட்டம் ஏதுமில்லை. தங்களுக்குத் தெரிந்த பிரிவின் கீழ் எந்த தண்டனை உசிதம் என்று தோன்றுகிறதோ அந்தத் தண்டனையை வழங்கலாம்" என்றார். ஓ, திருப்புளிக்காரன்

தரப்பு வழக்கறிஞர் போல. ஆனால், இவ்வளவு செல்வாக்கான ஒருத்தன் நியமிக்கும் ஒரு வழக்கறிஞர் தன் தரப்புக்குக் குறைந்தபட்ச தண்டனை கேட்காமல் ஏன் நீதிபதியிடமே அதனை ஒப்படைக்கிறார் என்று புரியவில்லை.

தீர்ப்பளிக்கும் நேரம் வருகிறது. என் எதிரே குற்றவாளிக் கூண்டில் இன்னும் சாந்தமான முகத்திலிருந்து விடுபடாமல் அவன். எழுந்திருந்த வழக்கறிஞர் எதையோ நீதிபதியிடமிருந்து எதிர்பார்ப்பதைப் போலவும் உட்காரத் தயாராவதுபோல் ஆனால் இன்னும் உட்காராததுபோலவும் நின்றுகொண்டிருக்கிறார். நீதிபதி தன் தீர்ப்பை வாசிக்கிறார். "குற்றவாளி தன் குற்றத்தை சந்தேகத்துக்கு இடமின்றி ஒப்புக்கொண்டார். சாட்சியாளரும் தான் பார்த்ததை முழு மனதுடன் ஒப்புக்கொண்டார்" என்று ஆரம்பித்து என் பெயரைச் சொல்லி எனக்கு ஓராண்டு தனிமைச் சிறையும் அதன் முடிவில் மரண தண்டனையும் விதிப்பதாகக் கூறினார். "யுவர் ஆனர் என்ன நடக்கிறது இங்கே? சாட்சிக்குத் தண்டனையா?" என்று அலறிவிட்டேன். ஆனால் அந்த அலறலை நீதிபதியும் சரி அங்கிருந்தவர்களும் பொருட்படுத்தவில்லை. மேலும் தொடர்ந்தேன், "இங்கே குற்றவாளித் தரப்பு இருக்கிறது, சாட்சித் தரப்பாக நான் இருக்கிறேன், பாதிக்கப்பட்ட தரப்பு எங்கே" என்று கேட்டேன். அப்போது என்னருகே வந்த அந்த வழக்கறிஞர் என்னிடம் மெதுவாக, "எங்கே இருக்கிறாய். இங்கு பாதிக்கப்பட்ட தரப்பு என்றெல்லாம் எதுவும் கிடையாது இரண்டே தரப்புகள்தான். குற்றம் சாட்டப்பட்ட தரப்பு, சாட்சித் தரப்பு. சாட்சித் தரப்புக்காகத்தான் நான் இவ்வளவு நாளாக என்னால் முடிந்தவரை வாதாடினேன். இன்றுகூட பார்த்திருப்பாய்" என்றார். என்ன இவர் எனது வழக்கறிஞரா. நானே இல்லாமல் இத்தனை நாள் வாதாடியிருக்கிறாரா. என்ன நடந்தது இந்த இடைப்பட்ட காலத்தில். வெகுநாட்களாகக் காணப்பட்டிராத பறவை ஒன்று இமயமலைப் பகுதியில் மறுபடியும் காணப்பட்டதாகத் தகவல் கிடைத்து இரண்டு மாதங்கள் அங்கே இருந்துவிட்டு வந்திருக்கிறேன். அதற்கு முன்பும் கூட முற்றிலும் பொது உலகிலிருந்து வெளிவந்துதான் விட்டிருந்தேன். நாட்டில் என்னவெல்லாம் மாற்றம் ஏற்பட்டிருக்கிறது என்பதை நான் பெரிதும் கவனிக்கவில்லை. இப்படித்தான் ஒரு முறை என் நண்பரிடம் என்னுடைய தனிப்பட்ட வாழ்வின் பெரும் சோகத்தைப் பற்றிப் புலம்பியபோது செய்தித்தாளை எடுத்துக் காட்டினார். பார் ஒருநாள் திடீரென்று ஒரு மாநிலத்தின்

அந்தஸ்தையே நீக்கிவிட்டார்கள். இப்படித்தான் திடீரென்று ஒருநாள் நீ மனிதன் என்ற அந்தஸ்தையே நீக்கிவிடுவார்கள் என்ன செய்வாய் என்று சொன்னார். அது டிஸ்டோப்பியன் படங்களில் வருவதுபோல் மிகுகற்பனை என்றே எடுத்துக்கொண்டேன். எனக்கே அது நடக்கும் என்று நினைத்துப் பார்க்கவில்லை.

இப்போது நீதிபதியே மறுபடியும் பேச ஆரம்பித்தார். "நீங்களே பார்க்கிறீர்கள். எத்தனையோ படங்களில் பார்த்திருப்பீர்கள். செய்தித்தாள்களில் படித்திருப்பீர்கள். நீதிமன்றத்தில் யாரையும் இப்படியெல்லாம் பேச அனுமதிக்கும் வழக்கும் முந்தைய காலத்தில் இல்லை. ஆனால் நம் நாடு ஜனநாயக நாடு. தண்டனைக்குள்ளானவர் உரிமைகள் உணர்வுகள் எல்லாவற்றையும் நாம் மதிக்கிறோம். அதனால்தான் நீங்கள் பேச அனுமதிக்கப்பட்டீர்கள். ஆனால் ஒன்று தெரிந்துகொள்ளுங்கள். இது இறுதித் தீர்ப்பு நீதிமன்றம். இங்கு வாசிக்கப்படும் தீர்ப்பு இறுதியானது. ஆனால் உலகில் வேறு எங்கும் வரலாற்றில் வேறு எங்கும் இல்லாத வகையில் நம்மிடம் ஒரு சிறப்பம்சம் இருக்கிறது. எவ்விதமான மரண தண்டனையை அனுபவிக்கப் போகிறேன் என்பதைத் தேர்ந்தெடுப்பது என்ற உரிமை இங்கே தண்டனைக்குள்ளானவருக்கே வழங்கப்படுகிறது. ஏனெனில் நாம் ஜனநாயக நாடல்லவா" என்று நிறுத்தினார் நீதிபதி. இத்துடன் பலமுறை ஜனநாயகம் என்ற சொல்லை அவர் கூறிவிட்டார் என்பதையும் இந்த முறை நானோ யாரோ குறிப்பாக கவனிக்க வேண்டும் என்பதற்காக அவர் சொன்னது போலவும் எனக்குத் தோன்றியது.

ஒரு பெரிய புத்தகத்தைத் தூக்க முடியாமல் தூக்கிக்கொண்டு வந்து நீதிபதியின் முன் வைக்கிறார் டவாலி. நான் பார்த்த புத்தகங்களிலேயே பெரிய புத்தகம் அதுதான். எந்த வழக்கறிஞரிடமும் இருப்பதைவிட பத்து இருபது மடங்கு பெரிய புத்தகம். நீதிபதி அந்தப் புத்தகத்தின் மீது கையை வைத்துக் கண்ணை மூடித் தியானிக்க ஆரம்பிக்கிறார். அந்த நேரம் நீதிமன்றம் முழுவதையும் ஒரு நோட்டம் விடுகிறேன். அப்போது ஒரு வெளிநாட்டுக்காரர் ஒரு வழக்கறிஞருடன் தனது வழக்குக்காக உட்கார்ந்திருப்பது தெரிந்தது. அவர் முகம் எங்கேயே பார்த்த முகம் போல இருந்தது. அவர் முகத்தையே உற்றுப்பார்த்துவிட்டுக் கண்ணை மூடினேன். அது நான் படித்த நாவல் ஒன்றின் பின்னட்டையில் போய் ஒட்டிக்கொண்டது.

காஃப்கா. அடக் கடவுளே. காஃப்கா இங்கே என்ன செய்கிறீர்கள். நீங்கள் இறந்து நூறு ஆண்டுகள் ஆகியும் நீங்கள் இன்னும் செல்லுபடி ஆவதன் நிரூபணத்தைக் காண்பதற்காகத் திமிருடன் இங்கே வந்திருக்கிறீர்களா. அல்லது உங்களுக்கும் தீர்ப்பு இன்று எழுதப்படுகிறதா. இந்த நினைவு என்னுடைய தற்போதைய நிலையிலும் ஒரு சுகமான உணர்வை எனக்குத் தர ஆரம்பிப்பதை உணர்கிறேன். காஃப்காவின் சக சிறைக் கைதி. சக மரண தண்டனைக் கைதியாகவும் ஆகலாம். ஏனெனில் என்னைவிட மோசமான சாட்சி காஃப்கா. இருபதாம் நூற்றாண்டுக்கு மட்டுமல்லாமல் இருபத்தொன்றாம் நூற்றாண்டுக்கும் சாட்சியாக இருப்பவர். அவருக்கெல்லாம் சாதாரணத் தண்டனை கிடைக்காது. காஃப்காவுக்கும் எனக்கும் மரண தண்டனை விதிக்கும் வரை அடுத்தடுத்த அறையிலோ முடிந்தால் ஒரே அறையிலோ எங்களை அடைக்க வேண்டும் என்று விரும்பினேன். வேண்டாம். ஒரே அறையில் என்றால் காஃப்காவை நானே கொன்றுவிடுவேன். இருபது ஆண்டுகளாக அவரது எழுத்துகளின்படிதான் எனக்குக் கனவுகள் வருகின்றன. எடுத்துக்காட்டாக ஒருநாள் என்ன குற்றம் செய்தான் என்று தெரியாமல் என் நண்பன் என் சொந்த ஊரில் கைது செய்யப்படுகிறான். அங்கே உள்ள தெப்பக்குளத்தின் நடுவில் நிற்கவைத்து அதில் மின்சாரம் பாய்ச்சிக் கொல்லப்படுகிறான். இப்படிப்பட்ட கனவுகளெல்லாம் இன்றைய தினத்துக்காக என்னைத் தயார் செய்வதற்கானவைதான் என்பது இப்போது புரிகிறது. மேலும் அதன் ஈடேற்ற தினத்தன்று காஃப்காவே சாட்சியாக வருவது பொருத்தமானது, காவிய முடிவு போன்றது என்று எனக்குத் தோன்றியது. இவ்வளவு நேரம் அவரைப் பார்த்த பிறகு இப்போதுதான் காஃப்கா என் பக்கம் திரும்பினார். சற்று நேரம் தீர்க்கமாகப் பார்த்தார். நான் பார்த்த பின்னட்டைப் படம் இதுவே. அதே நிறமுள்ள கோட்டுதான் அணிந்திருந்தார். சில நொடிகள் கழித்துப் பார்வையை வேறு பக்கம் திருப்பிக்கொண்டார். எந்தப் பக்கம் என்று பார்த்தேன். நீதிதேவதை சிலையின் பக்கம் என்று தெரிந்தது. காஃப்காவுக்கு இது போன்ற படிமங்கள் மிகவும் பிடிக்கும். அவரது நாவலில் கூட இதுபோன்று வருமே. அது என்ன படிமம். இப்போது நினைவுக்கு வர மாட்டேன் என்கிறதே. கூடவே அந்த நாவலை வைத்திருந்திருக்கலாம்.

இப்போது நீதிபதி மறுபடியும் பேச ஆரம்பித்தார். "நான் உங்களுக்குத் தண்டனைகளின் பட்டியலை வாசிக்க

ஆரம்பிக்கிறேன். அவற்றிலிருந்து உங்களுக்கு விருப்பமானதைத் தேர்ந்தெடுத்துக்கொள்ளலாம்” என்று வாசிக்க ஆரம்பித்தார். வழக்கமான தூக்குத்தண்டனையில் ஆரம்பித்து சிரச்சேதம், மின்நாற்காலி, கில்லட்டின், வரும் ரயில் மீது தூக்கியெறிதல், யானை காலால் இடறப்படுதல் என்று வரிசையாக வாசிக்க ஆரம்பித்தார். என்ன இது மூவாயிரம் ஆண்டுகள் வரலாற்றின், வெவ்வேறு நாடுகளின், புராணங்களின், சட்டங்களின், சர்வாதிகாரங்களின், நீதிபதியின் பாணியில் சொன்னால் வெவ்வேறு ஜனநாயகங்களின், வெவ்வேறு கற்பனைகளின் தண்டனைகளையெல்லாம் வாசித்துக்கொண்டிருக்கிறாரே. இதெல்லாம் எப்போது நம் நாட்டில் அமலாக ஆரம்பித்தது என்ற யோசனையில் காஃப்காவை மறுபடியும் பார்த்தேன் கல் மாதிரி உறைந்த பார்வையுடன் அந்தப் புத்தகத்தையே பார்த்துக்கொண்டிருந்தார்.

நீதிபதி வாசித்துக்கொண்டிருந்தார். அப்படியே வாசித்தால் சில நூற்றாண்டுகள் ஆகும் போல. அங்கு உள்ளவர்கள் அவ்வளவு பொறுமையுடன் ஒவ்வொன்றையும் கேட்டு உள்வாங்கிக்கொண்டே வந்தார்கள். நான் பெரும்பாலானவற்றைத் தவற விட்டுவிட்டேன். அப்போது எனக்கு ஒன்று தோன்றியது. இதெல்லாம் கனவோ கேலிக்கூத்தோ இல்லை. இனிமேல் தப்பிப்பதற்கு இடமே இல்லை என்றாகிவிட்டது. ஆகவே, உள்ளதிலேயே உசிதமான ஒரு தண்டனையை நாம் தேர்ந்தெடுத்துக்கொள்வதுதான் புத்திசாலித்தனம் என்று எனக்குத் தெரிந்த தண்டனையையெல்லாம் யோசிக்க ஆரம்பித்தேன். கில்லட்டின் என் முதல் தெரிவாக இருந்தது. பிரெஞ்சு புரட்சியின் சாகச நாயகர்களில் ஒருவர் போன்ற சாவு. அப்போதுதான் கி.ராஜநாராயணனின் நாவல் ஒன்று நினைவுக்கு வந்தது. பிள்ளைத்தாய்ச்சிப் பெண் ஒருத்தியைத் தண்ணீரில் வைத்து அமுத்திக் கொன்றதற்காக ஒரு திருடனை அந்தக் கிராமத்து மக்கள் கழுமரத்தில் ஏற்றிவிடுவார்கள். அவன் சில நாட்கள் உயிருடன் இருந்துவிட்டுச் சாவான். அவன் கழுமர உச்சியில் இருக்கும்போது அவன் கேட்டுக்கொண்டதற்கு இணங்க சில பெண்கள் ஆடியும் பாடியும் அவன் முன்னால் மகிழ்வித்துவிட்டுப் போவார்கள். கழுமரத்தைத் தேர்ந்தெடுத்தால் சாவதற்கு முன்பு என் பிள்ளைகளை ஓரிரு நாட்கள் கண்ணாரப் பார்த்துவிட்டுச் சாகலாம். முடிந்தால் கண்ணாடித் தூணில் தெரிந்த அவளையும் என்று தோன்றியது. வேறு யோசனையே வேண்டாம். கழுமரத்தையே தேர்ந்தெடுத்துவிடுவோம்.

"நான் கழுமரத்திலேயே சாக விரும்புகிறேன் யுவர் ஆனர். உங்கள் பட்டியலில் கழுமரம் இருக்கிறதா யுவர் ஆனர்" என்று கேட்டேன்.

"நிச்சயம் இருக்கிறது. மனிதர்கள் நிறைவேற்றிய, நிறைவேற்ற விரும்பிய அனைத்துத் தண்டனைகளும் இந்த நூலில் இருக்கின்றன. மேலும் கடவுளின் கற்பனைக்குட்பட்ட அனைத்து தண்டனைகளும் இந்த நூலில் இருக்கின்றன. கழுமரம் எப்படி இல்லாமல் போகும். இந்தத் தண்டனையைத் தேர்ந்தெடுக்கிறீர்கள் என்றால் பொதுவெளியில் வைத்து நீங்கள் கழுவேற்றப்படுவீர்கள்" என்றார் நீதிபதி.

"சரி நான் கழுமரத்தையே தேர்ந்தெடுத்துக்கொள்கிறேன். என் பெண் குழந்தைகள் அங்கே அழைத்துவரப்படுவார்களா" என்று உறுதிப்படுத்திக்கொள்வதற்காகக் கேட்டுக்கொண்டேன்.

"குடும்பத்தினர் முன்னிலையிலும் எல்லோர் முன்னிலையிலும் தான் நீங்கள் கழுவேற்றப்படுவீர்கள். கவலை வேண்டாம். இது ஜனநாயக நாடு" என்றார் நீதிபதி.

"சரி எனக்குச் சம்மதமே" என்று முழு மனதுடன் ஒப்புக் கொண்டேன்.

"தீர்ப்பு எழுதப்பட்ட பிறகு வேறு தண்டனைகள் மாற்றப்படாது" என்று நீதிபதி சற்றே கண்டிப்பான குரலில் கூறினார்.

நான் என் சம்மதத்தை அவரிடம் தலையசைவில் வெளிப்படுத்தினேன்.

தீர்ப்பை எழுதிவிட்டு வாசித்தார். ஒரு ஆண்டு தனிமைச் சிறை. அதன் பிறகு பொதுவெளியில் சாகுவரை கழுவேற்றம்.

அவர் எழுந்திருக்கும் முன்பு எனக்கு ஒரே ஒரு சந்தேகம்.

"கனம் கோர்ட்டார் அவர்களே... இப்படி அழைத்ததற்கு மன்னிக்கவும். என்னை அறியாமல் வந்துவிட்டது. எனக்கு ஒரு சந்தேகம். கழுவேற்றப்படும்போது நான் எல்லாரையும் பார்ப்பதற்கு அனுமதிக்கப்படுவேனா"

நீதிபதி மீண்டும் அமர்ந்து அந்தப் புத்தகத்தின் பொருளடக்கத்தைப் புரட்டிப் பார்த்துக் கழுவேற்றம் இடம்பெற்றிருக்கும் பக்கத்தைப் பார்த்துவிட்டுச் சொன்னார், "மன்னிக்கவும். தூக்குத்

தண்டனைக்குச் செய்வதைப் போல கறுப்புத் துணியால் மூடப்பட்டுத்தான் கழுமரத்தில் ஏற்றப்படுவீர்கள். இதை நான் நீதிபதி என்ற முறையில் சொல்லக்கூடாதுதான். எனினும் தனிப்பட்ட முறையில் சொல்கிறேன். சிறையிலிருந்து கழுமரம் இருக்கும் இடத்துக்கு வாகனத்தில் உங்களை அழைத்துச் செல்வார்கள் இல்லையா. அப்போது போதுமான நேரம் இருக்கும். அந்த நேரத்தில் அந்தத் துணியை ஊடுருவி வெளியே எப்படிப் பார்ப்பது என்று பயிற்சி எடுத்துக்கொள்வது உதவியாக இருக்கும்" என்று சொல்லிவிட்டு எழுந்துவிட்டார்.

என்ன காரியம் செய்துவிட்டேன். நான் வாழ்க்கையில் எடுக்கும் பெரும்பாலான முடிவுகளைப் போல, இன்று அந்த சர்வீஸ் சாலையில் செல்வது என்ற முடிவை எடுத்தது உட்பட, என் இறப்பு தொடர்பாகவும் மிகவும் தவறான முடிவை எடுத்துவிட்டேனே என்று சுயவெறுப்பு என்னைப் பிய்த்துத் தின்ன ஆரம்பித்தது. சட்டென்று சாவதை விட்டு இப்படி நாள்கணக்கில் வலிதாங்காமல் துடிதுடித்து, பறவைகளால் கண்கள் கொத்தப்பட்டு, எலிகளால் கொறிக்கப்பட்டுச் சாக வேண்டுமா. என்ன முடிவை எடுத்திருக்கிறேன் என்று நான் துடித்துக்கொண்டிருந்தபோதே இரண்டு போலீஸ்காரர்கள் என் கைகளைப் பிடித்து இழுத்துச் செல்ல ஆரம்பித்தார்கள். வெளியேறும் நேரத்தில் "தேநீர் இடைவேளைக்குப் பிறகான அடுத்த அமர்வில் எடுத்துக்கொள்ளப்படும் வழக்கு 'ஃபிரன்ஸ் காஃப்கா எதிர் 20ஆம் நூற்றாண்டு மற்றும் 21ஆம் நூற்றாண்டு" என்று யாரோ வாசிப்பது என் காதில் விழுந்தது. என்னைவிட மோசமான தண்டனை காஃப்காவுக்குக் கிடைக்க வேண்டும் என்று மனதுக்குள் கறுவிக்கொண்டே போனேன்.

3. அர்த்தம் எதிர் அபத்தம்: ஒரு வழக்கு

தனிமைச் சிறையில் அடைக்கப்பட்டபோது எனக்கு ஒரு விஷயம் தெளிவாகத் தெரிந்தது. இன்னும் சில நாட்களில் நான் இதற்குள் கிடந்தே செத்துப்போய்விடுவேன் என்பதுதான் அது. வருமானத்தை மீறியே விசாலமான, நிறைய ஜன்னல்கள் வைத்த, காற்றோட்டமும் வெளிச்சமும் கொண்ட வீடுகளில் வாடகைக்கு இருந்து பழக்கப்பட்டவன் நான். இங்கே இந்தத் தனிமைச் சிறையில் படுக்கலாம் நிற்கலாம். கொஞ்சம் சிரமப்பட்டு ஒரு சுவரில் சாய்ந்துகொண்டு இன்னொரு சுவரில் கால்களை

ஒடுக்கியபடி உட்காரலாம். அவ்வளவுதான். மற்றபடி கைகளை விரித்துப்போட்டுப் படுக்க முடியாது. உயிர்வாழ்வதற்கான காற்றுக்காக இரண்டாள் உயரத்துக்கு மேலே துளியளவு கூட ஒளி வந்துவிடக் கூடாது என்ற ஏற்பாட்டில் சல்லடைத் துளைகள் வைத்திருந்தார்கள். அதாவது ஆறு பக்கமும் அடைத்திருந்தது, சில சல்லடைத் துளைகளைத் தவிர.

இங்கு வந்ததிலிருந்து சில நாட்கள் எனக்கு என்ன நடந்தது என்பதை திரும்பத் திரும்ப நினைவுகூர்வதிலேயே கழிந்தன. வாழ்க்கை முற்றிலும் இப்படி ஒரே நாளில் அர்த்தமிழந்தோ, அர்த்தம் என்பது திடீரென்று முழுக்க அபத்தமாகவோ கேலிக்கூத்தாகவோ ஆகிவிடுமா என்ன. இத்தனை நாள் எத்தனையோ துயரங்கள், தவறான முடிவுகள், வீழ்ச்சிகள் என்றாலும் இப்படி அபத்தமாக ஆகிவிடவில்லையே.

இந்த சிந்தனை கழிவிரக்கத்தில் கொண்டுபோய்தான் விடும் என்று தெளிவாகப் புரிந்தது. அதே நேரத்தில் இந்த வாழ்க்கையின் பிரபஞ்சத்தின் இயல்பான அமைவு அபத்தம்தான் என்றும் சிலருக்கு அதாவது நேற்றுவரையிலான எனக்கு அது அர்த்தமாக அமைந்திருக்கிறது என்பதும் இந்த வகையில் இறுதி யோசனையாக இருந்தது. ஏனெனில் இந்தத் தனிமைச் சிறையை மிகவும் பாதுகாப்பாக உணரக் கூடிய, வானில் எப்போதும் குண்டுகளை எதிர்நோக்கக் கூடிய, நாடு விட்டுத் தப்பித்துச் செல்லும்போது படகில் மூழ்கிச் சாகும் சாத்தியமுள்ள குழந்தைளும் இந்த உலகில் இருக்கிறார்கள் என்பதை அறிவேன். அவர்களுக்கு அர்த்தம், அபத்தம் பற்றிய யோசனை போன்ற அதிர்ஷ்டங்களெல்லாம் வாய்க்கவில்லை. அந்த வகையில் நான் கழுமரத்தில் ஏற்றப்படும் வரை, ஏற்றி உயிர் போகும் வரை அதிர்ஷ்டசாலியே. ஏற்றப்பட்டிருக்கும் கழுமரத்தின் பெயர் அர்த்தமா அபத்தமா என்ற இரண்டு தரப்புகளின் சார்பாக உச்சியில் நானே வாதிடலாம். நானே தீர்ப்பு வழங்கலாம். நானே தண்டனை ஏற்கலாம்.

ஆரம்பத்தில் பசியே இல்லை. ஆனால் அவர்கள் ஏதோ ஒரு நேர முறைப்படி வைத்துச் செல்லும் சிறிதளவு உணவையும் சாப்பிடவில்லையென்றால் அந்த உணவைச் சாப்பிட்ட பிறகுதான் அடுத்த வேளை உணவை வைப்பார்கள். இதனால் உண்மையில் பசியெடுக்கும் வேளையில் சாப்பிடுவதற்கு ஏற்கெனவே வைத்துச் சாப்பிடாமல் கெட்டுப்போன

உணவுதான் இருக்கும். வேறு வழியின்றி அதையும் நான் எடுத்துச் சாப்பிட்டுவிடுவதுண்டு. இது ஆரம்பத்தில் உடம்புக்குக் கொஞ்சம் ஒத்துக்கொள்ளாமல் போனாலும் போகப் போக இதுவும் ஒத்துக்கொள்ள ஆரம்பித்தது. அப்போதுதான் எனக்கு ஒரு உத்தி தோன்றியது. நாம் ஏன் கழுமரத்தில் ஏறுவதற்கு உடல்ரீதியிலும் மனரீதியிலும் பயிற்சி எடுத்துக்கொள்ளக் கூடாது?

இங்கே கழுமரத்துக்கு எங்கே போவது. எல்லாம் அடைத்த இரும்புக் கதவுகளாகவும் சுவர்களாகவும் இருக்கின்றன. ஒரு கம்பிகூட கிடையாது. சாப்பாடுகூட காகித டப்பாவில்தான் வரும். சரி முதலில் மனப்பயிற்சி எடுத்துக்கொள்வோம். அதன் பிறகு வழி கண்டுபிடிப்போம் என்று நினைத்தேன். எனக்கு அந்தத் தனிமைச் சிறை ஒருவகையில் வர்ச்சுவல் ரியாலிட்டி அனுபவத்துக்கு ஏற்ற அமைப்பைக் கொண்டிருந்தது. முற்றிலும் இருண்ட அறை என்பதால் என் கண்களை மூட வேண்டிய அவசியம் இல்லாமலேயே கண்ணுக்கு முன்னால் மனக்கண்ணை உருவாக்க முயன்றேன்.

சில நாட்கள் முயன்ற பிறகே என்னால் ஒரு மைதானத்தை உருவாக்க முடிந்தது. கழுமரத்தை உருவாக்குவதற்கு அதிக நேரம் பிடிக்கவில்லை. நான் கேள்விப்பட்டதை விட வலி கொடுக்கக் கூடிய கழுமரத்தை நான் உருவாக்கினேன். அதன் முனையை, என் அப்பா பாம்பு குத்துவதற்கு செய்து வைத்திருந்த சுளுக்கி முனையை மனதில் கொண்டு உருவாக்கினேன். அதாவது கூரிய முனைக்குக் கீழே தரையைப் பார்த்தபடி இன்னொரு சின்ன கூர்முனை இருக்கும். பாம்பும் நானும் மாட்டிக்கொண்டு திமிரினால் விடுபட முடியாது, வலி உயிர்போகும். இப்போது அருகிலும் சில கழுமரங்கள் கற்பனை செய்துகொண்டேன். என்னை இயேசு போல கற்பனை செய்துகொள்ளும் முயற்சியல்ல இது. எனக்குத் தனியாகக் கழுமரத்தில் ஏறுவதற்கு அச்சமாக இருந்தது, கற்பனையில் கூட.

கழுமரங்களுக்கு முன்னால் தற்காலிக மேடை அமைத்திருக்கிறார்கள். ஒவ்வொருவராய் அழைத்துச் செல்கிறார்கள். என்னுடைய பெயர் அகர வரிசைப்படி ஆங்கிலம் தமிழ் இரண்டிலும் முதலிலேயே வந்துவிடும் என்பதால் பள்ளிக் காலத்திலிருந்து கழுமரம் வரை எனக்குப் பிரச்சினை. ஆயினும் முதல் கற்பனை என்பதால் கொஞ்சம் மாற்றுகிறேன்.

வேறொருவரை ஆமாம் அது யார். திருப்புளிக்காரன். ஆனால் அவன் முகம் இறுதியில் சாந்தமாக இருந்ததே. வேண்டாம் நீதிபதி, சாட்சித்தரப்பு வழக்கறிஞர். எனக்கு யாரையும் ஏற்றுவதற்குத் தயக்கமாக இருந்தது. கடைசியாக ஒரு முடிவெடுத்தேன், தனியாகக் கழுமரம் ஏறுவதென்று. மற்றவற்றில் யாரும் ஏறவில்லை என்றாலும் ஒரு ஆறுதலுக்காக, துணைக்காக இருக்கட்டும் என்று விட்டுவிட்டேன். என் முகத்தில் கறுப்புத் துணி போட்டு மூடியிருந்தாலும் இந்தக் கற்பனையை செய்துபார்ப்பது நான் என்பதால் என்னால் நான் கழுமரம் ஏறுவதை யாரோ பார்ப்பதுபோல் பார்க்க முடிந்தது. சுற்றிலும் பார்க்கிறேன். என் ராஜாத்திகள் இருவரும் நிற்கிறார்கள். அவர்களுக்குக் கண்ணில் தாரைதாரையாய் நீர் வடிகிறது. அப்புறம் அவர்களுக்குப் பின்னால் ஒரு கண்ணாடித் தூண் அந்தத் தூணில் அவள் முகம் தெரிகிறது, அதாவது கழுமரத்தில் ஏறும் எனக்கு அல்ல, கற்பனை செய்து பார்க்கும் எனக்கு.

இது சரியான முறையல்ல. கறுப்புத் துணிக்குள் சென்று கழுமரத்தில் உட்கார வைக்கப்படும் ஒருவனின் உணர்வுகளைத்தான் நான் இந்த வர்ச்சுவல் ரியாலிட்டிக்குள் கொண்டுவர வேண்டுமேயொழிய வேடிக்கை பார்க்கும் ஒருத்தனின் உணர்வுகளை அல்ல. இத்தனை நாள் உருவாக்கிய மைதானம் கழுமரங்கள் எல்லாம் வீண். ஆகவே வேறு மனப்பயிற்சி மேற்கொள்ள ஆரம்பித்தேன். சுருக்கென்று என் குதத்தைத் துளைத்துக்கொண்டு குடலை இழுத்துக்கொண்டு மெதுமெதுவாய் பின்னங்கழுத்து நோக்கி முன்னேறுவதுபோல் திரும்பத் திரும்பக் கற்பனை செய்துகொண்டேன். கழுமரத்தையோ என் குதத்தையோ குடலையோ நான் பார்க்க முடியாது என்பதால் தாங்க முடியாத வலிக்கே அதுவும் குடைந்துகொண்டு பயணிப்பது போன்ற ஒரு வலிக்கே நான் உருவம் கொடுக்க முயன்றேன். உண்மையில் அந்த வலியைக் கற்பனை செய்ய முடியாமையே பெரிய வலியை மூளையில் ஏற்படுத்தியது, தலைகீழாகக் கழுமரத்தில் ஏற்றியதுபோல.

இப்போது என் முன்னுள்ள கேள்வி என் முகத்தின் மேல் போடப்படவிருக்கும் கறுப்புத் துணியை மீறி என் குழந்தைகளையும் முடிந்தால் கண்ணாடித்தூண்முகக்காரியையும் எப்படிப் பார்ப்பது என்பதுதான். துணி நெருக்கமாக நெய்யப்பட்டிருக்குமா இடைவெளியுடன் நெய்யப்பட்டிருக்குமா

என்று தெரியவில்லை. நீதிபதி கூறிய ஜனநாயக நாட்டில் எதுவும் இடைவெளியுடன் நெய்யப்பட்டிருக்கும் என்ற நம்பிக்கை எனக்கு இல்லை. ஆகவே, அதற்கென்ற விஷேசப் பயிற்சிகளை மேற்கொள்ள ஆரம்பித்தேன்.

இந்தத் தனிமைச் சிறைதான் அந்த விசேஷப் பயிற்சிகளுக்கான முதல் படி. எங்கிருந்தாவது இடம் வலம் மேல் கீழ் என்று மாறி மாறிப் பிரதிபலித்தும் சிதறியும் ஒரு துளியில் அணுவளவாவது ஒளி இந்தத் தனிமைச் சிறைக்குள் வந்திருக்கும் என்று நம்புகிறேன். அதைக் கண்டுபிடிக்க முயன்றால் அதன் உதவியுடன் இந்தத் தனிமைச் சிறையின் சுவர்களையும் தரையையும் கூரையையும் பார்க்க முயன்றால் கறுப்புத் துணியை என் கண்கள் ஊடுருவி விடும் என்று நம்பினேன். அதற்கான பயிற்சியை எடுக்க ஆரம்பித்தேன். ஏற்கெனவே இருளுக்குப் பழகியிருந்தாலும் இனிமேல் இருளுக்குள்ளிருந்து ஒளியைத் தேடி எடுக்க வேண்டும் அவ்வளவுதான்.

தனிமைச் சிறையில் அடைக்கப்படும்போது டார்ச் லைட்டின் வெளிச்சத்தில் எனக்குக் காட்டப்பட்டிருந்த, உச்சியில் காற்றுக்காக விடப்பட்டிருந்த, ஒளி வந்துவிடாமல் தடுப்பதற்காகச் சுவருக்குள்ளே நெளிந்தும் வளைந்தும் வழியைக் கொண்ட அந்தச் சல்லடைத் துளைகள்தான் எனக்கான மீட்சி என்று நம்பினேன், திசையெல்லாம் மறந்துபோனதால் மேல் கீழ் என்பது மட்டும் நினைவில் இருப்பதால் சிறிதளவே எனினும் காற்று வரும் வழி என்பதால் ஒவ்வொரு திசையிலும் மேல்நோக்கி அனைத்துப் புலன்களையும் குவித்துவைத்துக் குவித்துவைத்துப் பார்க்க முயன்றேன். நான் முயற்சி செய்ய ஆரம்பித்த நேரம் இரவா பகலா என்று தெரியவில்லை. மாறி மாறி முயற்சி செய்து பார்த்தேன். ஒரு தடவை மேலிருந்து சிறிதளவு ஏதோ புது வகை வாசமோ நாற்றமோ வர ஆரம்பித்தது. அதே திசையில் பார்த்தபடி நின்றேன். கழுத்து வலிக்கும்போதெல்லாம் சற்று தாழ்த்திக்கொண்டு மறுபடியும் நிமிர்ந்து பார்ப்பேன். இப்படித்தான் அந்த இடத்தில் புள்ளிபுள்ளியாய் எனக்கு அந்தத் துளைகள் மிகவும் மங்கலாகத் தென்பட ஆரம்பித்தன. கவனத்தைப் பல நாட்கள் இடைவெளி விட்டு இடைவெளி விட்டு நிலைநிறுத்தி இப்போது அந்தத் துளைகளையும் அவற்றைச் சுற்றியுள்ள பரப்பையும் தெளிவாகப் பார்த்துவிட்டேன். இப்படியே ஒவ்வொரு நாளாய் அந்த

ஒளியைப் பிடித்து இழுத்தபடி தனிமைச் சிறை முழுவதற்கும் கொண்டுவந்துவிட்டேன். அப்போதுதான் கவனித்தேன் என்னைவிட பல மடங்கு திறமைசாலி ஒருவன் அந்தத் தனிமைச் சிறையில் இருந்திருக்கிறான். அவன் இந்தச் சிறையின் சுவரில் மிகவும் அழகான ஒரு பெண்ணை நிர்வாணமாக, சற்றுக் கால்களை விரித்து உட்கார்ந்திருப்பதுபோல் வரைந்துவைத்திருந்தான். முன்பு இருந்தது ஒரு பெண்ணாக இருந்தும் தன் உடலை இப்படி இந்த உலகுக்கு விட்டுச் செல்லவும் விரும்பியிருக்கலாம். அது இந்த உலகத்துக்கு அவள் உடலின் அறிக்கை. இன்னொரு சாத்தியமும் இருக்கிறது. என்னைப் போன்ற திறமைசாலிகள் வேண்டுமானால் கண்டுபிடித்துப் பயனடையட்டும் என்று சிறை நிர்வாகமே ஏற்கெனவே வரைந்துவைத்திருக்கலாம் என்றும் நினைத்துப் பார்த்தேன்.

இங்கேதான் நான் பெரும் தவறிழைத்துவிட்டேன். ஒரு வெற்றியை எட்டியதும் அதை விட்டுவிட்டு வேறொன்றுக்குச் செல்வது. ஒருசில நாட்கள் மட்டும் வெளிச்சமாக இருந்த அந்தச் சிறை, என் சுய இன்பத்துக்கு உதவிய அந்தப் பெண்ணின் ஓவியம் எல்லாம் இருள ஆரம்பித்துவிட்டன. நான் இப்போது வெற்றித் திமிரில் வேறொரு முயற்சியில் ஈடுபட ஆரம்பித்துவிட்டேன். கண்ணை மூடிக்கொண்டு வெளியே உள்ளவற்றைப் பார்ப்பது என்ற முயற்சிதான் அது. ஆனால் அறை முழுவதும் கூட்டிவந்த ஒளியைத் தொலைத்துவிட்டதால் அந்த முயற்சியும் வீண்தான் என்று புலப்பட்டபோது அதனையும் நிறுத்திக்கொண்டேன்.

4. கிரகோர் சாம்சா

ஒரு வகையில் இந்தத் தனிமைச் சிறைக்குள் நான் மேற்கொண்ட எந்த முயற்சியும் வீண் என்று சொல்லிவிட முடியாது. ஏனெனில் இவற்றையெல்லாம் நான் மேற்கொள்ளவில்லையெனில் மனப்பிறழ்வடைந்து தனிமைத் துயரிலும் விரக்தியிலும் எப்போதோ இறந்துபோயிருப்பேன். அந்த விதத்தில் நான் உடல் அளவிலும் சிந்தனை அளவிலும் சுறுசுறுப்பாகவும் விழிப்பாகவும் இருந்திருக்கிறேன் என்றுதான் சொல்ல வேண்டும், சொல்லப்போனால் இந்தச் சிறை வாழ்க்கைக்கு முந்தைய வாழ்க்கையில் என் புலன்களெல்லாம் தூசடைந்தும் மழுங்கிப்போயும் கிடந்திருக்கின்றன என்றும் இப்போதுதான் தூசிதட்டப்பட்டுக் கூர்மையடைந்திருக்கின்றன என்றும் எனக்குத்

தோன்றியது. இந்தக் கூர்மையெல்லாம் சிறைவாழ்க்கைக்கு வெளியில் ஏற்பட்டிருக்க வேண்டும். ஏதாவது பயன் இருந்திருக்கும். இப்போது என் வாழ்க்கைக்கு அல்லாமல் என் இறப்புக்கு அல்லவா பயன்படப்போகின்றன.

இதன் பிறகு நான் அதிக முயற்சிகளில் ஈடுபடவில்லை. எவ்வளவு நாள் உள்ளே இருந்தோம் என்று தெரியவில்லை. ஆனால் இன்னும் கொஞ்ச நாட்களில் கழுவேற்றிவிடுவார்கள் என்பது மட்டும் தெரிந்தது. இடையிடையே என் குழந்தைகள் முகங்கள் என் மனதில் வந்து என்னைத் தேம்ப வைத்தன. கண்ணாடித்தூண்முகக்காரி என் எல்லாச் செயல்களிலும் தூணுக்கு முன்னால் என்னைப் பார்த்துக்கொண்டே நின்றாள். தூண் எப்படி அவள் முகத்தின் பிரதிபலிப்பைத் தாங்கியது. அந்தக் கணம் அது விரிவு கொண்டு வெடிக்கவில்லையே. ஆனால் அந்தப் பிரதிபலிப்பு எங்கே போய்ச் சேர்கிறதோ அந்த இடம்தான் வெடிக்கும் போல.

அடுத்ததாக காஃப்காவின் நினைவும் அவ்வப்போது வரும். அவருக்குத் தீர்ப்பு அறிவித்திருப்பார்கள். இந்தச் சிறையில் ஏதோ ஒரு தனிமைச் சிறையில்தான் அவரை அடைத்திருப்பார்கள். இரண்டு நூற்றாண்டுகளுக்குச் சாட்சியாக இருந்ததால் ஒவ்வொரு நாட்டிலும் ஒரு தண்டனை அவருக்கு. நான் ஒரே ஒரு நாள் ஒரு சர்வீஸ் சாலையில் நடந்ததற்கு மட்டும்தான் சாட்சியாக இருந்தேன். சாட்சியாக இருத்தல் பெரும் தண்டனைக்குரியதாக ஆனதை அறியாமல் நான் இருந்திருக்கிறேன். ஒன்று நிகழும்போது அருகில் இருத்தல், தூரத்தில் இருத்தல், கண்டுகொள்ளுதல், கண்டுகொள்ளாமல் போய்விடுதல், மௌனமாக இருத்தல், பேசிவிடுதல் என்று எல்லாமே தண்டனைக்குட்படுத்தப்படுவதை அறியாமல் இருந்திருக்கிறேன். அதற்காக மனதளவில் காஃப்கா என்னைத் தயார்படுத்திக்கொண்டே வந்திருந்தாலும் அதை நான் சிறிதும் உணரவேயில்லை. சொல்லப்போனால் காஃப்கா தண்டனையிலிருந்து தப்பிப்பதற்கோ தண்டனையின் வலியிலிருந்து தப்பிப்பதற்கோ தயார்ப்படுத்தவில்லை. அப்படியென்றால் அவரே இப்போது தண்டனைக்குள்ளாகாமல் இருந்திருப்பாரே. தண்டனையின் அதிகாரத்தையும் அபத்தத்தையும் தன் உடலாலும் வலியாலும் கேள்விக்கு உட்படுத்துதல். அதுதான் காஃப்கா செய்தது. காஃப்கா உட்படுத்திய கேள்வி வெளியில் இருந்தது. அதைச் சமூகம் தொடர்ந்து எதிர்கொண்டிருக்கிறது.

என்னைப் பொறுத்தவரை அந்தக் கேள்வியுடனான தொடர்பு இப்போது முற்றிலும் துண்டிக்கப்பட்டுவிட்டது. இந்த ஆறு பக்க அடைப்புக்குள் இருந்துகொண்டு எந்த அதிகாரத்தின் மையத்தையும் அபத்தத்தையும் நான் கேள்வி கேட்பது? வெளிச் சமூகத்தின் ஒரு பங்காய் நான் இருந்தபோது என்னையறியாமல் என்னுள் படிந்துவிட்ட சிறிதளவு அதிகாரத்தையும் அதன் அபத்தத்தையும்தான் இப்போது என் உடலாலும் வலியாலும் கேள்விக்குட்ப்படுத்திக்கொண்டிருக்கிறேன் போல. இடமே போதாமல் உடலே போதாமல் ஒரு கரப்பான் பூச்சியாக புரண்டுகொண்டிருக்கிறேன். ஆம் காஃப்காவின் நாயகன் கிரகோர் சாம்சா ஆகிவிட்டேன்.

தன் அறைக்குள்ளே பிரம்மாண்டமான கரப்பான் பூச்சி ஆனவன் கிரகோர் சாம்சா. பெரும் பரிசோதனையின் மூலம் அவன் ஆனானா. இல்லை அந்த அறையும் குடும்பவும் வெளியில் உள்ள எல்லோரும் உள்ளே தள்ளி அவனைக் கரப்பான் பூச்சி ஆக்கினார்களா. ஆனால் வெளியில் நின்றிருந்த அவன் அம்மா அழுதுகொண்டுதானே இருந்தார். எது எப்படியோ பரிசோதனையின் முடிவில் கிரகோர் சாம்சா தன் அறைக்குள்ளே இறந்துகிடந்தான். எப்போதும் இப்படித்தான். முதன்முறையாக ஒரு பரிசோதனை மேற்கொள்ளப்படும்போது வெற்றி மட்டுமே உறுதிப்படுத்தப்படுவதில்லை. பெரும்பாலும் தோல்விதான் இருக்கும். வெகு அரிதாகத்தான் வெற்றி. சில சமயம் வெற்றியும் தோல்வியும் கலந்து இருக்கும். எனக்கென்னவோ கிரகோர் சாம்சா தோல்வியும் வெற்றியும் ஆன ஒரு கலவை என்றே தோன்றுகிறது. ஒரு மனிதன் கரப்பான் பூச்சி ஆன விதத்தில் இயற்கையின் வழிமுறைகளில் அது மாபெரும் விந்தை, பரிணாமப் பரிசோதனைகளில் முன்னுதாரணமில்லாத வெற்றி. ஆனால், அந்தக் கரப்பான் பூச்சியால் வாழ முடியாமல் போனது அந்தப் பரிசோதனையின் தோல்வி. ஆக, கரப்பான் பூச்சி ஆக்குவது எப்படி என்று காஃப்கா கண்டுபிடித்துத் தந்த சூத்திரத்தை இப்போது எல்லா நாடுகளிலும் பயன்படுத்த ஆரம்பித்துவிட்டார்கள் போல. அதற்காகத்தான் இந்தத் தனிமைச் சிறை. நல்ல சூத்திரத்தைக் கண்டுபிடித்துத் தந்தீர்கள் போங்கள் காஃப்கா. அதற்காக உங்களையும் கழுவேற்றினால் நான் ரொம்பவும் சந்தோஷப்படுவேன். ஆனால் அவரை நினைத்துப் பாவமாகவும் இருந்தது. உண்மையில் கரப்பான் பூச்சியாக ஆக்குவதற்கான

சூத்திரத்தை அவர் கண்டுபிடிக்கவில்லை. எல்லோரும் கரப்பான் பூச்சியாக, அதுவும் அறைக்குள் அடைபட்டிருக்கும் கரப்பான் பூச்சியாக ஆகிக்கொண்டிருக்கிறார்கள் என்ற உண்மையைத்தான் கண்டுபிடித்தார். அதற்காகத்தான் இப்போது நூறு ஆண்டுகளாக அனைத்து நாடுகளின் அனைத்துக் காலங்களின் அனைத்துக் கற்பனைகளின் அனைத்துத் தண்டனைகளையும் அனுபவித்துக்கொண்டிருக்கிறார் போல. இப்போது சக உணர்வும் சொல்லப்போனால் ஒரு ஆன்மா இந்த அளவுக்கு அடித்துத் துவைத்துப் பிய்த்தெறியப்படும்போது நம் கழுவேற்றமெல்லாம் சாதாரணம்தான் என்ற உணர்வும் ஏற்பட்டது.

5. உலகின் மிகப் பெரிய இருள்!

என் பயிற்சிகளையெல்லாம் விட்ட பிறகு மீண்டும் இருளுக்குள் மூழ்கினேன். அதனால் என் அனைத்து உறுப்புகளுக்கும் எனக்குமான இடைவெளி அதிகரித்தது. வலியும் இன்ன பிற உணர்வுகளும் ஏற்படத்தான் செய்தன. ஆனால் அவையெல்லாம் எங்கோ ஒரு இடத்திலிருந்து புறப்பட்டு இங்கு வருவதைப் போலத் தெரிந்தது. என் உடல் முதலில் இந்தத் தனிமைச் சிறை அளவு விரிந்தது. பிறகு இருளின் எல்லையளவுக்கு விரிந்தது, அதன் பின் தனிமைச் சிறையின் சுவரெல்லாம் ஒரு பொருட்டே இல்லை. ஒரு வகையில் என் உடலும் பொருட்டே இல்லாமல் போனது. வெறும் உணர்வுகளின் எண்ணங்களின் தொகுப்பாக இருந்தேன். இது எனக்கு மிகப் பெரிய ஆனந்தத்தைக் கொடுத்தது. இனிமேல் எனக்கொன்றும் கவலை இல்லை. என் கழுவேற்ற நாளில் உலகின் மிகப் பெரிய இருளைத் தூக்கிக்கொண்டு போய் கழுமுனையில் உட்காரவைப்பார்கள்.

6. நூறு மரங்கள்

இதற்குப் பிறகு இந்தக் கதை தன்மையிலிருந்து படர்க்கைக்கு மாறுகிறது. இதற்கு முக்கியக் காரணம் தனிமைச் சிறை அவனது 'நான்' என்ற உணர்வை முற்றிலுமாக அழித்தொழித்துவிடுகிறது. அதனால் 'நான்' என்ற கோணத்திலிருந்து அவனால் இனி கதையைச் சொல்ல முடியாது. அவன் நண்பன் கூறியதுபோல நான் அந்தஸ்து நீக்கப்பட்டவன் அவன்.

ஒருநாள் சிறையதிகாரிகள் வந்து கதவைத் திறந்தார்கள். வழக்கமாக உணவு வழங்குவதற்காகத் திறக்கப்படுகிறது என்று அவன் நினைத்தான்.

"உனக்கு இன்று கழுவேற்றம்" என்று சொல்லி சின்ன டார்ச்சால் அவன் எங்கே இருக்கிறான் என்று பார்த்தார்கள். சிறு ஒளி வந்ததும் அவன் தாங்க முடியாமல் துடித்தான். அவனைப் பார்த்துவிட்டதால் டார்ச் ஒளியை அணைத்துவிட்டு அவனைப் பிடித்தார்கள்.

"பசிக்கிறது" என்றான்.

"மன்னிக்கவும். கழுவேற்றத்துக்கு முன்பு உணவு தரப்படுவதில்லை. ஒருவரைச் சாப்பிடவைத்துவிட்டுக் கொல்வது ஜனநாயகத்துக்கு அழகில்லை" என்றார் ஒரு அதிகாரி.

அவர்கள் ஒரு கறுப்புத் துணியை எடுத்து அவன் முகத்தில் மூடி அழைத்துச் சென்றார்கள். அவன் எந்த விதத்திலும் முரண்டு பிடிக்கவில்லை. ஆனால், தனிமைச் சிறைப் பிரிவைக் கடந்து பொதுச் சிறைப் பிரிவுக்குள் வரும்போது அந்தக் காற்றும் அங்கிருக்கும் ஒளியும் அவன் தோல்மீது பட்டு கடும் எரிச்சலைத் தர ஆரம்பித்தன. அந்த எரிச்சல் தாங்காமல் நெளிந்துகொண்டே நடக்க ஆரம்பித்தான். போலீஸ்காரர்கள் அவனை நேராகப் பிடித்தபடி நடந்தார்கள். போலீஸ் வாகனத்தில் ஏற்றி வாகனத்தைக் கிளப்பிய பிறகு சற்றே எரிச்சல் குறைந்ததுபோல் அவனுக்கு இருந்தது. சிறை அழித்த உடல் என்ற உணர்வும் நான் உணர்வும் வெளியிலுள்ள காற்றும் ஒளியும் மேலதிகமாகப் பட்டுக்கொண்டிருந்தால் அவனுக்கு மறுபடியும் வந்துவிடும்தான் போல.

அந்த வாகனத்தில் அவனைப் போலவே கடும் எரிச்சலுடன் சிலர் உட்கார்ந்திருந்தார்கள். ஒருவன் வெளியில் வந்த உடனேயே இறந்துபோய்விட்டான். ஆனாலும் சட்டப்படி கழுவேற்ற வேண்டும் என்பதற்காக வாகனத்தின் ஒரு மூலையில் அவனை வைத்துப் பிடித்தபடி இருந்தார்கள்.

அரை மணி நேரத்தில் அந்த மைதானம் இருக்கும் இடத்துக்கு அந்த வாகனம் வந்து சேர்ந்தது. ஆனால் இந்த நேரக் கணக்கு அவர்களுக்குத் தெரியவில்லை. அதனை எப்போதோ தொலைத்துவிட்டார்கள். கழுவேற்றிய பின் வலி மட்டுமே அவர்களின் நேரம்.

அந்த மைதானம் மேலிருந்து பார்ப்பதற்கு அவ்வளவு அற்புதமாக இருந்தது. நூறு கழுமரங்கள். உண்மையில் அவை கழுமரங்கள் அல்ல. கழுமரங்களாகப் பயன்படுத்த வேண்டும் என்பதற்காக வரிசையாக வளர்க்கப்பட்ட மரங்கள். கழுமரமாக அவற்றைப் பயன்படுத்தலாம் என்ற பக்குவம் வந்ததும், உரிய பருவத்தைத் தாண்டினால் மரங்கள் கழுமரத்துக்குரிய வடிவத்தை மீறிவிடும் என்று தோன்றியதும் தண்டனை நிறைவேற்றுவதற்கு உதவும் வகையில் கழுமரங்கள் ஒரே சீராக வெட்டப்படும்.

நூறு கழுமரங்களுக்கும் முன்பு கழுவர்கள் ஏறுவதற்கும் அவர்களை கழுமுனையில் பொருத்தும் கழுப் பணியாளர்கள் ஏறுவதற்கும் மேடைகள் அமைக்கப்பட்டிருந்தன. தண்டனை விதிக்கப்பட்டவர்கள் அங்கு கொண்டுவரப்பட்டதும் அங்கு கூடியிருந்த கூட்டத்தினரின் மூச்சு பேரலையாக எழுந்து எழுந்து அடங்கிக்கொண்டிருந்தது. வாய்விட்டு ஏதும் கத்தினால் தண்டனை கிடைக்கும் என்பதால் மூச்சு அளவோடு அவர்கள் நின்றுவிட்டார்கள். கணிசமானோர் தண்டனை வழங்கப்படவிருப்பவர்களின் குடும்பத்தினர் என்றால் பெரும்பாலானோர் வேடிக்கை பார்க்க வந்தவர்கள். இவர்கள் அரசின் எந்தச் சட்டதிட்டத்தையும் மீறாதவர்கள் என்பதால் இவர்கள் அரசின் விருப்பத்துக்கு உரியவர்கள்.

இதற்கு முன் தன்னுடைய பிள்ளைகள் வர வேண்டும் என்று விரும்பிய அவன் இப்போது அவர்கள் வந்திருக்கக் கூடாது என்று ஆழமாக விரும்பினான். ஏனெனில் இப்போது அவன் நிர்வாணப்படுத்தப்பட்டான். எல்லோரும்தான். கழுமரத்தில் ஏற்றப்பட்டுக் கொஞ்சம் கொஞ்சமாக உயிரிழக்கும் அந்தக் காட்சிதான் அவர்களின் இறுதிக் காலம் வரை அவர்கள் கண்ணிலும் நினைவிலும் கனவிலும் நிற்கும். அது கூடாது என்று நினைத்தான்.

எல்லோருக்கும் இங்கே ஒரு சந்தேகம் வரும்தான். ஒன்றை விரும்புவதற்கோ ஒரு உணர்வு ஏற்படுவதற்கோ அவனுக்கு உரிய உரிமை இன்னும் இருக்கிறதா. இருக்கிறதுதான். ஆனால் நான் என்ற நிலையிலிருந்து இந்தக் கதையைச் சொல்லவும் நான் என்ற நிலையிலிருந்து இந்த நூற்றாண்டை நடத்திச் செல்லவும் நான் என்ற நிலையிலிருந்து தன் உணர்வுகளின் உடைமையாளனாகவும் நான் என்ற நிலையிலிருந்து எதற்கும்

சாட்சியாக இருக்கவும்தான் அவனுக்கும் அவனது சக கழுவர்களுக்கும் உரிமை இல்லை.

எல்லா ஏற்பாடுகளும் செய்து முடிக்கப்பட்டு, விதிமுறைகள் பரிசோதிக்கப்பட்டு சமிக்ஞை எழுப்பப்பட்டதும் கழுமரத்தின் முன்னுள்ள மேடையில் நூறு பேரும் ஏற்றப்பட்டார்கள். சரியாகக் கழுமுனைக்கு முன்னுள்ள உச்சிப் படியில் நிற்கவைக்கப்பட்டிருந்தார்கள். அடுத்த சமிக்ஞையில் அப்படியே நூறு பேரும் அழுத்தப்பட்டார்கள். அழுத்தப்பட்டபோது நூறு முரசுகள் ஒரே சமயத்தில் வாசித்ததுபோல் ஒரு ஒலி வெடித்து அது மைதானத்தில் இருந்தவர்கள் அனைவர் மீதும் அனைவரின் செவிகளுக்குள்ளும் மோதிச் சிதறி மைதானத்தின் பிரம்மாண்டமான வட்டமான சுற்றுச்சுவரில் மோதி எதிரொலித்துப் பெருகித் திரும்பி வந்த கால இடைவெளிக்கு இடையே நூறு பேரின் வலியும் மூழ்கிப்போய்விட்டது. ஒருவரும் உயிரிழக்கவில்லை. ஒருவரும் முனகவும் இல்லை. ஆனால் இதற்கிடையே கழுவேற்றிய சமயத்தில் திட்டப்படி தானியங்கிக் கழுமேடை பின்னகர்ந்ததால். ஏராளமான கழுப் பணியாளர்கள் கீழே விழுந்துவிட்டார்கள். கழுவர்கள் கழுமரத்தில் பொருத்தப்பட்ட பின் ஆதரவுக்காக மேடையில் காலை ஊன்றிவிடக் கூடாது என்பதற்காக அப்படி மேடை நகர்வதுபோல் ஒரு ஏற்பாடு.

நூறு கழுவர்களும் பெருமூச்சு விடக்கூட தெம்பில்லாமல் தீனமாகத்தான் மூச்சுவிட்டுக்கொண்டிருந்தார்கள். கூட்டத்தின் பெருமூச்சுதான் அலையலையாக வீசிக்கொண்டிருந்தது அது அடங்கும் நேரம்தான் “அப்பா” என்ற குரல் எங்கிருந்தோ வீறிட்டது. அது தன் சின்ன மகள் குரல் என்று சட்டென்று விழித்துக்கொண்டு அத்திசையில் தலையைத் திருப்பினான். அடுத்தது பெரியவளின் குரலும். ஒரு கணம் அவனுக்கு ஆசுவாசம் ஏற்பட்டாலும் ஐயோ வந்துவிட்டார்களே வந்துவிட்டார்களே என்று மனதுக்குள் அரற்ற ஆரம்பித்தான்.

அப்படி அரற்றிக்கொண்டிருப்பவனின் காதில் இந்த உலகம் ஒன்றும் அவ்வளவு ஈவிரக்கமற்றது கிடையாது. உனக்குப் பக்கத்தில் கழுவேற்றப்பட்டிருப்பது யார் தெரியுமா. காஃப்கா. என்று சொன்னால் எவ்வளவு மகிழ்ச்சியுடன் அவன் சாவான். ஆனால் அவன் காதில் இதை யாரும் சொல்லப்போவதில்லை.

ஆனால் தன் மகள்களின் குரல்களுக்குள்ளேயே அவனது நழுவும் பிரக்ஞை உலவிக்கொண்டிருந்தபோது அவன் காதுக்கருகே ஒரு குரல் ஒலிக்க ஆரம்பித்தது.

"நீ அன்று அந்தத் தூணில் என் முகத்தைப் பார்த்திருக்கவே கூடாது. ஆனால் உன் முகத்தைத் தவிர பார்க்க வேண்டிய ஒன்றை அதற்கு முன்பும் அதற்குப் பின்பும் நான் பார்த்ததே இல்லை" என்று அந்தக் குரல் சொன்னது. அவனுக்கு அதற்குப் பிறகு பிரக்ஞை நழுவிட்டது. ஒன்றிரண்டு நாட்களில் அவன் முற்றிலுமாக இறந்துபோய்விட்டான்.

7. உயரத்தில் ஒரு கழுவன்

அவனுடைய பெண் பிள்ளைகள் தினமும் தன் அப்பாவைப் பார்க்க வந்தார்கள். அப்பா செத்துப்போயும் தொடர்ந்து வந்தார்கள். அவன் முகம் கொஞ்சம் கொஞ்சமாகச் சிதைய ஆரம்பித்தது. ஒரு கண்ணைப் பருந்தொன்று கொத்திச் சென்றதைக் கண்டு அந்தப் பிள்ளைகள் அழுதார்கள். அப்படியும் அவர்கள் தினமும் அங்கே வருவதை நிறுத்தவில்லை. இந்தப் பிள்ளைகளுக்காக உலகையே பார்க்காமல் இருந்தவன் என்பதை அறியும் வயது அவர்களுக்கு இல்லையென்றாலும் அப்பா மீது அளவற்ற பிரியம் அவர்களுக்கு.

அப்படி வந்துகொண்டிருந்த நாட்களில்தான் சின்னப் பெண் தன் அக்காளிடம் ஒரு விஷயத்தைக் காட்டினாள். ஒன்றல்ல இரண்டு விஷயங்கள். அப்பாவுக்கு அருகில் இருந்த கழுமரம் மற்ற எல்லாக் கழுமரங்களை விடவும் அதிகமாக இருந்தது. இன்னொரு விஷயம் அதன் உச்சியில் இருந்த வெள்ளைக்காரர் கண்கள் விழித்தபடி இத்தனை நாட்களுக்குப் பிறகும் உயிரோடு இருந்தார். கழுத்தைச் சிறிதளவு இடது பக்கம் திருப்பிய நிலையில் மைதானத்தில் ஒரு குறிப்பிட்ட புள்ளியில் அவரது பார்வை நிலைகுத்தியிருந்ததை அந்தப் பெண்கள் கண்டார்கள். ஒருவேளை கண்கள் திறந்தபடியே அவர் உயிரிழந்திருப்பாரோ என்ற சந்தேகமும் அவர்களுக்கு வந்தது. ஆனால் அத்தனை உடல்களும் சிதைந்துபோயிருந்த நிலையில் சிறிதுகூட சிதைவடையாத உடல் அவருடையதுதான். மேலும் உற்றுப்பார்த்தால் சீரான இடைவெளியில் அவரது கண் சிமிட்டிக்கொண்டிருப்பதும் தெரிந்தது. ஆனால் இவ்வளவு பெரிய மைதானத்தில் இரண்டு சிறுமிகள் மட்டும் வந்து

நிற்கிறார்கள். அவரது முகம் இந்தப் பக்கம் திரும்பவில்லை என்பது அந்தச் சிறுமிகளுக்குப் புதிராக இருந்தது.

அவர் பார்வை எங்கே படுகிறதே அந்த இடத்துக்குப் போய் நின்றார்கள். அப்போது அவர் முகத்திலோ பார்வையிலோ எந்த மாற்றமும் இல்லை. ஆனால் அந்தப் பார்வை தங்களுக்கு உள்ளே ஆழமாகப் போக ஆரம்பிப்பதை அந்தச் சிறுமிகள் உணர்ந்து ஒருவருக்கொருவர் பார்த்துக்கொண்டார்கள். ராட்சச ராட்டினத்தில் சட்டென்று மேலிருந்து கீழே வரும்போது ஏற்படும் கூச்சம் ஏற்பட்டதாகப் பின்னாளில், தங்கள் உணர்வுகளைச் சரியாகச் சொல்லத் தெரிந்த வயதில் அந்தச் சிறுமிகள் சொல்லிக்கொண்டனர்.

தினமும் வந்து பார்க்கும்போதெல்லாம் அவரின் பார்வை வெவ்வேறு புள்ளியில் இருக்கும். இவர்களும் அந்தப் புள்ளிக்குப் போய் நின்றுகொண்டிருப்பார்கள். கழுமரத்தின் உயரமும் அதிகரித்துக்கொண்டே இருந்ததை மற்ற கழுமரங்களைப் பார்த்து அவர்கள் உணர்ந்தார்கள்.

பின்னாளில் அவர்கள் தங்கள் வீட்டு அப்பாவின் புத்தக அடுக்குகளின் புத்தகங்களை ஒவ்வொன்றாகப் புரட்டிப் பார்க்கும் வாய்ப்பு இருந்தால் அப்பாவுக்கு அருகே கழுவேற்றப்பட்டிருப்பவரின் பெயரை அடையாளம் கண்டுகொள்ளக்கூடும். காஃப்காவின் புத்தகங்களை அப்பா படித்தபோதெல்லாம் இந்தக் குழந்தைகளின் கவனம் பின்னட்டைப் படத்தின் மீது சென்றதில்லை. எனினும் இப்போது காஃப்காவைத் தொடர்ந்து பார்த்துக்கொண்டிருந்ததில் அவர்கள் அப்பாவை மறந்துவிட்டார்கள். ஒருநாள் அப்பாவின் நினைவு வந்து அந்தக் கழுமரத்தைப் பார்த்தபோது அப்பாவின் ஒரு துளிகூட மிஞ்சியிருக்கவில்லை. எலும்பைக்கூட விரும்பி உண்ணும் உயிரினங்கள் இருக்கும் என்று தொலைக்காட்சியில் பார்த்திருக்கிறார்கள். ஆனால் கழுமரத்தை ஏன் எந்த உயிரினமும் உண்பதில்லை என்று அவர்களுக்குத் தோன்றியது. அதற்குப் பிறகு காஃப்காவைப் பார்ப்பதற்கும் கழுமரம் எவ்வளவு உயரம் வளர்ந்திருக்கிறது என்பதைப் பார்ப்பதற்கும் கூட அந்தப் பெண்கள் வந்து பார்க்கவே இல்லை.

- 2024 (காஃப்காவின் நினைவு நூற்றாண்டு சிறப்புக் கதை)

❏

புரட்சி அக்காவின் கதை

நேத்து நடந்த நேர்காணலப் பத்தியா கேக்கற, அது பெரிய கூத்து மாமா. நான் சின்னப்புள்ளயா இருக்கறப்பலருந்தே வாத்தியாரோட ரசிகன். எனக்குப் பத்து வயசா இருந்தப்ப கணக்குக் கேட்டாருன்னு அவரக் கட்சிய உட்டுத் தூக்குனாங்க. வெவரம் புரியாத அந்த வயசிலேயே எங்கப்பாவோட சேர்ந்துகிட்டு 'குள்ளநரி குருசாமியே கணக்குக் காட்டு கணக்குக் காட்டு'ன்னு கோஷம் போட்டுட்டுப் போனேன். கட்சி உறுப்பினரா முப்பது வருஷத்துக்கு மேல இருக்கன் மாமா, நானும் எவ்வளவோ தலையாலத் தண்ணி குடுச்சுப் பாத்துட்டன், கட்சில நல்ல நல்ல பதவியல்லாம் நம்ம கைல மாட்டாம போயிட்டே இருக்கு.

பாரு மாமா நேத்து வந்த பய இந்த செவலிங்கம், கைல செமத்தியா காசு இருக்கு, ஒரே நாள் ராத்திரியில புண்ணியமூர்த்தியிட்டேருந்து மாவட்டத்தத் தூக்கி இவங்கிட்டக் கொடுத்துட்டாங்க. அன்னயிலேருந்து இன்ன வரைக்கும் செவலிங்கம் போஸ்டர் அடிச்சு ஒட்டாத நாளு கெடயாது. ஒருநாளு, 'அக்காவே உன்னால் நான்'னு அடிப்பான், இன்னோரு நாளு 'தமக்கையே உன் காலடியில்'னு அடிப்பான். போஸ்டர்ல வேற எந்த மேட்டரும் இருக்காது. ஒனக்கு விஷயம் தெரியுமா மாமா, பத்துமா லித்தோஸ்க்கு ஒரு தடவ போயிருந்தேன், அங்க சொன்னாங்க, வருஷம் முழுக்க செவலிங்கம் போஸ்டர் அடிச்சுகிட்டே இருக்கணும்னு சொல்லிருக்கானாம், இதுக்கு மட்டும் வருஷத்துக்கு லட்சக் கணக்குல செலவு பண்றானாம்.

கோடிகோடியா வருது, பண்ணாம என்ன பின்ன. எனக்குப் பதவி கெடச்சிருந்தா நானும்தான் பண்ணியிருப்பன். மேட்டருக்கு வாங்கிறியா. நேத்துக் காலயில பத்து மணிக்கு நேர்காணல் தொடங்குறதா குறிச்சியிருந்தாங்க. அது நடக்குறதுக்கு ஒரு மாசத்துக்கு முந்தியே நான் அப்புளியேசன்லாம் தலம ஆபிஸ்ல மெட்ராஸுக்குப் போயிக் கொடுத்துட்டு வந்தேன். ஒப்புராண ஒப்புராண, கூட்டம்னா கூட்டம் அந்த மாதிரி கூட்டம், அப்புளியேசன் வாங்குற அன்னிக்கு. ஏழெட்டு வரிசயா பிரிச்சு விட்டிருந்தாங்க. பெரிய கொடும என்னன்னா, நான் ஒரு வரிசயில ரெண்டு மணி நேரம் நின்னிருந்தேன். அந்த வரிசயில எனக்கு முன்னாடி நின்ன ஒருத்தனுக்குப் பக்கத்துல அவனோட ஒருத்தன் பேச்சுக் கொடுத்துகிட்டு நின்னுட்டுருந்தான். நேராமாவ நேரமாவ வர்றவங்கல்லாம் அவனுக்குப் பின்னாடி நின்னுநின்னு அதுதான் வரிச மாரி ஆயிட்டுச்சு. நான் என்னவோ வரிசயில எடையில வந்து சொருகிகிட்டு நின்னவன் மாரி ஆயிடுச்சு. நானும் எவ்வளவோ சொல்லிப் பாத்துட்டேன், இங்க வந்து நில்லுங்கய்யா இங்க வந்து நில்லுங்கய்யான்னு. ஆனா வர்றவன்லாம் அவன் பின்னாடியே போயி நிக்க, கடைசியில ஒரே தள்ளுமுள்ளாயிப் போச்சு. எனக்கு முன்னாடி இருந்தவன்ட்ட நான் கேட்டேன், ஏன்யா நான் ஓன் பின்னாடிதான நின்னுட்டுருந்தன்னு, அதுக்கு அந்த ஊர்ல ஒலுத்த கூதிப்பய மவன் நான் பாக்கலன்னுட்டான். நானும் எவ்வளவோ சொல்லிப் பாத்தேன் மாமா, எவனும் கேக்கல. என்னத் தள்ளி வுட்டுட்டாய்ங்க. மறுபடியும் வரிசயிலக் கடசீலப் போயி நின்னன். அப்புளியேசன 12 மணிக்கு வாங்க ஆரம்பிச்சாய்ங்க. நம்ப மாட்ட மாமா, என் அப்புளியேசன அவங்க வாங்கிக்கிட்டப்ப மணி சாய்ங்காலம் நாலு. எடயில நான் சாப்புடக் கூட போவல. கூட ஆள அழச்சிட்டு வந்தவங்க மட்டும் ஆள மாத்தி வுட்டுட்டுப் போயி சாப்புட்டுட்டு வந்தாங்க. எனக்குக் கண்ணக் கொண்ட சுத்திடுச்சு மாமா. சுகர் வேற இருக்கா, கைல சாக்லேட்டு வச்சிருந்தன் அத வாயிலப் போட்டுக்கிட்டேன். திட்டாத மாமா நேத்தய மேட்டருக்கு வாறேன்.

நேர்காணல் பத்து மணிக்கு ஆரம்பிக்கிறதா இருந்துச்சு. சாடா பயலுங்களும் காலயில எட்டு மணிக்கே அங்க வந்துடனுங்கறது மாவட்டத்தோட உத்தரவு. எல்லாம் காலயிலயே வந்துட்டோம். தாயளி மாவட்டம் வழக்கம்போல ஊர் முழுக்க ஒரு

சொவரு உடாம 'தமிழ்த் தமக்கையே'ன்னு போஸ்டர் அடிச்சு ஒட்டிப்புட்டான். சரிதான் இந்த வருஷமும் அவனுக்குத்தான் மாவட்டம்ன்னு சிரிச்சிகிட்டே போனோம். அக்கா பத்து மணிக்கு வந்துடுவாங்கன்னு மாவட்டம் மைக்ல அனௌன்ஸ் பண்ணிகிட்டிருந்தான். அக்கா வர வரைக்கும் 'புரட்சி அக்காவின் புகழ் பாடுவோம்' குழுவுலருந்து பாட்டுல்லாம் பாடிக்கிட்டிருந்தாங்க. இந்த சனியனுவலல்லாம் எப்பதான் நிப்பாட்டுவாய்ங்களோன்னு இருந்திச்சி. மேட டெக்கரேசன்லாம் மாவட்டம் அசத்திப்புட்டான். வழக்கம்போல அக்காவோட பெரிய படத்தயும் ஓரத்துல சின்னதா வாத்தியாரு கடவாயில வழியிற எச்சிய கர்சீப்பால தொடைக்கிற படத்தயும் வரைஞ்சு வச்சியிருந்தாங்க. கீழ மாவட்ட இலக்கிய அணித் தலைவரோட கவிதை இருந்துச்சு. சும்மா சொல்லக் கூடாது நல்லாதான் எழுதுறான்;

'தாய் பெற்றாள் எம்மை,
தமிழ் பெற்றாள் உம்மை'

அப்புடின்னு எழுதியிருந்தான். அ.ஸ்.க.மு.கவுல இருக்க வேண்டியவன் இங்க இருக்கான் அப்புடின்னு நெனச்சுக்கிட்டேன். கடசியில அக்கா பதினோரு மணிக்கு வந்து சேந்தாங்க, வாசல்லயே அக்காவ மாவட்டம், பொருளாளர் எல்லாம் காலில் விழுந்து வரவேற்றாங்க. அதில என்ன விட்டுன்னா, பொருளாளரு கெழவருக்கு மூட்டுவாதம்போல காலுல விழுந்தவருக்கு எந்திரிக்க முடியல. எந்திரிய்யா எந்திரிய்யான்னு மாவட்டம் மெதுவா சொல்லிப்பாத்தாரு. பொருளாளரு முக்கிக்கிட்டு கெடக்க அக்கா மொகம் கோணிப்போச்சு. அப்பறம் மாவட்டம் புடிச்சுத் தூக்கிவுட்டாரு. அநேகமா பொருளாளருக்கு இன்னக்கி சீட்டு அவ்வளோதான்னு நெனச்சுகிட்டோம். அக்கா உள்ள வரவும் வெளியில ஒரே வேட்டு சத்தமாக் கேட்டுச்சு. பாட்டுப் பாடுற கோஷ்டி மேடைய வுட்டுக் கீழ எறங்கிப் பக்கத்துல நின்னுகிட்டு 'தங்கத் தமிழ் பெற்றெடுத்த சிங்கப் புதல்வியாம் சீரார் திருவாம் எங்கள் புரட்சி அக்காவாம்'ங்ற பாட்ட சத்தமா பாடுனாங்க. அக்கா மூஞ்சில எதயும் காமிக்காம மெதுவா மேடக்கி நடந்து போனாங்க. ரெண்டு பக்கமும் நாங்க எல்லாம் நின்னுட்டே 'புரட்சி அக்கா வாழ்க! தங்கத் தமக்கை வாழ்க! தமிழ்நாடு பெற்றெடுத்த தவப்புதல்வி வாழ்க! தமிழே வாழ்க!'ன்னு ஆளுக்கொன்னா

கத்திகிட்டிருந்தோம். எல்லாம் ஆளுக்கொன்னா கத்துனதுனால கடசில என்னா கத்துறோங்கங்கறதே தெரியாத அளவுக்கு வெறும் கூச்சல்தான் இருந்துச்சு. சத்தம் தாங்க முடியாம அக்கா மொகம் சுழிச்சிகிட்டே மேடய நெருங்குனாங்க. என்னா கத்துறோம்ங்கறது புரியலன்னாலும் நாங்க கத்துறத நிறுத்தல. ஏன்னா எவனாச்சும் நீ வாழ்க சொல்லல நான் வாழ்க சொல்லலன்னு போட்டுக்கொடுத்துட்டா என்ன பண்றது. அக்கா மேடயில ஏறப்போனதும் மாவட்டம் ஆளுங்களுட்ட கண்ணக் காட்டுனான். அவங்க மேடயில இருந்த மத்த எல்லா நாற்காலியும் எடுத்துக் கொண்டுபோயி கீழே போட்டாங்க. மேடயில அக்கா மட்டும் ஒக்கார்றதுக்கு நல்லா அரியாசணம் மாதிரி போட்டுருந்தாங்க. அதுக்கு முன்னாடி அக்காவுக்கு பிஸ்லரி தண்ணி எல்லாம் வச்சிருந்தாங்க. ஒரு மைக்கும் இருந்துச்சு. மேடைக்குப் பீச்சாங்கை சைடு, நின்னுட்டுப் பேசுற மாரி மைக்கும் வச்சிருந்தாங்க. அக்கா வந்து நாற்காலியில ஒக்காந்தும்கூட நாங்க கோஷம் போடறத நிறுத்தல. ஒரு நிமிசம் அக்கா பாத்துக்கிட்டு இருந்தாங்க. அப்புறம் கைய அமர்த்துனாங்க. எல்லாம் கொஞ்சம்கொஞ்சமா அடங்குனாங்க. அந்த நேரம் பாத்து நான் இதுதான் சரியான வாய்ப்புன்னு, எல்லா கோஷமும் அடங்குன ஒடனே தனியா ‘புரட்சி அக்காவின் புகழ் ஓங்குக!’ன்னு நல்லா சத்தமா கோஷம் போட்டன். அக்கா என் சைடு பாத்தாங்க. என்ன நிச்சயம் பாத்தாங்க, ஏன்னா நான் எம்பிக் குதிச்சு கத்துனேன். ஒடனே மத்த பயலுவளும் ஆரம்பிச்சிட்டாங்க. மறுபடியும் எல்லா கோஷத்தையும் அடக்குறதுக்குள்ள மாவட்டத்துக்குப் போதும்போதும்னு ஆயிடுச்சி. ஒருவழியா கோஷம்ல்லாம் நின்னுடுச்சி. ஆனா நாங்க யாரும் ஒக்காரல. இப்பன்னு இல்ல, எப்பவுமே அக்காவுக்கு முன்னாடி நாங்க யாரும் ஒக்கார மாட்டோம். அக்கா எல்லாரையும் கைய அமத்தி ஒக்காரச் சொன்னாங்க. ஆனா நாங்க யாரும் ஒக்காரல. யாராச்சும் ஒக்காருவாங்க அதுக்கப்பறம் ஒக்காரலாம்னு சுத்திமுத்தியும் பாத்துகிட்டேயிருந்தோம். ஒரு பயலும் ஒக்காரல எல்லாம் யாரு ஒக்காருவாங்க அதுக்கப்புறம் ஒக்காரலாம்னு பாத்துகிட்டுதான் இருந்தோம். மாவட்டம் மைக்ல கத்துனாரு, ‘அக்கா இங்க நேர்காணல முடிச்சிட்டு நாகப்பட்டணம் போவனும். அக்கா அயராம இப்புடி சுத்துப்பயணத்துல இருக்குறப்ப. தயவுசெஞ்சு அக்காவின் நேரத்தை வீணாக்காதீர்கள்’னு கேட்டுக்கிட்டான்.

அப்புறம் அங்க ஒரு ஆளு இங்க ஒரு ஆளுன்னு ஒக்கார ஆரம்பிச்சி எல்லாம் ஒக்காந்துட்டோம்.

மாவட்டம் மைக்ல வரவேற்புரை ஆத்த ஆரம்பிச்சான். 'ஒப்பாரும் எப்பாரும் முப்பாரும் இப்பாரும் இல்லாத எங்கள் புரட்சி அக்காவே! தமிழ்த்தாய் தனக்குப் பிள்ளைப்பேறு இல்லையே என்று காலம் காலமாய்த் தவம்கிடந்து கடைசியாய்ப் பெற்றெடுத்த அரிய பேறாம், தமிழகம் அல்ல இந்தியா அல்ல அகில உலகும் புகழும் தங்கத் தமக்கையாம் பொன்மனக் குமாரியாம், தாய்மை உள்ளம் தூய்மை எண்ணம் கொண்டவராம்' அப்புடின்னு பேசிக்கிட்டுருக்குறப்பவே அக்கா தனக்குப் பக்கத்துல நின்னுட்டு இருந்த உதவியாளருட்ட ஏதோ சொன்னாங்க. அநேகமாக, பேச்ச வளத்த வேண்டாம்னு அக்கா சொல்லியிருப்பாங்க. உதவியாளரு மெதுவாப் போயி மாவட்டத்துகிட்ட ஏதோ சொல்ல அவரும் தலைய ஆட்டிக்கிட்டே பேச்ச விட்ட எடத்துலருந்து ஆரம்பிச்சாரு 'அப்படிப்பட்ட அன்னையும் நமது முன்னறி தெய்வமுமான அக்கா நம் கட்சியைச் சீர்நடத்திச் சென்றிட, தொண்டர்களின் உழைப்பை மதித்து அவர்களுக்கு உரிய மதிப்பையும் சிறப்பையும் பதவியையும் அளித்திட, குருசாமியின் காட்டுமிராண்டித்தனமான சிறுபான்மை அரசை அடுத்த தேர்தலில் வீழ்த்தும் திறன் படைத்த வீறு கொண்ட சிங்கங்களைத் தேர்ந்தெடுத்திட மனம் இசைந்து இங்கு வருகை தந்திருக்கிறார். குருசாமியைப் பெற்றதால் களங்கப்பட்ட இந்தத் திருவாரூர் மாவட்டம் அக்காவின் வருகையால் இன்று புனிதப்பட்டது. அக்கா இனி தனது நேர்காணலைத் துவங்குவார். இறுதிவரை எல்லாரும் அமைதி காக்கவும்'ன்னு சொல்லிட்டுப் போயி அக்காவுக்கு நாலடி தள்ளிப்போயி நின்னுக்கிட்டான். அக்கா பக்கத்துல நிக்குற எல்லாருமே அப்புடித்தான் நாலடி தள்ளிதான் நின்னுக்கிட்டுருந்தாங்க. எனக்கு இதான் ரொம்ப நாளு சந்தேகம், மைனரு மாப்புள்ளகிட்ட கேட்டேன் அவன்தான், 'நம்ம ஆளுங்க சும்மா நிக்க மாட்டானுவப்பா, குசுக்களப் போட்டுக்கிட்டேயிருப்பானுவோ. அது மட்டுமா கட்சியில எல்லாரயும் பாரு. மேலிடத்துல ஆரம்பிச்சு மாவட்டம் வரக்கும் ஒரு பய பக்கத்துலயும் போவ முடியாது. பல்லுகூட ஒழுங்கா வெளக்க மாட்டானுவ போலருக்கு. அதான் அப்புடி நிக்கனும்னு ஆயிருக்கு. அத அக்கா சொன்னாங்களா, இல்ல இவனுவளா நிக்கறானுவளான்னு தெரியல. சட்டசபயில பாத்துருக்கல்ல அக்காவுக்கு நாலடி தள்ளிதான் அடுத்த

நாற்காலியே போட்டிருப்பான். அதுலயும் ஒக்காந்துருக்கவன் நல்லா சாஞ்சு ஒக்காந்து நான் பாத்ததே இல்ல, எப்பவும் சீட்டு நுனிலதான் எப்பக் கீழே உளுவானுவளோங்கிற மாதிரி பவ்யமா ஒக்காந்துப்பானுவோ. அக்கா ஆட்சியில இல்லன்னாதான் நல்லா சாஞ்சு நிம்மதியா ஒக்காந்துப்பானுங்க, ஏன்னா அக்காதான் சட்டசபக்கு வரவே வராதுல்ல' அப்புடின்னான். அக்கா மைக்க எடுத்துப் பேச ஆரம்பிச்சிச்சு, நீ என்னாதான் சொல்லு மாமா பாப்பாத்தி பாப்பாத்திதான் மாமா, என்னா கொரலு என்னா மொகம். சினிமாவுல இருந்தப்பகூட இந்தக் கலரு இல்ல மாமா. என்னா காவாளித்தனம் பண்ணாலும் அக்காகிட்ட மொகத்துல அந்தக் கள இருக்குல்ல அது யாருக்கும் வராது மாமா. சொட்டத்தல குருசாமி மூஞ்சப் பாரு எப்பவும் அதுல நரித்தனந்தான் தெரியும். அந்தாளு மூஞ்சி என்னைக்காவது சாந்தமா இருந்து பாத்திருக்கியா மாமா. எப்பப்பாரு, ஓடிப்போன பொண்ணோட அப்பன் மாதிரி மூஞ்ச வச்சுக்கிட்டு. சரி சரி நம்ம கதைக்கு வர்றேன். அக்கா பேச ஆரம்பிச்சாங்க, 'கழகக் கண்மணிகளே, கட்சி நிர்வாகிகளே, கட்சி அபிமானிகளே உங்கள் அனைவருக்கும் கட்சியின் சார்பில் நன்றியையும் வணக்கத்தையும் செலுத்திவிட்டு இந்த நேர்காணலை நான் துவக்குகிறேன். இதுவரைக் கட்சியின் மாவட்டத்திலுள்ள பல்வேறு பிரிவுகளில் பொறுப்பிலிருந்து செயல்பட்டு வந்தவர்களுக்கும் இனியும் செயல்பட இருப்பவர்களுக்கும் இந்த நேர்காணல் ஒரு பாலமாக இருக்கும். 2012 தேர்தலிலே சிறுபான்மை அ.ஸ்.க.மு. கழக அரசையும் அவரது குடும்ப அரசியலையும் தூக்கி எறிய வேண்டுமானால் அதற்கு மிகுந்த எழுச்சியுடன் நாம் உழைக்க வேண்டும். அதற்காகத்தான் வேறு எந்தக் கட்சியிலும் இல்லாத வகையில் தமிழ்நாட்டிலே ஏன் இந்தியாவிலே, இல்லையில்லை உலகிலேயே முதன்முறையாக இது போன்றதொரு நேர்காணலை நமது கட்சியிலே நாம் நடத்திக் கட்சி நிர்வாகிகளைத் தேர்ந்தெடுக்கிறோம். உங்களிலே பலரும் மாவட்டத்தின் பல்வேறு பொறுப்புகளுக்காகப் போட்டியிடுகிறீர்கள். உங்களுடைய தகுதிகளையும் விண்ணப்பங்களையும் கட்சி நிர்வாகிகள் தீர பரிசீலித்து அதன் அடிப்படையில் இப்போது நாம் தேர்ந்தெடுக்க இருக்கிறோம். முதலில் மாவட்டச் செயலாளர் பதவிக்குத் தேர்ந்தெடுக்கப்பட்டவரை அறிவிக்கிறேன். கட்சிக்காகத் தன்னலம் கருதாது இரவுபகல் பாராது உழைத்துக்கொண்டிருக்கும் சிவலிங்கம் அவர்கள் இந்த முறையும் மாவட்டச் செயலாளராக,

ஒருமனதாகத் தேர்ந்தெடுக்கப்படுகிறார்' அப்புடின்னதும் செவலிங்கத்தோட ஆளுங்க 'அக்கா வாழ்க, புரட்சித் தமக்கை வாழ்க'ன்னு கோஷம் போட ஆரம்பிச்சிட்டாங்க. செவலிங்கம் அக்காட்டப் போயி அவங்க கால்ல விழுந்து ஆசிர்வாதம் வாங்கிக்கிட்டாரு. அப்பறம் அக்கா மைக்ல பேச ஆரம்பிச்சாங்க. மாவட்டச் செயலாளருக்கப்பறம் பொருளாளர் பதவி. அதயும் கால்ல விழுந்த கெழத்துக்கே ஒருமனதாத் தந்தாங்க. தப்பிச்சிட்டான்டா கெழவன்னு நாங்கல்லாம் பேசிகிட்டோம். பெரும்பாலும் மாவட்ட லெவல் பதவிக்கெல்லாம் போட்டி இருக்காது மாமா. ஊர் லெவல்ல வர்றப்பதான். அதுக்கப்பறம், மன்னார்குடி நகரச் செயலாளருக்கான நேர்காணல். ரெண்டு பேரு எழுந்திருச்சாங்க. சம்முவமும், குலசேகரனும். மொதல்ல சம்முவத்த அக்கா பேசச் சொன்னாங்க. அந்தாளு பேச ஆரம்பிச்சாரு 'அக்கா நான் கச்சியில 45 வருஷமா இருக்கன்'னு ஆரம்பிச்சதும் ஒருத்தன் கத்துனான் 'யோவ் கச்சி ஆரம்பிச்சி 35 வருஷம்தான் ஆவுது'ன்னு. வேற யாரு குலசேகரன் ஆளாத்தான் இருக்கும். 'மன்னிக்கணும், வாய்தவறிவிட்டது. கச்சியில நான் 35 வருஷமா இருக்கன். அக்கா நீங்க மொத மொதல்ல மொதலமச்சரா நின்னப்ப நான் கோயில்ல நாக்குல அலகு குத்திகிட்டு பால்கொடம் தூக்குனேன். ஒங்கள அராஜக அ.ஸ்.க.மு.க ஆட்சியில அரஸ்டு பண்ணப்போ தீக்குளிக்கப் போயி எல்லாரும் என்னக் காப்பாத்திட்டாங்க. நீங்களே பாருங்க என் ஒடம்புல தீக்காயத்த'ன்னு சட்டுன்னு மேசட்ட கழட்டிக் காட்டிப்புட்டான். இதுக்காவவே உள்ள பனியன் போடாம வந்துருப்பான் போல இருக்கு. பதறிப்போன மாவட்டம் ஆள அனுப்பி அவன சட்டயப் போட வச்சான். அப்பறம் அக்கா அவனுக்கு எதிரா நின்ன குலசேகரனப் பேசச் சொன்னாங்க. அவன் 'என் உயிரிலும் இதயத்திலும் கலந்திட்ட அக்காவை நான் வணங்குகிறேன். சண்முகம் சொன்னதுபோல் அவர் 35 வருஷமெல்லாம் கட்சியில இல்ல. அ.ஸ்.க.மு.கவுல இருந்து ரெண்டு மூணு வருஷத்துக்கு முன்னாடிதான் நம்ம கட்சியில சேந்தாரு. அதுவும் எலக்ஷன் நேரத்துல நான் குடுத்த 100 ரூவாய்க்காவ. அதுமட்டுமில்லாம, தீக்காயம் அவரு குடிபோதயில அடுப்புல தடுக்கி விழுந்ததால வந்தது'ன்னு சொன்னதும் சம்முவம் பதறிப்போயி 'அக்கா அந்தாளு சொல்லுறதெல்லாம் பொய்யி. நம்பாதிங்க, நீங்க வேணும்னா யாருட்ட வேணும்னாலும் கேட்டுப்பாருங்க'ன்னு

ஔற ஆரம்பிச்சதும் மாவட்டம் அவர வாய மூடச் சொல்லி சைகை காட்டுனாரு. அம்மா குலசேகரனச் சுத்தி இருக்குற ஆளுங்களப் பாத்து ‘இவர் சொல்வதெல்லாம் உண்மையா’ன்னு கேட்டாங்க. வந்தவங்க எல்லாம் குலசேகரன் ஆளுங்க, எல்லாம் குலசேகரன் சொன்னதுதான் உண்மைன்னு கத்த கடசியில அக்கா குலசேகரனயே நகரச் செயலாளராத் தேர்ந்தெடுத்தாங்க. சம்முவம் குலசேகரனப் பாத்துக் கறுவிக்கிட்டே ஒக்காந்தாரு. அடுத்தது நகரப் பொருளாளரு பதவிக்கு நானும் தேவராஜனும் எந்திரிச்சு நின்னோம். அக்கா என்ன மொதல்ல பேசச் சொன்னாங்க. நான் அக்காவப் புகழ்ந்து பேசிட்டு அப்புறம் கட்சிக்காவ நான் பட்ட கஷ்டத்தயெல்லாம் சொன்னேன். அக்கா நடத்தறதா இருந்த இலவசக் கல்யாணம் அக்கா வராமப் போனதால நின்னுபோகவும் அத நாந்தான் நடத்துனேங்கறதயும், அக்காவ அரெஸ்டு பண்ணுனப்ப பஸ்ஸைக் கொளுத்துனதயும், அ.ஸ்.க.மு.க எம்எல்யேவ பாஞ்சு அடிச்சு மண்டய ஒடச்சதயும் சொன்னேன். எல்லாத்துக்கும் ஆதாரமும், அதான் தினத்தந்தி, தினமலர் பேப்பர்ல இங்கருக்கப் பசங்ககிட்ட காசக்கொடுத்தப் போட்டமுல்ல அந்த நியுஸு கட்டிங்கல்லாம் விண்ணப்பத்தோடு வச்சிருந்தத அக்காட்ட சொன்னேன். அக்கா தாங்கிட்ட இருந்த விண்ணப்பத்தப் பொரட்டிப் பாத்தாங்க. பாத்துட்டு அப்புறம் தேவராஜப் பேசச் சொன்னாங்க. அவன் ‘அக்கா இந்த ஆளு சொல்றதெல்லாம் பொய்யி. பஸ் டெப்போல வெறும் கூடா நின்னுட்டிருந்த பஸ்ஸோட பாடியத்தான் கொளுத்துனாரு. அதக் காசக் கொடுத்துப் பத்திரிகயில போட்டுகிட்டாரு’ன்னு என்னென்னமோ சொன்னான். அக்கா யாரு சொன்னது உண்மன்னு கேட்டாங்க. நான் தேவராஜனவிட அதிக ஆளுங்களக் கூட்டிக்கிட்டுப் போயிருந்தன்ல எல்லாம் நான் சொன்னதுதான் உண்மன்னு சொல்லவும் அக்கா என்னயவே நகரப் பொருளாளரு பதவிக்குத் தேர்ந்தெடுத்துட்டாங்க. எனக்குன்னா சந்தோஷம் தாங்க முடியல, நம்ம பசங்க ‘அக்காவுக்கு ஜே, அக்காவுக்கு ஜே’ன்னு கத்தி அமர்க்களம் பண்ணிட்டாங்க. அப்பறம் எல்லாப் பதவிக்கும் ஆளுங்கல எடுத்ததும் ஒருவழியா நேர்காணல் முடிஞ்சிச்சு மாமா. அக்கா எறங்கிக் கீழே வந்தப்ப புலிப்பாண்டி நாயி எழுந்திருச்சு, அக்கா ஒரு நிமிஷம்ன்னதும் அக்கா கொஞ்சம் நின்னு என்னங்கறதுமாதிரி அவனப் பாத்தாங்க. ‘அக்கா என் பேரு புலிப்பாண்டி, இந்த ராஜமாணிக்கம் சொன்னாருல்ல

எம்எல்ஏவப் பாஞ்சு அடிச்சேன்னு. அது பொய்யிக்கா. நாந்தான் புலி மாதிரி பாஞ்சி அடிச்சு அந்தாலு மண்டய ஒடச்சன். அதுனால எல்லாரும் என்னப் புலிப்பாண்டின்னு கூப்புட ஆரம்பிச்சாங்கக்கா. அதுக்காவ நான் செயிலுல்ல ஒரு வருஷம் கெடந்தேங்க்கா'ன்னதும் அவன் கூட இருந்தங்கல்லாம் ஆமாம்ம்மா இவரு சொல்லுவதுதான் உண்மன்னு சத்தம் போடவும் அக்கா செவலிங்கத்தக் கூப்புட்டு புலிப்பாண்டிய நகரப் பொருளாளராப் போடச் சொல்லிட்டாங்க மாமா.

- 2010

❑

எதிர்க்கடல்

விடாமுயற்சியுடன் மூன்றாண்டுகளாக வீட்டின் வாயில் கதவைப் பிடித்தபடி நின்றுகொண்டிருக்கிறேன். நான் மட்டுமல்ல அவனும்தான். கடல் அலைகள் எங்களையும் பெரிய வாயில் கதவையும் தாண்டிச் சென்று எதிர்பக்கம் உள்ள உயரமான சுற்றுச்சுவரின் மீது மோதி திரும்பவும் வந்து வாயிற் கதவைத் தாண்டி எங்களைக் கடந்து செல்வதற்குள் அடுத்தடுத்த அலைகள் வந்து எதிர் அலைகளையும் இழுத்துக்கொண்டு எங்கள் திசை நோக்கி வந்த வண்ணம் இருக்கின்றன மூன்று ஆண்டுகளாக இதே கதைதான். எங்கள் வீடு கடற்கரையை ஒட்டிய பிரிட்டிஷ் காலத்து பங்களா. அதற்குச் சற்று பாழடைந்த தோற்றமும் உண்டு. அந்தத் தோற்றம் எனக்கு எப்போதும் இறுக்கமான மனநிலையைக் கொடுத்துக்கொண்டிருந்ததால், அந்த மனநிலை எனக்கு மிகவும் பிடித்திருந்ததால் —பிடித்திருந்தது என்றுகூட சொல்ல முடியாது, பீடித்திருந்தது என்றுதான் சொல்ல வேண்டும், பீடித்திருந்தது என்று சொன்னால் அந்தத் தோற்றத்தில் ஏதும் சிறிய மாற்றம் ஏற்பட்டாலும் என்னை அறியாமல் உதறல் எடுத்துவிடும், பாதுகாப்பற்ற தன்மையை ஏற்படுத்திவிடும், பழகிய ஒரு வலியைப் பிரிவது போல் இருக்கும்— எந்த மாற்றமும் செய்ய அனுமதிக்காமல் வைத்திருந்தேன். என் அப்பா அம்மா என் மனைவி என் ஒரு வயது மகன் எல்லோரும் இதே மனநிலைக்குப் பழகிவிட்டார்கள். இந்த வீட்டுக்கு வந்ததிலிருந்து எந்தக் குப்பையையும் நாங்கள் அகற்றவில்லை. பெரிய ஒரு அறைக்குள்ளே குப்பையை

வீசிவிடுவோம். அந்த அறை நாற்றம் எடுக்க ஆரம்பித்து அந்த நாற்றம் பழகி அது எங்களுக்கு நாற்றம் இல்லை என்பது போலவும் வெளியூரிலிருந்து வருபவர்களுக்குச் சகித்துக்கொள்ள முடியாததாகவும் ஆகிவிடும். வீட்டைக் கூட்டவோ ஒட்டடை அடிக்கவோ விடாமல் அப்படியே விட்டுவிட்டோம். இந்த எல்லாக் காரணங்களாலும் உறவினர்களோ, நண்பர்களோ, அக்கம்பக்கத்தவரோ —உண்மையில் வீட்டின் நான்கு திசைகளிலும் அக்கம்பக்கத்தவர்கள் வெகு தூரத்தில் இருந்தார்கள், வடக்குப் பக்கத்தில் அரை கிலோ மீட்டர் தூரத்திலும், தெற்கே புதர்ச்செறிவைத் தாண்டி அரை கிலோ மீட்டர் தூரத்திலும், மேற்கே புதர்மேடு, சுடுகாட்டைத் தாண்டி கால் கிலோ மீட்டர் தொலைவிலும், கிழக்கே, அதாவது எதிரில், பல நூறு மைல்கள் தாண்டி அது இலங்கையாகவோ அந்தமானாகவோகூட இருக்கலாம்— யாரும் வருவதில்லை. யாருமே வருவதில்லை என்றாலும் அவன் மட்டும் எப்படி? அதுவும் மூன்றாண்டுகளாக?

மூன்றாண்டுகளுக்கு முன்பு ஒரு நாள் வீடு திரும்பிக் கொண்டிருந்தேன். கூடவே, அவனும் வந்தான். அவன் என்கூட வந்தது குறித்துச் சிறிதும் நினைவில் இல்லை. ஆனால், முதல் அலை தன் வழக்கமான எல்லையைத் தாண்டிக்கொண்டிருந்தபோது இடது பக்கம் வாயிற்கதவையும் வலது பக்கம் அலை நெருங்கிக்கொண்டிருப்பதையும் பார்த்துக்கொண்டிருந்த கணத்தில்தான் முதன்முறையாக அவனின் இருப்பு எனக்கு உறைத்தது. அதையும் அவனாகத்தான் அலையைப் பார்த்த அதிர்ச்சியை வெளிப்படுத்தி என்னை உணர வைத்தான். இதற்குள் அலை எங்களையும் தாண்டி வாயிற்கதவு ஊடாகவும் அதன் மேலும் பாய்ந்து வீட்டைத் தொட்டுவிட்டது. அலை வேகத்தின் இறுதி எல்லையாக எங்கள் வீட்டின் வானுயர்ந்த மேற்குச் சுற்றுச்சுவர்தான் இருந்திருக்கும்போல் —கடலைப் பார்க்க வேண்டும் என்பதற்காகக் கிழக்குப் பக்கத்தில் சுற்றுச்சுவரை அவ்வளவு உயரமாகக் கட்டவில்லை, என்றாலும் கிழக்குச் சுவரில் ஆட்கள் ஏறிக்குதிப்பது சாத்தியமில்லை— அதில் மோதித் திரும்பி வரும் கண நேரத்தில் வீட்டில் புகுந்திருந்த தண்ணீர் வடிந்து, தரை துலக்கமாகத் தெரிய ஆரம்பித்த ஒருசில நொடிகளில் அடுத்த அலை அதே மாதிரி தெற்குச் சுவரில் மோதி வாயிற்கதவையும் எங்களையும் கடந்து கடல் நோக்கிப் போக —உண்மையில் இப்போது கடலின்

எதிர்க்கடல் | 111

எல்லை எங்களின் மேற்குச் சுற்றுச்சுவரையும் உள்ளடக்குகிறது என்றாலும் அலை தன் இயல்பான பழைய இடத்தை நினைவு வைத்திருக்குமல்லவா— அடுத்த அலையால் மறுபடியும் இழுக்கப்பட்டு, எங்களை நோக்கி வருவதாக இப்படியான சுழற்சியில் மூன்று ஆண்டுகளாக அலைகள் எங்களுக்குப் போக்குக் காட்டிக்கொண்டிருக்கின்றன. ஆரம்பத்தில் ஒரு அலைக்கும் இன்னொரு அலைக்கும் இடையிலான சில நொடிப்பொழுதுகளில் வீட்டின் வளாகத்துக்குள் தண்ணீர் வடிந்து கொஞ்சம் தெரிந்தது என்றாலும் போகப்போக தண்ணீருக்கோ, இல்லை எங்கள் வீட்டுக்கோ இந்த விளையாட்டில் அலுப்பு ஏற்பட, அலையின் போக்கையும் வரத்தையும் தாண்டியும் நிரந்தரமாக ஒன்றரை தளம் உயரத்துக்குத் தண்ணீர் அங்கே தங்கிவிட்டது. அதாவது, வாயிற்கதவுக்கு வெளியே உள்ள கடலின் மட்டத்தைவிட உயரமாக. நாங்களோ கழுத்தை முட்டும் அளவிலான நீர்மட்டத்தில் வாயிற்கதவை பிடித்துத் தொங்கிக்கொண்டிருந்தோம். நிற்க முடிகிற நீர்மட்டம் என்றாலும் வாயிற்கதவைப் பிடிக்காமல் நின்றுகொண்டிருந்தால் அலை இழுத்துக்கொண்டு போய்விடும் என்பதால் வாயிற்கதவைப் பிடித்துத் தொங்கிக்கொண்டிருந்தோம். எங்களை அதே இடத்தில் தக்கவைத்துக்கொள்ளவே பெரும் போராட்டமாக இருந்ததால் உள்ளே சென்று என் அப்பா அம்மா மனைவி குழந்தையைக் காப்பாற்றுவதற்கான முயற்சியில் ஈடுபட முடியவில்லை. வாயிற்கதவைப் பிடித்தபடி இருந்தது மட்டுமல்ல, அவர்களுக்கு என்ன ஆகியிருக்குமோ என்ற பரிதவிப்பும் சேர்ந்துதான் எங்களை மூன்றாண்டுகளாக ஒரே இடத்தில் தக்கவைத்துக்கொண்டிருக்கிறது. இதே தக்கவைப்புதான் என் மீது அவர்களும் பரிதவிப்பு கொண்டு அவர்களையும் மூன்றாண்டுகளாக ஒரே இடத்தில் தக்க வைத்திருக்கும் என்ற நம்பிக்கையை எனக்குத் தந்தது. இல்லையென்றால், உள்ளே இருப்பதை விட ஆழம் குறைவாக இருக்கும் வெளிப்பகுதியில் முன்பு வீட்டுக்கும் கடலுக்கும் இடையே இருந்த கரைப் பகுதி வழியாகத் தப்பிச்செல்லும் எண்ணமாவது ஏற்பட்டிருக்கும், இல்லையென்றால் எதற்கு இந்தப் போராட்டம் என்று அலைக்கு ஒப்புக்கொடுத்து கடலோடு கரைந்துபோயிருக்கலாம். ஆனால், எங்களைத் தக்கவைத்துக்கொள்ளும் போராட்டமும் உள்ளே இருப்பவர்களுக்கு என்ன ஆயிற்றோ அவர்களைக் காப்பாற்ற வேண்டுமே என்ற பரிதவிப்பும், வந்து செல்லும்

அலையின் பரப்புக்கு மேலே மற்றொரு அலைப்பரப்பை உருவாக்கியிருந்தன. அது உள்ளே இருப்பவர்களின் போராட்டத்தாலும் பரிதவிப்பாலும் கடல் மட்டத்துக்கு மேலான நீர்மட்டத்தைக் கொண்டிருந்த வளாகத்தின் நீர்ப்பரப்புக்கு மேலாக மற்றுமொரு அலைப்பரப்பை உருவாக்கிக்கொண்டிருக்க வேண்டும். இந்த இரண்டு எதிரெதிர் இரண்டாமடுக்கு அலைப் பரப்புகளும் ஒன்றுடன் ஒன்று ஊடாடத் தவித்துக்கொண்டிருப்பதையும் என்னால் உணர முடிந்தது. இடத்துடன் போராடிக்கொண்டிருக்கும் மனதுக்கு இடத்தினூடாகவோ இடத்தின் மேலாகவோ தனித்த இடத்தை உருவாக்கும் இயல்பு உண்டு என்பதில் எனக்கு உறுதியான நம்பிக்கை உண்டு. இதனால்தான் ஒவ்வொரு இடத்திலும் இருக்கும் வேறொரு இடத்தையும் நான் எப்போதும் தேடிக் கொண்டிருப்பதுண்டு, இதனால்தான் அசாத்தியமான ஒரு நம்பிக்கை எனக்கு ஏற்பட்டிருந்தது. இடத்துடனான இடைவிடாத மோதலில் இரண்டு நீர்ப்பரப்பின் மேலும் உருவாகியிருக்கும், ஒன்றையொன்று தொடர்பு கொள்ளத் துடித்துக்கொண்டிருக்கும் இரண்டாமடுக்கு அலைப்பரப்புதான் நாம் உள்ளே செல்வதற்கு ஒரே வழி. அந்த இரண்டும் ஒன்றையொன்று தொட்டுக்கொண்டுவிட்டால் சட்டென்று ஒரு மேலிழுத்தல் — சுழன்றடிக்கும் சூறாவளிக் காற்று செடிகளையும் மரங்களையும் மேலிழுத்துப் போடுவதுபோல் எங்களையும் இரண்டாம் அடுக்கு அலைப்பரப்பின் மேல் இழுத்துப் போடும் என்றும், அந்த அலை என்னையும் அவனையும் என் குடும்பத்தினருடன் கொண்டுபோய்ச் சேர்க்கும் என்றும் நம்புகிறேன். இடத்துடன் உணர்வலைகள் ஊடாடிப் பிறக்கும் காலவெளித் துளையெனும் வோம்ஹோலைப் பற்றி இத்தனை ஆண்டுகளாகப் படித்துக்கொண்டும் ஆராய்ச்சி செய்துகொண்டும் இருந்த எனக்கு இப்போது நேரடி அனுபவமாக காலவெளித் துளையை எதிர்கொள்ளும் வாய்ப்பு கிடைக்கும் என்று உறுதியாக நம்பிக்கொண்டிருக்கிறேன்.

இத்தனை ஆண்டுகளாக இயற்பியலாளர்கள் காலவெளித் துளையானது காலமும் இடமும் சம்பந்தப்பட்ட ஒன்று, அண்டவெளியின் ஏதோ ஒரு பகுதியில், தொலைதூரத்தில் இருக்கும் ஒன்று, என்றுதான் சொல்லிக்கொண்டிருக்கிறார்கள். நானோ உணர்வுகள் இன்றிக் காலமும் வெளியும் கிடையாது, ஆகவே காலவெளித் துளை ஆராய்ச்சியில்

எதிர்க்கடல் | 113

உணர்வுகளுக்கும் முக்கிய இடம் கொடுக்க வேண்டும் என்று சொல்லிக்கொண்டிருக்கிறேன், வேறெங்கே, எனக்குள்தான்.

அதனால்தான் எந்தவொரு பொருளையும் அதற்குரிய இடத்திலிருந்து அகற்றுவது குறித்து நான் ரொம்பவும் தயங்குவேன். அந்த இடத்தின் உணர்வலைப் பரப்பிலிருந்து பிரிக்க முடியாத ஒரு பொருளை அங்கிருந்து அகற்றுவதால் உணர்வலைப் பரப்பில் ஒரு சமனின்மை ஏற்படும் என்று அச்சம் எனக்குண்டு. மிகவும் அத்தியாவசியம் இருந்தாலொழிய எங்கள் வீட்டிலிருந்து யாரும் வெளியில் செல்வதில்லை, வெளியிலிருந்து யாரும் உள்ளே வருவதையும் நாங்கள் அனுமதிப்பதில்லை. எங்கள் ஒட்டுமொத்த வீட்டையும் குடும்பத்தினரையும் ஒருவகையில் என்னையறியாமல் காலவெளித் துளை பரிசோதனையில் ஈடுபடுத்திக்கொண்டிருந்தேன். அதற்கு இறுக்கமான உணர்வுநிலை மிகவும் அவசியம் என்பதைவிட இறுக்கமான உணர்வுநிலையில் பீடிக்கப்பட்டு அதை மேலும்மேலும் தீவிரமாக நாங்கள் ஆக்கிக்கொண்டிருந்தோம். சீரான வேகமோ சீரான ஓய்வுநிலையோ காலத்தையும் வெளியையும் கடக்க உதவாது, முடுக்கம்தான் இவற்றைக் கடக்க உதவும், வேகம் என்றால் வேகத்தில் தொடர்ச்சியான முடுக்கம், ஓய்வுநிலை என்றால் ஓய்வுநிலையில் தொடர்ச்சியான முடுக்கம், அதன்மூலம்தான் காலவெளியினூடாகக் குறுக்கும் நெடுக்குமாகப் பயணிக்க முடியும். நாங்கள் எங்கள் வீட்டுக்கு, எங்கள் வீட்டிலுள்ள ஒவ்வொரு பொருளுக்கும், எங்கள் குடும்பத்தில் உள்ள ஒவ்வொருவருக்கும் ஓய்வுநிலையில் முடுக்கத்தைக் கொடுத்துக்கொண்டிருந்தோம். இதனால் கடல் நடுவே நீர்ப்பள்ளம் காணப்பட்டால் எப்படி இருக்குமோ அப்படி நாங்கள் இருந்த பிரதேசத்தில், காட்சியைத் தாண்டி உணர்வுநிலையில், எங்கள் வீட்டின் வளாகம் இருந்துகொண்டிருந்தது. இடத்தின் காலத்தின் சீர்மையிலிருந்து சற்றேனும் நழுவ ஆரம்பித்துவிட்டோம் என்று என்னால் நிச்சயமாகச் சொல்ல முடியும். ஆனால் என்ன, எங்கள் வீடு எந்தக் காலத்துக்கு எந்த இடத்துக்கு எங்களைக் கொண்டுசெல்லும் காலவெளித் துளையாக உருவாகிக்கொண்டிருந்தது என்பதை என்னால் விளங்கிக்கொள்ள முடியவில்லை. ஒருவேளை இந்தக் கடல்நிலைகூட என் காலவெளித் துளை பரிசோதனையின் விளைவா என்று தெரியவில்லை. ஒன்றுக்குள் ஒன்று ஊடுருவி விரவிய நிலையில், ஆனால் ஒன்றையொன்று

அறிந்துகொள்ள முடியாததாக இருக்கும் பிரபஞ்சங்கள் ஒன்றையொன்று சந்திக்கும் புள்ளியாக இந்த இடம் ஆகிவிட்டதா என்பதையும் என்னால் உறுதிப்படுத்திக்கொள்ள முடியவில்லை. ஒரு இக்கட்டான சமனின்மையின் சந்திப்புக்கு இடையே மாட்டிக்கொண்டுவிட்டோமா, அல்லது இந்த இக்கட்டு, சமனின்மையை ஈர்த்தது காலவெளித் துளையின் பரிசோதனையகமாக இருக்கும் இவ்விடம்தானா என்று புரியாமல் விழித்துக்கொண்டிருந்தேன்.

நேரம், நாள், மாதம், வருடக் கணக்கைச் சரியாகப் பின்தொடர்ந்துகொண்டிருக்கிறேன். இன்றுடன் மூன்று ஆண்டுகள் முடிவடைகின்றன. எனினும் இருக்கும் இடத்தைவிட்டு நகர முடியவில்லை, நகர முடியவில்லையா, அல்லது இருக்கும் இடத்தை விட்டு நகர்வது குறித்த தயக்கம் காரணமாக இந்த இடத்திலேயே என்னையறியாமல் தங்கிவிட்டேனா? எனது பீடிப்பில், இந்த இடத்தின் பீடிப்பில் அவனும் சிக்கிக்கொண்டுவிட்டானா?

மூன்றாண்டுகளாக வாயே திறக்காமல் இருந்த அவன் தற்போது வாயைத் திறந்தான். “ஒருவேளை கடல் தனக்கு எதிரே எதிர்க்கடல் பிம்பத்தை உருவாக்கியிருக்குமோ? அது இப்புறமிருக்கும் நிஜக்கடலின் உணர்வை நம்மிடமிருந்து அடியாழத்தில் எழுப்பியபடி நம்மைச் சிக்கவைத்திருக்குமோ? கடலுக்கும் அதன் பிம்பத்துக்கும் நடுவில் நாம் சரியாக அகப்பட்டிருக்கிறோமோ? பிம்பத்தைக் கடந்தால் வாயிற்கதவைக் கடந்துவிடலாமா? வாயிற்கதவைக் கடந்தால் என் குடும்பத்தினருடன் நான் சேர்ந்துவிடலாமோ”என்று கேட்டுக்கொண்டே போனான். ‘என் குடும்பத்தினருடன்’ என்று அவன் சொன்னது என்னைத் துள்ளியெழ வைத்தது. என்னைக் கேள்வியும் கேட்க முடியாத வகையில் அவனும் ஒரு பீடிப்பை என் மேல் ஏவியிருப்பதை என்னால் தெளிவாக உணர முடிந்தது என்னை மேலும் மேலும் இறுக்கமாக ஆக்கிக்கொண்டிருந்தது. எதிர்க்கடல் போல் அவன் எதிர்-நானா? அல்லது நான் அவனுக்கு எதிர்-அவனா? இனி எந்தக் கேள்வியும் கேட்க முடியாது. பிம்பங்களைக் கடந்தாக வேண்டும். இப்போது இரண்டு வகைகளில் இரண்டு திசைகளில் எதிர் பிம்பங்கள். கடல் - என் வீட்டில் இருக்கும் எதிர்க் கடல். எது எதிர் பிம்பம்? உண்மையில் எத்திசை நோக்கி நான் நடக்க வேண்டும்? அவன் -நான். யார் எதிர் பிம்பம்?

உண்மையில் எத்திசை நோக்கி நான் அல்லது அவன் நடக்க வேண்டும்? என்னை நானோ அவனை நானோ கடப்பதற்கு முன்பு வீடு, கடல் இந்த இரண்டில் ஒன்றைச் சூதாட்டம்போல் தேர்ந்தெடுத்து, பிம்பத்தைக் கடந்தாக வேண்டும்.

முதலில் இந்த இடத்தின் உணர்வலையின் சமனைக் குலைக்க வேண்டும். இந்த இடத்தின் உணர்வலையோடு கலந்துவிட்ட என் உணர்வலையைச் சடாரென்று பிய்த்துக்கொண்டு, குருட்டுப் பூனை விட்டத்தில் பாய்வதைப் போல, ஏதாவது ஒரு திசையில் பாய்ந்தாக வேண்டும். அப்போதுதான் பிம்பத்தைக் கடக்க முடியும். ஏதாவது ஒரு திசை என்ன, என் குழந்தை இருக்கும் திசையில்தான் நான் செல்வேன். ஒரு வயதுக் குழந்தையாக இருந்தபோது கடைசியாகப் பார்த்தது.

கண்ணை மூடிக்கொண்டு தலையை ஒரு சிலுப்பு சிலுப்பி கண்ணை மூடியபடியே வாயிற்கதவை மோதித் திறந்தேன். திறந்தவுடன் கண்களைத் திறந்து கடலின் திசையில் பார்த்தேன். தூரத்தில் சிறுசிறு அலைகளின் அமைதியுடன் மூச்சுவிட்டபடி இருந்தது கடல். இப்புறம் பார்த்தால் என் வீட்டின் வளாகத்துக்குள் தண்ணீர் இருந்த சுவடே கொஞ்சம்கூட இல்லை. வேகமாக வீட்டுக்குள் நுழைகிறேன். தரைத்தளத்தில் யாரும் தென்படவில்லை. மூன்று ஆண்டுகளுக்கு முன்பு எப்படி இருந்ததோ அப்படியே இருந்தது தரைத்தளம். ஒரு தூசியளவு மாற்றம்கூட ஏற்பட்டிருப்பதுபோல் தெரியவில்லை. மனைவி, பையன் பேரையெல்லாம் சத்தம்போட்டுக் கூப்பிடுகிறேன். தரைத்தளத்தில் என்னுடைய குரல் என் குரலுக்கு பதிலாகச் சுழன்றுகொண்டிருந்தது. வெறிபிடித்ததுபோல் கத்திக்கொண்டே இருந்தேன். கொஞ்ச நேரம் கழித்து முதல் தளத்திலிருந்து தீனமான குரலில் என் அம்மாவின் சத்தம் கேட்டது. மாடிப்படியில் தாவித்தாவி ஏறினேன்.

முதல் தளம் முழுவதும் கழுத்தளவு தண்ணீர். எங்கே அவர்கள்? கழுத்தளவு தண்ணீர் என்றால் ஐயோ என் பையன்? சமயலறை, கூடம், படுக்கையறை, பால்கனி என்று ஒவ்வொரு இடமாக கழுத்தளவு தண்ணீரிலும் எதையெதையோ இடித்துக்கொண்டு ஓடி ஓடித் தேடினேன். எங்கும் அவர்களைக் காண முடியவில்லை. குளியலறைக் கதவை அழுத்தித் திறந்தேன். விசாலமான அந்தக் குளியலறை-கழிப்பறைக்குள் என் ஒட்டுமொத்தக் குடும்பமும் நின்றுகொண்டிருந்தது. எல்லோருடைய

தலைகள் மட்டும் வெளியே நீட்டிக்கொண்டிருந்தன. என் பையன் மட்டும் எதன்மீதோ, அநேகமாக மேற்கத்திய கழிப்புக்கூட்டின் தண்ணீரடிக்கும் பெட்டியின் மீது இருக்கலாம், நின்றுகொண்டு சுவரின் மேற்பரப்பில் இருக்கும் ஜன்னலைப் பிடித்துத் தொங்கிக்கொண்டிருந்தான். அவன் ஒரு வயதுக் குழந்தையாகத்தான் இருந்தான்.

எங்கே என் எதிர்-அவன் என்று திரும்பிப் பார்த்தேன். அவன் இல்லை.

- 2018

❏

கமல், ஸ்டேன்லி கூப்ரிக்கை என்ன செய்தீர்கள்?

நடிப்பு: பத்மஸ்ரீ கமல்ஹாசன் (அப்போது உலக நாயகன் பட்டம் தரப்படவில்லை), சத்யராஜ், வாகை சந்திரசேகர், ஜெய், நிக்கி கல்ராணி இவர்களுடன் நானும் நீங்களும்

கதை–திரைக்கதை–வசனம்: ஸ்டேன்லி கூப்ரிக், கமல்ஹாசன், நானும் நீங்களும்

இயக்கம் – படத்தின் முடிவில் தெரிந்துகொள்வீர்கள்

குறிப்பு: இத்திரைப்படம் மன்னார்குடி சத்யா திரையரங்கில் மட்டுமே தினமும் இரவு ஒரு மணிக்குத் திரையிடப்படும்

***

1

சைக்கிளை விட்டு இறங்காமல் ஒற்றைக்காலை ஊன்றிக்கொண்டு "கோபாலகிருஷ்ணன்" என்றான் பிரகாஷ்.

நானும் "கோபாலகிருஷ்ணன்" என்றேன். சங்கேதம் ஒப்புக்கொள்ளப்பட்டது.

"ஆனா இன்னைக்கு ரொம்ப ரொம்ப வேற விஷயம் அப்படின்னாரு சண்முகம் அண்ணே" என்றான்.

அவ்வளவு தூரம் சைக்கிள் மிதித்து வந்ததில் இன்னும் மூச்சு வாங்கிக்கொண்டிருந்தது அவனுக்கு.

"சரி நீ போ. நான் வந்துடுறேன்."

சண்முகம் அண்ணன் சத்யா திரையரங்கின் உரிமையாளர். எங்களைப் போல கமல் ரசிகர். மன்னார்குடியில் நாங்கள் மூன்று பேர் மட்டும்தான் கமல் ரசிகர்கள். அதிலும் அதிதீவிர ரசிகர்கள். அது வெளியே. உள்ளுக்குள் நாங்கள் கமலின் ரகசிய சங்கத்தினர். ஓடுமோ ஓடாதோ என்ற கவலையின்றி கமலின் எல்லாப் படங்களையும் அவர் தன் திரையரங்கில் திரையிடுவார். இரண்டாவது, மூன்றாவது ரிலீஸ்களும் உண்டு. அவையெல்லாம், சகலகலா வல்லவன், அபூர்வ சகோதரர்கள் மாதிரி நன்றாக ஓடிய படங்கள். அதிலெல்லாம் எங்களுக்கு ஈடுபாடு இல்லை. நான் பிறக்கும் முன்னே வந்த படங்கள், முதல் வெளியீட்டிலும் ஓடாத ஆனால் நல்ல படங்கள், பிற மொழியில் கமல் நடித்த நல்ல படங்கள் போன்றவற்றை நாங்கள் இரண்டாம் ஆட்டம் முடிந்து ஒரு மணிக்குப் போட்டுப் பார்ப்போம். இது மாதிரி மாதத்துக்கு ஒரு தடவையாவது ஏதாவது ஒன்று நடக்கும். இதெல்லாம்கூட 'அதிதீவிர' என்ற பதத்துக்குள் நாங்கள் சேர்க்க மாட்டோம்.

அது வேறு விஷயம். ஆம்! எங்களைப் போல் தமிழ்நாடு முழுவதும் கமலின் ரகசிய சங்கத்தினர் இருக்கிறார்கள். அவர்கள் இரண்டு மூன்று மாதங்களுக்கு ஒரு முறை எங்களுக்கு ஏதாவது ஒரு பொக்கிஷத்தைக் கொண்டுவருவார்கள். அது கமலின் கைவிடப்பட்ட படத்தின் திருடப்பட்ட ஃபிலிம் சுருள்களாக இருக்கலாம். படத்திலிருந்து நீக்கிய காட்சிகளாக இருக்கலாம். பட உருவாக்கத்தின்போது யாரோ ரகசியமாக எடுத்த வீடியோவாக இருக்கலாம். இதில் எனக்குப் புரியாத விஷயம் என்னவென்றால் கொஞ்சம் எடுக்கப்பட்டுக் கைவிடப்பட்ட கமலின் வெளிவராத படங்களின் படச்சுருள் நெகட்டிவாகத்தானே இருக்கும். அதை எப்படி புராசஸ் செய்தார்கள்? ஜெமினி லேப், விஜயா லேப் போன்றவற்றில் இதெல்லாம் நடந்திருக்க வாய்ப்பில்லை. ஒருவேளை பிற மாநிலங்களில் புராசஸ் செய்தபின் இங்கே வந்திருக்குமோ என்று நினைத்துக்கொள்வேன். நாங்கள் செய்வது ஒரு வகையில் சட்டத்துக்குப் புறம்பான வேலை என்பதால் இதைப் பற்றியெல்லாம் வெளியில் சொல்வதில்லை. சண்முகம் அண்ணன்தான் ஆப்பரேட்டர். அதிகம் ஆப்பரேட்டர் அறையில் இருந்தே பார்ப்போம். சற்றே நீளமான படம் என்றால் திரையரங்கில் அமர்ந்து பார்ப்போம்.

பாரதிராஜாவின் இயக்கத்தில் தொடங்கப்பட்ட 'டாப் டக்கர்', ருத்ரையாவின் 'ராஜா என்னை மன்னித்துவிடு' போன்ற படங்களின் காட்சிகளைப் பார்த்தபோது எங்களைவிட அதிகப் பரவசம் அடைந்தவர் சண்முகம் அண்ணன். இருக்காதா, அந்தப் படங்கள் அறிவிக்கப்பட்ட காலத்தில் ஒரு இளைஞராக, கமல் ரசிகராக எவ்வளவு ஆர்வத்துடன் இருந்திருப்பார். அந்தப் படங்கள் கைவிடப்பட்ட பின்னும் வரும் வரும் என்று எவ்வளவு எதிர்பார்ப்புடன் இருந்திருப்பார். வரவே வராது என்று ஆன பின் அவற்றின் முடிவுபெறாத வடிவமாவது கிடைக்கிறதே என்பது எத்தகைய உணர்ச்சியை அவருக்குள் ஏற்படுத்தியிருக்கும் என்பதை கடந்த சில மாதங்களாக மருதநாயகம் குறித்து நான் கொள்ளும் கவலைகளின் பின்னணியில் புரிந்துகொள்ள முடிகிறது.

எல்லாம் நன்றாகத்தான் போய்க்கொண்டிருந்தது. ஒரே ஒரு முறைதான் பிரகாஷை அடிக்கப் போய்விட்டார்.

"அண்ணே, எனக்கு ஒரே ஒரு ஆசைண்ணே. கமலுக்கும் ....க்கும் ஒரு வீடியோ இருக்குன்னு நெறைய பேரு பேசிக்கிறாங்க. அதை மட்டும் பார்த்துடணும்" என்று பிரகாஷ் கேட்டுவிட்டான். நான் குறுக்கே போய்ப் பாய்ந்து தடுக்காவிட்டால் அன்று அவனுக்கு உண்மையில் முதுகு பிளந்திருக்கும். அது மட்டுமல்ல, எங்கள் ரகசியச் சங்கத்தின் செயல்பாடுகள் முடிவுக்கு வந்திருக்கும். அல்லது, சண்முகம் அண்ணன் மட்டுமே ஒற்றை உறுப்பினராகத் தொடர்ந்திருப்பார்.

அவர் அடங்கிச் சற்று ஓய்ந்திருந்தபோது மெல்லிய குரலில் பிரகாஷ் மன்னிப்பு கேட்டுவிட்டுச் சொன்னான், "அதில்லண்ணே, காதல் காட்சிகள்லயே ரெண்டு பேருக்கும் இடையில அவ்வளவு லவ்வு தெரிஞ்சிதுண்ணே. உலகத்துலேயே அழகான அந்த ரெண்டு பேரும் உடம்பால இணையிற சமயத்துல அவங்க இன்னும் எவ்வளவு அழகா இருப்பாங்க. அதுவும் நடிப்பை மறந்து. அதுக்காகத்தான் அப்படிச் சொன்னேண்ணன். எனக்கு அந்த மாதிரி படங்கள்லாம் பாக்குறதுன்னா பாக்யா தியேட்டருக்குப் போக மாட்டேனா" என்று அவன் சொன்னதும் முடிந்தது கதை என்று நினைத்தேன். அவரோ குலுங்கிக் குலுங்கிச் சிரிக்க ஆரம்பித்துவிட்டார். "அய்யோக்கியப் பயலே" என்று வி.கே.ராமசாமி மாதிரி சொல்லிவிட்டு அவன் முதுகில்

ஒரு அடி கொடுத்தார். அப்பாடா சங்கம் தப்பித்தது என்ற நிம்மதி எனக்கு.

இன்றைக்கு 'ரொம்ப ரொம்ப வேற விஷயம்' என்று சொல்லி அனுப்பியிருக்கிறாரே என்னவாக இருக்கும். 'ஹே ராம்' படம் வருவதற்கு இன்னும் ஒரு வருஷமாவது ஆகிவிடும். எல்.சுப்பிரமணியத்தை நீக்கிவிட்டு இளையராஜாவைப் போடப்போகிறார்கள் என்று வேறு கேள்விப்பட்டேன். அண்ணன் 'ரொம்ப ரொம்ப' என்று சொல்லி அனுப்பினால் ரொம்ப ரொம்ப வேறு விஷயமாகத்தான் இருக்கும் என்று சில முறை கண்டிருக்கிறேன்.

பன்னிரண்டு மணிக்காகக் காத்துக்கொண்டிருக்கிறேன்.

2

"இன்னைக்கு என்ன போடப் போறோம்னு நான் சொல்லப் போறதில்லை. ஏன்னா எனக்கே இன்னும் தெரியாது. ரீலை ஒரு மணிக்கு ஓட விடப் போறப்பதான் எனக்கும் தெரியும். அப்புறம் எனக்கு ரீலைக் கொடுத்தவங்க ரொம்ப ரொம்பக் கண்டிப்பா சொன்ன விஷயம் இந்த ரகசியத்தை சாகிற வரைக்கும் காக்கணும்ங்கிறதுதான். நமக்கு மட்டும் முதல் தடவையா தரப்பட்டிருக்குன்னு சொன்னாங்க" என்றார் சண்முகம் அண்ணன்.

"சரிண்ணேன்" என்று ஆப்பரேட்டர் அறையிலேயே நாற்காலியை இழுத்துப் போடப்போன என்னைப் பார்த்து "ம்கூம், ரெண்டு பேரும் உள்ளே போங்க" என்றார். அது வழக்கத்துக்கு மாறாக ஒரு ஆணை மாதிரி இருந்தது.

அரங்கத்தின் கதவைத் திறந்துவிட்டு ஒவ்வொரு படியாக இறங்கிக்கொண்டிருந்தோம். ஆனால், எனக்கென்னவோ ஏறிக்கொண்டிருப்பதுபோலவே ஒரு உணர்வு ஏற்பட்டது. பிரகாஷ் முகம் எப்படி இருக்கிறது என்பதும் இருட்டில் தெரியவில்லை. படத்தின் ஒளி வருவதற்கான பொந்து வழியாகக் குரல் வந்தது:

"வழக்கமா ஒக்கார்ற இடம் வேண்டாம். நட்ட நடுவுல உக்காருங்க"

அவர் சொன்னபடியே உட்கார்ந்தோம். எங்கள் மூச்சு சீராகும்வரை காத்திருந்தாற்போல் திரையில் ஒலி விழ ஆரம்பித்தது.

"நான் வணக்கம் சொல்லப்போறதில்லை, நன்றிதான் சொல்லப் போறேன். ஏன்னா நீங்க பார்க்கப் போறது ஒரு படத்தோட கிளைமாக்ஸ்."

தலைவரின் குரல்.

அதனைத் தொடர்ந்து ஒளியும் திரையில் விழ ஆரம்பித்தது. எந்த எழுத்தும் இல்லை. இரவு தொடங்கும் நேரம் போல் இருக்கிறது. ஒரு பணக்கார வீட்டின் திறந்த வெளியில் ஏதோ விருந்து தொடங்கவிருக்கிறது. மிக மிக நீளமான அலுமினிய பெஞ்சில் வரிசையாக பஃபே போன்ற விருந்துக்காகப் பாத்திரங்களில் உணவு வைக்கப்பட்டிருக்கிறது.

பணக்காரத் தந்தை சத்தியராஜ் வருகிறார். (ஆ, மருதநாயகத்தில் நடிக்க மாட்டேன் என்று சொன்னவர் இதில் எப்படி?) உணவுப் பாத்திரங்களை ஒவ்வொன்றாகத் திறந்து பார்க்கிறார். ஓரமாக நிற்கும் மாப்பிள்ளை வீட்டாரை இளக்காரமாகப் பார்த்துவிட்டு,

"செய்வினையெல்லாம் செய்ய வக்கு இல்லதான். ஆனா அதுக்காக சும்மாவா வேடிக்கை பார்ப்பீங்க" என்கிறார்.

பதறிப்போன மாப்பிள்ளையின் தாயும் தந்தையும் (அப்படித்தான் இருக்க வேண்டும்) ஒரு பாத்திரத்தை ஒன்றாகத் தொடப்போக, அந்த நவீன வடிவமைப்பு கொண்ட அலுமினிய பெஞ்சில் அது வழுக்கிக்கொண்டுபோய் மறுமுனையைத் தாண்டிக் கீழே விழுந்து அதிலிருந்து ரசம் சிதறுகிறது. சத்தியராஜ் மறுபடியும் அவர்களை இளக்காரமாகப் பார்ப்பதற்குள் காட்சி மாறுகிறது.

இரவுதான். அன்றைய இரவா, பல ஆண்டுகளுக்கு முந்தைய இரவா, பல ஆண்டுகள் கழித்து வரப்போகும் இரவா என்பதற்கெல்லாம் எந்தக் குறிப்பும் இல்லை. ஆனால், நீச்சல் குளத்திலிருந்து நீச்சல் உடையுடன் வெளிப்பட்டு நிக்கி கல்ராணி அழுதபடி, உடலில் நீர்ச் சொட்டச் சொட்ட ஓடுகிறார். அவர் பின்னாலேயே நீச்சல் குளத்திலிருந்து அப்பா சத்யராஜும் வெளிப்பட்டு மெதுவாக நிக்கி கல்ராணியைப் பின்தொடர்கிறார். எப்போதும் நீந்திக் குளித்தபின் அங்கிபோல் அணியும் தூவாலை உடையை நீச்சல் குளத்திலிருந்து வெளிப்படும்போதே

சத்யராஜ் அணிந்திருந்தார். காட்சி அங்கே வெட்டப்படுகிறது. மாப்பிள்ளைக் கோலத்தில் ஜெய் பிணமாகப் படுத்திருந்தார். (இந்தக் காட்சிக்கு கமலை வசனம் எழுதச் சொன்னால் 'மாப்பிள்ளைக் கோலத்தில் பிணம் படுத்திருந்ததா, இல்லை பிணக் கோலத்தில் மாப்பிள்ளை படுத்திருந்தாரா' என்று நிச்சயம் எழுதியிருப்பார்).

ஜெய்க்கு அருகில் வாகை சந்திரசேகர் போலீஸ் உடையில், கூடவே மழை கோட்டு போல ஏதோ ஒன்றையும் அணிந்திருந்தார். கமலும் அதே மாதிரி ஆடைகளை அணிந்தபடி புரியாத மாதிரி சன்னமான குரலில் ஏதோ வசனம் பேசுகிறார். பிறகு விசிலடிக்க ஆரம்பிக்கிறார்.

அது 'உன்னையறிந்தால் உன்னையறிந்தால் நீ உலகத்தில் போராடலாம்' பாடல். விசிலடித்துக்கொண்டே கமல் கேமரா நோக்கி வருகிறார். பின்னால் வாகை சந்திரசேகர் ஜெய்யின் மேலே உட்கார்ந்துகொண்டு தலையை ஆட்டிக்கொண்டு காலை இரண்டு பக்கமும் ஆட்டுகிறார். பாட்டின் தாளத்துக்கு ஏற்ப கமல் இன்னும் கேமரா நோக்கி நெருங்கி வருகிறார்.

பின்னால் வாகை சந்திரசேகர் தொடர்ந்து இன்னும் தலையையும் காலையும் ஆட்டிக்கொண்டிருப்பது தெரிகிறது. ஜெய் திடீரென்று ஒரு காராக ஆகிறார். வாகை தொடர்ந்து கால் ஆட்டுகிறார். கமல் பாடிக்கொண்டே இருக்கிறார். படம் முடிந்துவிடுகிறது.

என்ன இது? என்ன பார்த்தோம்? இதுவரை இப்படி ஒன்றைப் பார்த்ததே இல்லையே? எப்படி அர்த்தப்படுத்திக்கொள்வது? கருமாந்திரத்தை எடுத்துவைத்திருக்கிறாரா, இல்லை அபத்தத்தை அபத்தமாகவே கலைப்படுத்தியிருக்கிறாரா? யாரோ ஒரு பெண்ணைப் பார்த்ததும் ஏன் நிக்கி கல்ரானி என்ற பெயர் எனக்குத் தோன்றியது? பிணமாகக் கிடக்கும் அந்த நடிகரின் பெயர் ஜெய் என்று எனக்கு எப்படித் தோன்றியது?

"கமல் கனவில் படம் எடுத்தால்கூட இப்படித்தான் எடுப்பார் போல" என்று நினைத்துக்கொண்டு பக்கத்தில் பிரகாஷைத் தேடினேன். அவனைக் காணவில்லை. அவன் அப்போதே போய்விட்டான் போல.

சண்முகம் அண்ணனிடம்கூட சொல்லாமல் எழுந்து, திக்பிரமையிலிருந்து விடுபடாமலேயே வெளியே வந்தேன். சைக்கிளில் ஏறியபோது திரையரங்குக்கு வெளியே ஓரத்தில் மிகவும் விலையுயர்ந்த கார் ஒன்று நிற்பது தெரிந்தது. காருக்குள் சிறு செவ்வக வடிவத்தில் மங்கலான வெளிச்சம் ஒரு ஜோடிக் கண்களின் மீது விழுந்திருந்தது. அந்தக் கண்கள் அங்கிருந்தே என்னைப் பின்தொடர்வது தெரிந்தது. எங்கேயோ பார்த்த கண்கள்.

3

மறுநாளும் பிரகாஷ் வந்தான். இம்முறையும் "கோபாலகிருஷ்ணன்" என்றான்.

அடுத்தடுத்த நாட்களில் இப்படி நிகழ்ந்ததில்லையே என்ற குழப்பத்துடன் அவனிடம் இது குறித்துக் கேட்பதற்கு வாயைத் திறப்பதற்கு முன் தன் வாய் மேல் ஆட்காட்டி விரலை வைத்து எச்சரித்துவிட்டு மறுபடியும் "கோபாலகிருஷ்ணன்" என்றான். நானும் "கோபாலகிருஷ்ணன்" என்றேன். சங்கேதம் ஒப்புக்கொள்ளப்பட்டது. "இன்னும் ரொம்ப ரொம்ப வேற மாதிரி" என்று சொல்லிவிட்டுக் கிளம்பினான்.

பன்னிரண்டரை மணிக்குத் திரையரங்க வாசலில் எனக்காக பிரகாஷ் காத்திருந்தான். நேற்று போலவே அதே மாதிரியான சடங்குகள். இருட்டுக்குள் நடுவாந்திரமாகப் போய் உட்கார்ந்ததும் ஒலி தொடங்கியது. தலைவரின் அதே குரல், அதே வார்த்தைகள். அதே போன்ற காட்சிகள். ஆனால், ஜெய் பிணமாகக் கிடப்பது வரைதான் நேற்று மாதிரி.

"கொலையா தற்கொலையா?" என்று கமல் கேட்கிறார்.

"இரண்டுக்கான அறிகுறியும் தெரியலை" என்கிறார் வாகை.

"உயிரோட இருக்கானா இல்லையா?" என்று கமல் கேட்கிறார்.

"இரண்டுக்குமான அறிகுறியும் தெரியலை" என்கிறார் வாகை.

"வாகை, யூ ரிப்பீட் யுவர்செல்ஃப். மேக் ஹிம் டு பி சம்ஒன்" என்று சொல்லிவிட்டுத் திரையின் முன்னுள்ள திசை நோக்கிக் கண்ணடிக்கிறார் கமல்.

‘நோ கன்ட்ரி ஃபார் ஓல்ட் மென்’ படத்தின் காட்சிப்படுத்தும் விதத்தை கமல் காப்பியடித்திருக்கிறார் என்ற நினைப்பு என்னுள் தோன்றி மறைவதற்குள்,

“மாப்பிள்ளைக் கோலத்தில் பிணம் படுத்திருக்கிறதா, இல்லை பிணக் கோலத்தில் மாப்பிள்ளை படுத்திருக்கிறாரா? நோ கன்ட்ரி ஃபார் யங் மென்” என்று சொல்லிவிட்டு திரையின் முன்னுள்ள திசை நோக்கி, இல்லை என்னை நோக்கிக் கண்ணடிக்கிறார் கமல்.

“ஓ மை காட்! கமல் மைண்ட் ரீடிங் ஃபிலிம் எடுத்திருக்கிறார், அல்லது எடுத்துக்கொண்டிருக்கிறார். அதுதான் ‘ரொம்ப ரொம்ப வேற மாதிரி’ என்பதன் அர்த்தம். ஒரே ஒருவருக்காக, அல்லது ஒவ்வொருவருக்கும் தனித்தனியாக ஒரே படத்தை எடுத்துக்கொண்டிருக்கிறார். அதுதான் இங்கே நடந்துகொண்டிருக்கிறது. அறிவியல் வரலாற்றில், சினிமா வரலாற்றில் இதுபோன்ற ஒன்றைக் கேள்விப்பட்டதே இல்லையே. அல்லது நாம் கனவு கண்டுகொண்டிருக்கிறோமா? திரும்பிப் பக்கத்தில் பார்த்தால் பிரகாஷை இன்றும் காணோம்.

கமல் விசிலடிக்க ஆரம்பிக்கும்போதே எழுந்து ஆப்பரேட்டர் அறைக்குச் செல்கிறேன். அங்கே சண்முகம் அண்ணன் நக்கலா முறைப்பா என்று சொல்ல முடியாத ஒரு பார்வையுடன் என்னைப் பார்த்தபடி நிற்கிறார்.

“படத்தை நிப்பாட்டுங்கள் அண்ணே. நான் ஃபிலிமைப் பார்க்கணும்,”

அவர் நிப்பாட்டுகிறார். நான் சொன்னதை அவர் உடனே கேட்டதில் கூட ஏதோ சூட்சமம் இருப்பதுபோல் தெரிந்தது.

அவர் நிறுத்தியதும் மின்விளக்கைப் போட்டுவிட்டு ஃபிலிமைப் போய் எடுத்துப் பார்த்தேன். என்ன இது, ஒரே ஒரு ஃபிரேம்தான் ஒட்டுமொத்தப் படச் சுருளிலும் தொடர்ந்து வருகிறது. கமல் பார்வையாளர்களைப் பார்த்துக்கொண்டிருக்கிறார், பின்னணியில் ஒரு கார் மேலே வாகை உட்கார்ந்திருக்கிறார். ஒரே ஒரு காட்சிதான், எல்லா ஃபிரேம்களிலும். என் உதடுகள் “ஆல் வொர்க் நோ ப்ளே மேக்ஸ் ஜாக் எ டல் பாய்” என்று உச்சரிக்கத் தொடங்குகின்றன. அதையே உச்சாடனம் போல் திரும்பத் திரும்பச் சொல்கிறேன். அறையிலிருந்து சண்முகம்

அண்ணன் பதுங்கிச் சென்றுவிடுகிறார். நான் உச்சாடனத்தை நிறுத்தாமல் பக்கவாட்டில் பார்க்கிறேன். ஆப்பரேட்டர் அறையிலிருந்து திரையரங்கை விட்டு வெளியேறுவதற்கான கதவு நிலையில் சாய்ந்துகொண்டு குறுஞ்சிரிப்புடன் கமல் நிற்கிறார். ஷெல்லி டூவாலின் கையில் இருந்ததைப் போலவே ஒரு பேஸ்பால் மட்டையுடன் கமல். மன்னார்குடியில் இப்போதுதான் ஒரு பேஸ்பால் மட்டையை முதன்முதலில் பார்க்கிறேன்.

சண்முகம் அண்ணனின் குரல் மட்டும் வெளியிலிருந்து கேட்கிறது. "தம்பி, சங்கத்துக்கு இன்னொரு உறுப்பினர் இருக்காரு. நேத்துவரைக்கும் உன் கண்ணுக்குத் தெரிஞ்சதில்ல." இப்போது புரிந்தது, கிடைப்பதற்கே வாய்ப்பில்லாத படச்சுருள்கள் பலவும் எப்படி சங்கத்துக்குக் கிடைக்கிறது என்பது.

பேஸ்பால் மட்டையை கமல் தனது இன்னொரு கைமீது மெதுவாக அடித்தபடி என் மீது விழிகளை விலக்காமல் என்னை நோக்கி மெதுவாக நடக்க ஆரம்பிக்கிறார். அந்த அறையின் இன்னொரு கதவு நோக்கி ஓடுகிறேன். ஆனால், அது திரையரங்குக்குள் செல்லும் கதவு.

4

திரையரங்குக்குள் நுழைந்ததும் ஒரே ஒரு மின்விளக்கு மட்டும் போடப்பட்டது. திரையில் வேறொரு படம் ஓடிக்கொண்டிருந்தது. ஆனால், நான் இருக்கும் நிலையில் அது என்ன படம் என்று கவனிக்கவில்லை. நான் கமலை நோக்கியவாறே பின்பக்கமாக இறங்கிக்கொண்டிருந்தேன். திரும்பி நேராக ஓடலாம். ஆனால், எனக்கு என்ன நிகழப் போகிறது என்பதைக் கடைசி நொடித் துகள் வரை நேரே கண்டுவிட விரும்பினேன்.

கமல் கேட்டார், "இந்த ஊரில் எனக்கு எவ்வளவு ரசிகர்கள்?"

"நிறைய பேர். அபூர்வ சகோதர்கள், தேவர் மகன்லாம் நூறு நாள் ஓடுச்சு"

"அப்புறம் ஏன் குணா, மகாநதி எல்லாம் ஒரு வாரத்தைக்கூட தாண்டவில்லை? இப்போ சொல்லு இந்த ஊரில் எனக்கு எத்தனை ரசிகர்கள்"

“மூன்று பேர்.”

“அதெப்படி இன்னும் ஒன்பது வருஷம் கழிச்சு வரப்போற ‘நோ கன்ட்ரி ஃபார் ஓல்டு மென்’ படத்தை நான் இப்பவே காப்பியடிச்சிருக்கேனா?”

“……..”

“நான் என்ன படம் எடுக்கிறேன்?”

“மைண்ட் ரீடிங் படம்”

“சபாஷ்! அப்புறம்”

“மைண்ட் கன்ட்ரோலிங் படம்”

“ட்ரூ ட்ரூ! அப்புறம்”

“இன்டெராக்டிவ் படம்”

“அற்புதம்! அப்புறம்”

“டைம் ட்ராவலிங் படம்”

“யூ மீன் டைம் ட்ராவல் படம்?”

“இல்லை இல்லை! டைம் ட்ராவல் செய்யுற படம்”

“ப்ரில்லியண்ட்! அப்புறம்”

“செல்ஃப் திங்க்கிங் படம்”

“வாவ்! அப்புறம்”

“செல்ஃப் ட்ரீமிங் ஃபிலிம்”

“எவ்ரிதிங்… எவ்ரிதிங்… எவ்ரிதிங்… எவ்ரிதிங்… யூ காட் மை பாய்ண்ட் பீம் பாய். அண்ட் அனதர் திங்க், படச்சுருள் இட்செல்ஃப் இஸ் எ திங்கிங் பீயிங். எ சென்டியன்ட். என் ரசிகன் ஒரு சென்டியன்ட் படச்சுருளாகத்தான் இருக்க வேண்டும். அவனைத் தேடித்தான் இதுநாள் வரை நான் படம் எடுத்துக்கொண்டிருந்தேன். என் கலையைப் பரிபூரணமாக உள்வாங்கக் கூடிய ரசிகன் நீயே” என்று சொல்லிவிட்டு ‘விக்ரம்’ (2022 & 1986) பாட்டுக்கிடையில் வருவதைப் போல் பயங்கரமாகச் சிரிக்கிறார். ஒவ்வொரு படி இறங்கும்போதும்

மட்டையால் தன் கையில் மெதுவாக அடிப்பதை நிறுத்தவே இல்லை.

“கமல் தயவுசெஞ்சு நிறுத்துங்க” என்று கெஞ்சினேன்.

“இங்க கமல்னு யாரும் இல்லை. நான் ஜாக் நிக்கல்சன்” என்றார்.

“இல்லை நீங்க கமல், நான் ஆசை, ஆசைத்தம்பி.”

“இனிமே நீ ஆசை இல்லை, ஷெல்லி டூவால். வேண்டுமென்றால் கண்ணாடியில் பார்த்துத் தெரிந்துகொள்” குரூரமாக இளித்தார்.

“இங்கே கண்ணாடி ஏதும் இல்லையே.”

“நான் எங்கிருந்து வந்தேனோ அதுதான் கண்ணாடி. டயலாக் நல்லா இருக்குல்ல?”

“கூப்ரிக் கூப்ரிக் நிறுத்துங்க. கட் சொல்லுங்க” என்று குத்துமதிப்பாக ஒரு திசையைப் பார்த்துக் கதறினேன்.

“இந்த ஷாட்டை கட் செய்வதற்கு கூப்ரிக் என்று யாரும் வர மாட்டார். இப்போதுதான் இதே மட்டையால் அடித்து அவரைக் கொன்றுவிட்டு வந்தேன். வேண்டுமென்றால் இந்தக் மட்டையைப் பார். ரத்தம். திஸ் ஷாட் இஸ் ஹியர் டு ஸ்டே ஃபாரெவர் லைக் ‘ஆல் ஒர்க் நோ ப்ளே மேக்ஸ் ஜாக் எ டல் பாய்.”

திரையை நோக்கி ஓடுகிறேன். திரைக்குள் பாய்ந்தால் கிழித்துக்கொண்டு அந்தப் பக்கம் வழியாகத் தப்பிக்கலாமே என்ற யோசனை வருகிறது. திரையின் அந்தப் பக்கம் இதுவரை பார்த்ததில்லையே, வழி இருக்குமோ இருக்காதோ என்றாலும் இப்போது எங்காவது பாய்ந்தாக வேண்டும் என்று நினைத்துக்கொண்டு பாய்கிறேன்.

5

பாய்ந்துவிட்டேன். ஆனால் திரைக்கு அந்தப் பக்கம் இல்லை நான். வேறு எங்கே இருக்கிறேன்? அங்கே ஒரு கறுப்புச் செவ்வகக் கல் இருந்தது. அதைச் சுற்றிலும் சிம்பன்சிகள் இங்குமங்குமாக அலமலந்துகொண்டிருந்தன. ஓ கூப்ரிக், விடவே மாட்டீர்களா? சற்று அருகே சென்று பார்த்தேன். அதன் மேல்

பக்கம் ஸ்டேன்லி கூப்ரிக் என்று எழுதி அதன் கீழே இப்படி இருந்தது: *"Here lies our love Stanley with Eyes Shut Wide, born in New York city on 26 July 1928, Died here at home on 7 March 1999 buried 2,00,000 years ago"*

இன்றைய தேதி என்ன? அப்படியென்றால் கமல் உண்மையைத்தான் சொல்கிறாரா? ஸ்டேன்லி கூப்ரிக் இறந்துவிட்டாரா? நான் திரையரங்குக்கு வரும் வரை எந்தச் செய்தியிலும் பார்க்கவில்லையே. தமிழர்களுக்கோ இந்தியர்களுக்கோ கூப்ரிக்கின் முக்கியத்துவம் தெரியாது என்பதால் இன்றோ நாளையோ எப்போதும் தமிழ்ச் செய்திகளில் அவரது மரணம் இடம்பெறுவது கடினம். எனக்கு ஒரு ப்ரேக்கிங் நியூஸ் கிடைத்திருக்கிறது. சினிமா ஆர்வலர்களிடமாவது பகிர்ந்துகொள்ளலாம். ஆனால், வெளியே எப்படிப் போவது?

இவ்வளவு நேரமும் என்னையே குரூரக் குறுஞ்சிரிப்பு மாறாமல் பார்த்துக்கொண்டுதான் இருந்திருக்கிறார் கமல்.

என் முன்னே எத்தனை வாய்ப்புகள், தெரிவுகள் இருக்கின்றன என்று யோசிக்க ஆரம்பித்தேன்.

இன்னும் சற்று நேரத்தில் அந்தச் செவ்வகக் கல் இருக்கும் இடமருகே ஒரு சக குரங்கின் எலும்பாயுதத்தால் அடிவாங்கிச் சாகவிருக்கும் ஒரு குரங்கு போலவே நானும் கமல் கையால் அந்த மட்டையாலேயே அடிவாங்கி செத்துப்போகலாம்.

இல்லையெனில் அங்கேயே இருந்துகொண்டு குரங்கின் அறிவு வளர்ச்சியைத் தூண்டும், அதன் மூலம் பரிணாம மாற்றம் நிகழ்த்தும் செயல்களை இப்போதோ அப்போதோ சாகும் வரை செய்துகொண்டிருக்கலாம்.

இல்லையெனில் குரங்கிலிருந்து மனிதன் என்பதன் முதல் படியாக முதல் மனிதக் குழந்தையின் தகப்பனாகலாம். பரிணாம மாற்றத்தைப் பொறுத்தவரை அது படிப்படியானதாக இல்லாமல், ஆம்ஸ்ட்ராங் கூறியதுபோல் 'ஜெயண்ட் லீப்'பாக இருக்கும். கூடவே, தன் இணையைக் கவர்ந்ததால் என்மேல் பொறாமை கொண்ட ஆண் குரங்கொன்றால் அடித்துக் கொல்லப்பட்ட முதல் மனிதனாகவும் நான் ஆகலாம்.

தப்பிக்க வழி இல்லாமல் இருக்காது. எனினும் ஸ்டேன்லி குப்ரிக் படத்துக்கு ஒருபோதும் முடிவு கிடையாது. தெரியவில்லை, இது

ஸ்டேன்லி படமா கமல் படமா என்று. ஸ்டேன்லி வரலாற்றுக்கு முற்பட்ட காலத்தில் கொண்டுபோய்த் தன் கல்லறைக் கல்லை சும்மா வைத்திருப்பார் என்று தோன்றவில்லை. அது நிச்சயம் என்னை எதிர்காலத்துக்கோ வேறு பிரபஞ்சத்துக்கோ கொண்டுசெல்லும் புழுத்துளையாகத்தான் இருக்கும்.

ஆனால், அசைக்கவே முடியாத ஆகிருதியுடன் அது இருந்தது. திறப்புகளோ, ஒட்டவைக்கப்பட்ட விளிம்புகளோ ஏதும் இல்லை. படச்சுருளின் ஃப்ரேமும், கையில் பேஸ்பால் மட்டையுடன் இருக்கும் கமலும் அனுமதிக்கும் காலத்துக்குள் நானும் எவ்வளவோ யோசித்துப் பார்த்துவிட்டேன். உடைத்துப் பார்த்துவிட வேண்டியதுதான். துணிந்து கமலிடம் கேட்டேன்:

"கமல், அந்த பேஸ்பால் மட்டையைத் தாங்களேன்"

"கட்" என்ற சத்தம் திரைக்கு முன்னாலிருந்து கேட்டது. அது ஸ்டேன்லி கூப்ரிக் குரல் போல இல்லை, சந்தானபாரதி குரல் போலத்தான் இருந்தது.

நன்றி:

'The Shining' and '2001: A Space Odessey' by Stanely Kubrick
'No Country for Old Men' by Coen Brothers
கமல் ரகசியச் சங்கம், மன்னார்குடி கிளை

❏

நல்லரவின் படம்

அதிகாலை

இந்த காரை வாங்குவதற்கு முன்பு அதிலும் சில பயணங்கள் மேற்கொள்வதற்கு முன்பு காலத்திலும் இடத்திலும் மடிப்புகளையும் விரிப்புகளையும் தேடிக் கருந்துளைகள் காலத்துளைகள் பிரபஞ்சத்தின் எட்டாத இடங்கள் போன்றவற்றுக்கெல்லாம் செல்ல வேண்டிய அவசியம் இல்லை என்று யாரும் சொன்னால் நம்பியிருக்க மாட்டேன். இப்போது நானே அந்த உறுதிப்பாட்டை என் அனுபவங்களைக் கொண்டு அழித்துக்கொண்டிருக்கிறேன். எல்லாம் மடிந்து சமப்பட்டதுபோல் வெளித் தோற்றத்துக்கு இருக்கின்றன. அவற்றின் வழியாகச் செல்லும்போது எந்த மேடுபள்ளமும் தெரிவதில்லை. ஆனால் உரிய பூதக்கண்ணாடியை ஓட்டிக்கொண்டு சென்றால் நாம் நினைத்தே பார்த்திராத பொந்துகளிலிருந்தெல்லாம் எலிகளைப் போன்று ஏதேதோ வெளிப்பட்டு ஓடும். இல்லையென்றால் அப்போதுதான் சட்டென்று வெளிப்பட்ட ஒரு முளையைப் போல ஏதோ ஒன்று வெளிப்பட்டு நிற்கும். அப்படிப்பட்ட ஒரு பயணம்தான் இது.

1. ராபர்ட் ஃப்ராஸ்ட்டின் சாலைகள்

நாவல்பூண்டிக்கும் வெட்டிக்காட்டுக்கும் இடையே மிஞ்சிப் போனால் எவ்வளவு தூரம் இருக்கும்? ஒரு ஏழெட்டு கிலோ மீட்டர்தான். ஆனால், அவற்றுக்கு

இடையே எத்தனை குறுக்குச் சாலைகள், கிளைச் சாலைகள், மண்பாதைகள். இவையெல்லாம் இல்லையென்றால் பூமி மிகக் குறுகியதாக இருந்திருக்கும். விரிந்திருப்பதைச் சுருக்குவதும் சுருங்கியிருப்பதை விரிப்பதும் மனிதர்களுக்கு மிகவும் பிடித்த ஒன்று. பிடித்தமானது என்பதை விட அது ஒரு அவஸ்தை, அரிப்பு. நடைமுறைப் பயன்களுக்காக மனிதர்கள் சாலையைக் கண்டுபிடித்தபோது பூமி சிறியதாகப் போயிருக்கும். இவ்வளவு சிறிய ஒன்று மிகவும் சலிப்பையும் அலுப்பையும் ஏற்படுத்திய பிறகு குறுக்குச் சாலைகளையும் கிளைச் சாலைகளையும் அதுவும் போதாமல் மண்பாதைகளையும் கண்டுபிடித்திருப்பார்கள். இல்லை இல்லை. மண்பாதைகள்தான் முதலில் தோன்றியவை, மற்றவையெல்லாம் பிறகு கண்டுபிடிக்கப்பட்டவை.

அப்பாவுக்கு இந்தப் பாதையெல்லாம் அத்துப்படியாக இருக்கும். ஆனால் அவர் படுத்த படுக்கையாகி இரண்டு மாதங்கள் ஆகின்றன. வேண்டப்பட்ட குடும்பம், அவசியம் கல்யாணத்துக்குப் போய் ஆக வேண்டும். அண்ணன் கல்யாணத்துக்கு நிறைய செய்திருக்கிறார்கள் என்று மொய் நோட்டை எடுத்துப் பார்த்துவிட்டு அம்மா சொன்னாள். அவர்கள் குடும்பத்தின் மூத்த பெண் திருமணத்துக்கும் போக முடியாமல் போய்விட்டது. ஆனால், அதையெல்லாம் பற்றிக் கவலைப்படாமல் இந்தப் பெண்ணின் திருமணத்துக்கும் நேரில் வந்து பத்திரிகை கொடுத்திருக்கிறார்கள். அவசியம் போக வேண்டும். "நீதான் கார் வச்சிருக்கியே. போயிட்டு வாயேன்" என்று நச்சரித்தாள். முன்பென்றால் மறுத்திருப்பேன். குடும்பம், சொந்தம் தொடர்பான சடங்குகள், சம்பிரதாயம் என்றாலே எனக்குக் கடுப்பாக இருக்கும். ஆனால், கார் வாங்கிய பிறகோ சுற்றுவதற்குக் கிடைக்கும் எந்த சந்தர்ப்பத்தையும் தவற விடுவதில்லை. வடுவூரிலிருந்து நீடாமங்கலம் போய் அங்கிருந்து குறுக்கே வெட்டிக்காட்டுக்கு என்று ஒரு படுசுற்றான வழியைத் தேர்ந்தெடுத்தேன்.

நாவல்பூண்டியிலிருந்து வெட்டிக்காடு போகும் பாதையில் வடக்கே திரும்பிப்போனால் அந்த கிராமம் வந்துவிடும். சென்னையில் இருப்பவர்கள். பூர்வீகக் கிராமத்தில் திருமணம் நடத்துகிறார்கள் என்று அம்மா சொல்லியிருந்தாள். ஆனால், சென்னையில் நண்பர்கள் திருமணத்துக்குப் போகும்போது செய்வதைப் போலவே இங்கேயும் பத்திரிகையை வைத்துவிட்டு

வந்துவிட்டேன். அதைவிட மோசம், ஊர் பேரும் ஆட்கள் பேரும் மறந்துவிட்டேன். மறந்துவிட்டேன் என்பதைவிட அதையெல்லாம் காதில் வாங்கிக்கொள்ளவே இல்லை என்பதுதான். நான் எப்போதுதான் திருத்திக்கொள்ளப் போகிறேனோ என்று தெரியவில்லை. இந்த இயல்பால் எவ்வளவு இழப்பு இதுவரை எனக்கு.

வழியில் சுவர்கள் இருக்கும் இடம் குறைவு என்றாலும் ஒரு சுவரையும் விடாமல் பார்த்துக்கொண்டு வந்தேன். ராஜாளியார் வீட்டுக் கல்யாணம், முனைதிரியர் இல்ல மணவிழா, ஒந்திரியர் இல்ல மணவிழா என்றெல்லாம் வரிசையாகச் சுவரொட்டிகள் ஒட்டியிருந்தன. இன்று சரியான முகூர்த்த நாள் போல. சுவரொட்டிகளை வைத்துக் கண்டுபிடிக்க முடியாது போல் இருக்கிறது. ஆகவே, வடக்குப் பக்கம் செல்லும் குறுக்குச் சாலைகளை ஒவ்வொன்றாகத் தேர்ந்தெடுத்துச் சென்று பார்க்க வேண்டியதுதான் என்று போய்க்கொண்டிருந்தேன். அம்மாவுக்குக் கைபேசி பயன்படுத்தத் தெரியாது. மேலும், இன்று அவள் வடுவூரில் ஒரு கல்யாணத்துக்குப் போயிருக்கிறாள். சிறு வயதென்றால் கல்யாணத்துக்குப் போகாமல், போய்விட்டேன் என்று சொல்லி மொய்ப் பணத்தை நானே வைத்துக்கொள்ளலாம். இப்போது மொய்ப் பணம் கொடுப்பவனே நான் என்னும் நிலைக்கு வந்துவிட்டதால் இனி அப்படிச் செய்ய முடியாது. மேலும் அம்மா அந்த ஊரின் பெயரைச் சொன்னபோது அங்கே போயே ஆக வேண்டும் என்று எதற்காகவோ தோன்றியது. அது எதற்காக என்பதோடு சேர்ந்து ஊரின் பெயரும் மறந்துபோய்விட்டது.

முதலில் வந்த வடக்குச் சாலையில் திரும்பி ஏதாவது ஒரு கல்யாண வீடு தென்படுகிறதா என்பதைப் பார்த்துக்கொண்டே வந்தேன். கீற்று வீடுகள், தொரட்டோட்டு வீடுகளை அடுத்து வாசலில் பந்தல் அலங்காரத்துடன் ஒரு மாடி வீடு தென்பட்டது. காரை சற்று முன்பே நிறுத்திவிட்டு இறங்கிச் சென்றேன். பந்தல் நுழைவாயிலில் பன்னீர் தெளித்தவர்களிடம் பெண்ணின் குடும்பம் சென்னையில் இருக்கிறதா என்று கேட்டேன். இல்லை என்று சொன்னார்கள். சென்னையில் இருப்பவர்களின் பெண்ணுக்கு பக்கத்து ஊர்களில் எங்கேல்லாம் திருமணம் என்று கேட்டுப் பார்த்தேன். நிறைய பேர் குடும்பம் இப்போது சென்னையில்தான் இருக்கிறது என்றார்கள். அதற்கு மேல்

விசாரித்தால் திருமண வீட்டார் தொடர்பாக, அவர்கள் சென்னையில் இருக்கிறார்கள் என்பது தவிர வேறெதுவும் எனக்குத் தெரியாதும் என்பது கிராமங்களில் அவ்வளவு உவப்பாகப் பார்க்கப்படாது என்பதால் புறப்பட்டுவிட்டேன்.

இப்படியே இரண்டு மூன்று வடக்குப் பக்க ஊர்களில் விசாரித்துவிட்டுப் போய்க்கொண்டிருந்தபோது ஒரு வயலில் கடலை பிடுங்கிக்கொண்டிருந்தார்கள். இல்லை இல்லை ஒரு ஆள்தான் பிடுங்கிக்கொண்டிருந்தார். இவ்வளவு பெரிய வயலில் கடலை பிடுங்க ஒரே ஒரு ஆளா? ஒருவேளை மற்றவர்கள் முன்பே முடித்திருக்கலாம், இவர் தாமதித்திருக்கலாம். அல்லது இவர் வயலுக்குச் சொந்தக்காரராக இருக்கலாம். சட்டென்று ஒரு சந்தேகம் எனக்கு இது காலையா மாலையா? வெயில் அடித்திருந்தால் கண்டுபிடித்திருக்கலாம். ஆனால் நான் இப்போது இருக்கும் மனநிலையில் சூரியன் தெரிந்திருந்தால்கூட கண்டுபிடித்திருக்க முடியுமா என்பது சந்தேகம்தான்.

2. வேர்முனை

கடலை தின்ன வேண்டும்போல இருந்தது. ஓரமாக நிறுத்தினேன். அந்த ஆளும் சாலையோரமாகத்தான் வயலுக்குள் நின்றிருந்தார். காரிலிருந்து இறங்கி அவரிடம் தின்பதற்குக் கொஞ்சம் கடலை கேட்டேன். நான் சொல்வது அவர் காதில் விழுந்ததா என்று தெரியவில்லை. ஆனால் என்னை வெறித்துப் பார்க்க ஆரம்பித்தார். பணம் வேண்டுமானால் தருகிறேன் என்று சொன்னபோது வேண்டாம் என்று சொல்லிவிட்டு சற்றுத் தள்ளி ஒன்றைச் சுட்டிக்காட்டினார். சிலை போன்று ஏதோ இருந்தது. நான் இதுவரை பார்த்த எந்த விக்ரகம் போலவும் இல்லை. கொஞ்சமே கொஞ்சம் வேண்டுமானால் மாரியம்மன் சிலைகளுடன் ஒப்பிடலாம். அவர் கொடுத்த கடலையை வாங்கிக்கொண்டு அவரிடம் சொன்னேன், இதை அரசாங்கத்திடம் ஒப்படையுங்கள், இல்லையென்றால் ஏதாவது பிரச்சினையாகிவிடும். அதற்கு அவர் இந்தக் கடலை மாதிரி இந்த அம்மனும் என் வயலில் விளைந்தவள் தம்பி. இவள் எனக்கே சொந்தம். "போற வாறவங்களுக்குக் கடலை கிடைக்கிறமாதிரி அம்மன் தரிசனமும் எல்லாருக்கும் கிடைக்கும். ஆனா அரசாங்கத்துக்கிட்ட கொடுக்க மாட்டேன் தம்பி.

அரசாங்கத்துக்கெல்லாம் முன்னாடி எனக்கு உங்களுக்கு ஓங்க காருக்கெல்லாம் முன்னாடி விளைஞ்சவ அவ. அவளை இழக்க நான் விரும்பல" என்றார்.

நான் அதை மறுத்துப் பேசவில்லை. நாம் அரசாங்கத்தின் இருப்பு, பங்கு எல்லாவற்றையும் அளவுக்கதிகமாக வலியுறுத்துகிறோமோ, திணிக்கிறோமோ என்று தோன்றியது. இதோ ஒருவர் அதையெல்லாம் மறுக்கத் தயாராக உள்ளார். அதை ஏன் தடுக்க வேண்டும்.

அது மட்டுமல்ல, இந்த அம்மன் எனக்கு வயலில் கிடைக்கும்முன் கனவில் கிடைத்துவிட்டாள். "இன்னைக்குக் கடலை புடுங்க யாரும் வர வேணாம்னு சொல்லிடு. நீ தனியாவே புடுங்கு. யாராலயும் புடுங்க முடியாத செடியை அப்பத்தான் உன்னால புடுங்க முடியும் அப்புடின்னா" அதேபோல், இன்று வந்தேன். எல்லாக் கடலைச் செடிகளும் எளிதில் பிடுங்க முடிந்தது. ஆனால அதோ கிடக்கிறதே அந்தச் செடியைப் பிடுங்கவே முடியவில்லை. ஒரு கடலைச் செடி நம்மை இவ்வளவு மல்லுக்கட்ட வைக்கிறதே என்று இன்னைக்கு காலையிலிருந்து போராடிக்கொண்டிருந்தேன். "இதோ நீங்க வர்றதுக்கு ஒரு அரை மணி நேரம் முன்னாடிதான் செடி அசைஞ்சுகொடுத்துச்சி. இழுத்த இழுப்புல வயலோட ஈசானி மூலையில போய் விழுந்துட்டேன்" என்றார். ஆமாம், உடல் முழுக்க சேறு வழியத்தான் அவர் நின்றுகொண்டிருந்தார். முன்பு இதை நான் கவனிக்கவில்லை.

கையில் பிடித்த செடியை விடவில்லை நான். எழுந்து பார்த்தேன். உங்கள் கண்ணால் நீங்களே பாருங்கள் உலகில் எந்தக் கடலைச் செடிக்கும், ஏன் எந்தச் செடிக்கும் இப்படி நீளமான வேர் இருக்குமா என்று சொல்லிவிட்டு அந்தக் கடலைச் செடியை எடுத்துக்கொண்டு வயலின் எதிர் மூலையை நோக்கி நடக்க ஆரம்பித்தார். அவர் சேற்றில் பொதக் பொதக் என்று காலை ஊன்றி நடக்க ஆரம்பித்தபோது சுருண்டு கிடக்கும் பாம்பு விசுக்கென்று எழுந்துகொள்வதுபோல் செடியின் வேர் எழுந்து அவரைப் பின்தொடர்ந்தது. மூலையை எட்டியபோதுதான் வீணையில் இழுத்துக்கட்டிய நரம்புபோல் வேர் கிண்ணென்று ஆனது. வேர் இன்னும் எதிலேயோ சிக்கிக்கொண்டு இருந்ததுபோல் இருந்தது. ஜீன்ஸை முட்டிக்கு மேல் சுருட்டிக்கொண்டு வயலில் இறங்கினேன். கடலைச்

செடிகளை வைத்து மறைத்திருந்த விக்ரகத்தைப் பார்த்தேன். அதன் அடியில்தான் வேர் ஆடிக்கொண்டிருந்தது. வேரைப் பிடித்துத் தூக்கினேன். விக்ரகம் மேலே வந்தது. வேரின் முனை விக்ரகத்தில் கட்டப்பட்டிருக்கிறதா என்று எடுத்துப் பார்த்தேன். அம்மனின் கூந்தல் நுனியிலிருந்து வேர் புறப்பட்டிருந்தது.

வயல்காரர் இப்போது என் அருகில் வந்தார். “நல்லா எடுத்துப் பாருங்க தம்பி. அந்த வேரை சிலையில யாரும் கட்டலை, அம்மனோட கூந்தல்லேருந்துதான் வேரே மொளைச்சிருக்கு” அந்த வேரில் விளைந்த கடலையைத்தான் உங்களுக்குக் கொடுத்தேன். அம்மன் முதல் கடலையை நான் எடுத்துக்கொள்ளக் கூடாது என்று என்னிடம் சொன்னாள். சிவப்புத் தேரில் ஒருவன் வருவான். அவனாக வந்து உன்னிடம் கடலை கேட்பான். அவனுக்குக் கொடு. அவனும் அந்தக் கடலையைத் தின்ன மாட்டான் அது இன்னொரு கூந்தலுக்கு என்று சொன்னாள் என்றார். காரைத் திரும்பிப் பார்த்தேன். பேன்ட் அழுக்காகிவிடும் என்று அவர் கொடுத்த கடலையை காரில் ஒரு பாலிதீன் பையில்தான் வைத்திருக்கிறேன், அதாவது என் சிவப்பு காரில்.

வேர்க்கொத்து தொடங்கும் இடம் எதுவென்று தேடித் தேடிப் பார்த்தேன். எந்த இடத்தில் விக்ரகத்தின் கூந்தல் முடிந்து வேர் தொடங்குகிறது என்று கண்டுபிடிக்கவே முடியவில்லை. ரொம்ப நேரம் விக்ரகத்தைக் கையில் வைத்திருக்க முடியவில்லை. சேற்றில் போட்டுவிட்டேன். தொப்பென்று விழுந்துவிட்டது. வேரும் அறுந்துவிட்டது. அதிர்ந்துபோய், அடித்துவிடுவாரோ என்று பயத்துடன் வயல்காரரைப் பார்த்தேன். அவர் தலையை சாய்த்தபடி கையெடுத்துக் கும்பிட்டு நின்றார். நிமிர்ந்து பார்த்தவர் கண்ணிலிருந்து கண்ணீர் கொட்டியது.

அப்போதுதான் கவனித்தேன் விக்ரகத்தின் பக்கத்தில் வேறொன்றும் கிடந்தது. அது என்ன லிங்கமா என்று கேட்டேன். நானும் முதலில் அப்படித்தான் தம்பி நினைத்தேன். “ஆனா அது லிங்கம் இல்லை, உண்டியலு தம்பி. வாயி அடைச்சிருக்கு. அத எப்புடித் தெறக்குறதுன்னு தெரியலை” என்றார். அம்மன் விளைவதை ஏற்றுக்கொள்ளலாம். நானே கண்ணாலும் கண்டுவிட்டேன். உண்டியலை எப்படி அர்த்தப்படுத்திக்கொள்வது என்றுதான் தெரியவில்லை.

பக்கத்தில் இருந்த போர் செட்டில் கைகால்களைக் கழுவிக்கொண்டு காருக்கு வந்தேன். வயல்காரரிடம் கையசைத்துவிட்டு காரில் ஏறினேன். காரின் பின்சீட்டில் கடலை கிடந்தது. கடலை கேட்டதும் அவர் ஏன் அப்படிப் பார்த்தார் என்பதும், கடலையைக் கொத்தோடு தராமல் ஏன் உருவித் தந்தார் என்பது இப்போது புரிந்தது.

காரை உசுப்பிக் கிளப்பினேன். இன்னும் சில வடக்குக் குறுக்குச் சாலைகளையும் மொய்ப் பணத்துக்கு உரிய திருமணத்தையும் இந்தக் கடலைக்கு உரியவரையும் கண்டுபிடிக்க வேண்டும். இது காலையா மாலையா என்பதையும் கண்டுபிடிக்க வேண்டும்.

3. இரண்டு பாதிகள்

அடுத்த வடக்குக் குறுக்குச் சாலையில் திரும்பியபோது சில சுவரொட்டிகள் தென்பட்டன. விசாரித்துக்கொண்டு சென்றேன். வாசலில் பந்தல் தோரணங்களுடன் ஒரு வீடு வந்தது. பழைய காலத்து வீடு. காரை ஓரமாக நிறுத்திவிட்டுப் பந்தலில் தயங்கித் தயங்கி நுழைந்தேன். சென்னையில் இருக்கும் குடும்பத்தின் திருமணமா என்று கேட்டேன். ஆமாம் என்று சொன்னார்கள். சரியென்று உள்ளே நுழைந்தேன். திண்ணைப் பகுதிக்கும் பந்தலுக்கும் இடைப்பட்ட பகுதியை இணைத்து அங்கேயும் நாற்காலி, பெஞ்சுகள் எல்லாம் போட்டிருந்தார்கள். திண்ணையிலிருந்து வீட்டுக்குள் செல்லும் கதவுக்கு வழி மட்டும் விட்டுவிட்டு அதன் முன்னே மாப்பிள்ளை பெண்ணை நிற்க வைத்திருந்தார்கள். அந்த அமைப்பே விநோதமாக இருந்தது. ஏனெனில் மாப்பிள்ளை பெண்ணை நோக்கிச் செல்லும் இரு மருங்கிலும் பெஞ்சுகள் போட்டு உட்கார்ந்திருந்தவர்கள் மாப்பிள்ளை பெண்ணைப் பார்த்துக்கொண்டு உட்கார்ந்திருந்தார்கள் என்றால் பெஞ்சுகளுக்குப் பின்னால் நாற்காலிகளில் இருந்தவர்கள் பெஞ்சுகளில் இருப்பவர்களுக்கு முதுகைக் காட்டிக்கொண்டு உட்கார்ந்திருந்தார்கள். கழுத்தை வளைத்தோ, உடலைத் திருப்பிக்கொண்டோதான் மாப்பிள்ளை பெண்ணைப் பார்த்துக் கொண்டிருந்தார்கள். அந்தத் திண்ணையின் அமைப்பே அப்படித்தான்.

எனக்கு அந்தத் திண்ணையில் இடது பக்கமாக ஒரு நாற்காலியில் இடம் கொடுத்தார்கள். நான் அந்த நாற்காலியில் உட்கார்ந்துகொண்டு உடலையும் கழுத்தையும் திருப்பிப் பெண்ணையும் மாப்பிள்ளையையும் பார்க்க ஆரம்பித்தேன். கொஞ்ச நேரத்தில் திண்ணை அமைப்பைப் போன்றே வேறொரு விநோதமும் அங்கே நிலவிக்கொண்டு இருப்பதை என்னால் உணர முடிந்தாலும் அது என்ன என்று என்னால் கண்டுபிடிக்க முடியவில்லை. இன்னும் ஆழமாக கவனித்தேன். அவர்கள் எல்லோரும் அமைதியாக இருப்பது முதலில் புலனானது. பெண் ததும்பிக்கொண்டிருந்ததை அடுத்தது கவனித்தேன். அது பல திருமணங்களிலும் இயல்புதான். மாப்பிள்ளையும் ததும்பிக்கொண்டிருப்பதைக் கவனித்தேன். சூழ்ந்திருக்கும் அனைவரும் ததும்பிக்கொண்டிருப்பதைக் கவனித்தேன். ஏதோ ஒன்று இப்போதோ பிறகோ வெடித்துவிடும்போல. என்ன நடக்கிறது.

அப்போதுதான் மணப்பெண்ணின் அருகே ஒரு பெண்மணியைப் பார்த்தேன். 50 வயதை நெருங்கும் தோற்றம். பச்சை ரவிக்கை, மஞ்சள் சரிகையிட்ட சிவப்புப் பட்டுப் புடவை. அவள் கண் மூடியபடி வெகுநேரமாக ஏதோ தியானத்தில் இருந்ததுபோல் இருந்ததைக் கவனித்தேன். எல்லா ததும்பல்களின் குவிமையமும் அவள்தான் என்று என் உள்ளுணர்வு கூறியது. அதேபோல் சட்டென்று ஒரு நொடியில் அவள் கண்திறந்தாள், சரியாகச் சொல்ல வேண்டுமென்றால், கண்ணோடு சேர்ந்து ஒலியாகத் திறந்தாள். அது ஒரு ராகத்தின் தொடக்கம் போல் இருந்தது. மெலிதாகத்தான் இருந்தது. வாயைத் திறக்கவில்லை. தொண்டையிலிருந்துதான் ஒலி எழுப்பினாள். அதற்கே அதுவரை ததும்பியவர்களெல்லாம் தேம்ப ஆரம்பித்துவிட்டார்கள். ஆண்கள் துண்டுகளை வைத்துக்கொண்டு வாயில் அழுத்திக்கொண்டு விம்மினார்கள்.

அந்தப் பெண்மணியின் பார்வை நேராக இருந்தது. உடனே என் இடது பக்கம் தலையையும் சற்றே உடலையும் திருப்பிப் பார்த்தேன். அங்கே ஒரு மனிதர், வெள்ளை வேட்டி, வெள்ளை சட்டையுடனும் தோளில் ஒரு துண்டுடனும் மழித்த மீசையுடனும் நேராகப் பார்த்தபடி நின்றிருந்தார். சற்றே ஐம்பதைக் கடந்த தோற்றம். எல்லா ததும்பல்கள் விம்மல்களையும் மட்டுமல்லாமல் அந்தப் பெண்ணின் ஆலாபனையையும் பார்வையும்

உறிஞ்சிக்கொள்வது போன்ற ஒரு தோற்றம். அவரது இடப் பக்கம் ஒரு பெண்மணி அவரது இடது கையைத் தன் கைக்குள் வைத்திருப்பதையும் கண்டேன். என் காதுகளில் மனதில் அந்தப் பெண்ணின் ஆலாபனை நிறைக்கிறதென்றால் என் கண்ணை இவரது தோற்றம் நிறைக்கிறது. அதுவும் மனதுக்குள் போய்ச் சென்று அங்கே தேம்பிக்கொண்டிருக்கும் ஆலாபனையை சமாதானப்படுத்துகிறது. இவ்வளவு அமைதி தரும் முகத்தை இந்த உலகத்தில் நான் கண்டிருக்கிறோமோ இனி காண முடியுமா என்றுதான் எனக்குத் தோன்றியது. இவரையும் அந்தப் பெண்ணையும் மாறி மாறித் திரும்பித் திரும்பித்தான் பார்க்க வேண்டியிருந்ததே தவிர ஒரே காட்சிக்குள் இருவரையும் அடைத்துவைத்துப் பார்க்க முடியவில்லை. இந்தப் பாதிப் பாதியே, இந்தத் திணறலே அற்புதமாக இருந்தது.

அந்தப் பெண் இரண்டு நிமிடங்கள்கூட தன் தொண்டையிலிருந்து இசை எழுப்பியிருக்க மாட்டாள். சட்டென்று வீணை நரம்பு தெறித்ததுபோல் அவள் ஒலி நிற்க அந்த இடத்திலிருந்து இந்தப் பெரியவர் அங்கிருந்து பாட ஆரம்பிக்கிறார். பாட ஆரம்பிக்கிறார் என்பதைவிட பத்துப் பதினைந்து கடம் உடைந்து அவற்றுக்குள் இருந்த வெறுமை மட்டும் பாட ஆரம்பிப்பதுபோல் ஒரு காந்தாரம். தேம்பல்கள், விம்மல்களெல்லாம் ஓ, ஐயோ என்றெல்லாம் வெடிக்கின்றன. எனக்கும் அடக்க முடியவில்லை. கண்களைத் துடைத்துக்கொள்கிறேன். துடைக்கத் துடைக்க வழிகிறது. இத்தனைக்கும் அது சோகமான கீதமில்லை. ஒட்டுமொத்தப் பந்தலும் திண்ணையும் மிதக்கின்றன. அதற்குள் மட்டும் உருவான அலைகடல் எங்களைத் தாலாட்டுகிறது. இந்தக் கரைக்குப் போய் ஒதுக்கிப் பிறகு அங்கிருந்து இழுத்துக்கொண்டுபோய் இன்னொரு கரையில் ஒதுக்குகிறது. இடைவிடாமல் இதையே செய்கிறது, மூழ்கடித்துவிடு மூழ்கடித்துவிடு என்று கெஞ்சுகிறோம். ஆனால் அது அலைக்கழிப்பை மட்டுமே செய்துகொண்டிருக்கிறது. அலைக்கழிப்பிலேயே நாங்கள் உயிரை விட்டுவிடுவோமோ என்று அஞ்சியிருக்குமோ என்னவோ கடல் சட்டென்று உள்ளிழுத்துக்கொண்டு தரைவற்றிக் காணாமல் போனது.

கண்திறந்தேன். அவர் தன் கண்ணை மூடியதைப் பார்த்தேன். சுற்றிலும் பார்த்தேன். எல்லோரும் மூச்சுக்காகப் போராடிக்கொண்டிருப்பதைப் போல தெரிந்தது. கொஞ்சம் கொஞ்சமாக ஆசுவாசப்பட ஆரம்பித்தார்கள். அவரைப்

பார்த்தேன். அவர் கண்திறந்தார். அவர் கையை அதுவரை பற்றியிருந்த பெண்மணி அவர் தோள்மீது சாய்ந்தேவிட்டிருந்தாள். இப்போது சுதாரித்துக்கொண்டு நிமிர்ந்தாள். அந்தப் பெரியவர் மெதுவாக மணமக்களை நோக்கி நடந்தார். எனக்கு இப்போது மறுமுனைப் பெண் நினைவு வந்து இப்படித் திரும்பிப் பார்த்தேன். கண்களில் இடைவிடாமல் நீர்வழிய நின்றுகொண்டிருந்தாள். அவள் தோள்மீது ஒருவர் கைப்பற்றி ஆறுதல் சொல்வதுபோல் மெலிதாகத் தட்டிக்கொண்டிருந்தார். அந்தப் பெண்ணின் கணவனாக இருக்கலாம்.

மணமக்களை நோக்கி வந்த அந்த மனிதர் இருவருக்கும் ஆசீர்வாதம் வழங்கினார். பெண்ணும் மாப்பிள்ளையும் தேம்பினார்கள். அவர் இருவர் தோள்களிலும் தட்டிக்கொடுத்தார். அப்போது அவரின் பார்வையும் அங்கு ஏற்கனவே நின்றுகொண்டிருந்த அந்தப் பெண்ணின் பார்வையும் சில நொடிகள் சந்தித்துக்கொண்டன. அப்போது ஒட்டுமொத்த கூட்டத்தின் பெருமூச்சும் ஒன்றாகச் சேர்ந்து ஒலித்ததால் ஒரு பேரொலி அங்கே ஏற்பட்டது. அங்கு இருந்த ஒலிபெருக்கி வழியாக அது விஸ்வரூபம் எடுத்தது. திடுக்கிட்டுப்போய் அங்கிருந்து திரும்பி அவர் நடந்தார்.

என்னாலும் அதற்கு மேல் அங்கே இருக்க முடியவில்லை. மொய்கவரைப் பெண்ணிடம் கொடுத்துவிட்டு வந்துவிட்டேன். காரில் ஒரே யோசனை. நாம் எதற்கு சாட்சியாக இருந்தோம். ஒட்டுமொத்த ஊரே சேர்ந்து என்ன காட்சியை நிகழ்த்திருக்கின்றன. அதற்கு என்ன பின்னணி இசை கொடுத்திருக்கின்றன. இசை என்றதும்தான் நினைவுக்கு வருகிறது. அந்தப் பெண் பாடியதையோ அவர் பாடியதையோ சினிமாவிலோ நாட்டுப்புறப் பாடலிலோ கர்நாடக சங்கீதத்திலோ இந்துஸ்தானியிலோ எங்கும் கேட்டதில்லையே. ஆலாபனை ராகம் போன்ற சாஸ்திரிய சங்கீதச் சொற்களை நான் என் மனதுக்குள் பயன்படுத்தியிருந்தாலும் அங்கே நிகழ்ந்தது எதையும் சாஸ்திரிய சங்கீதச் சொற்களைக் கொண்டு விளக்கிவிட முடியும் என்று தோன்றவில்லை எனக்கு. ஒரு கிராமத்தில் புத்தம் புதிதாக ஒரு இசை வகைமை உருவாகி வெளியே எங்கேயும் போகாமல் அங்கேயே இருந்திருக்குமோ. அல்லது ஆதியில் தோன்றிய இசை வடிவம் ஒன்றின் யாருமறியாத இறுதி எச்சங்கள் இந்தக் கிராமத்தில் இருக்குமோ.

என் மனநிலை ரீங்கரித்துக்கொண்டிருந்தது. இப்படியே வீட்டுக்குப் போக வேண்டாம். மன்னார்குடிக்குப் போய் இரண்டு மூன்று பியர்களைச் சாப்பிட்டுவிட்டு ஒதுக்குப்புறமாக காரில் அப்படியே சாய்ந்துகொள்ள வேண்டும் போல் இருந்தது.

4. ரிப் கெர்பி

வேறு ஏதோ ஃபிளக்ஸ் என்றால் அப்படியே போயிருப்பேன். அங்கே இருந்தது எனது சிறு வயதின் காமிக்ஸ் நாயகன் ரிப் கெர்பியின் ஃபிளக்ஸ். ரிப் கெர்பியின் ஒருசில காமிக்ஸ்தான் சிறுவயதில் படித்திருந்தேன். இப்போது நான் பலரையும்போல இளம்பிராயத்து நினைவுகளை மீட்டுக்கொள்ள காமிக்ஸ் வேட்டை நிகழ்த்தும் பழக்கத்தை ஆரம்பிக்கவில்லை என்றாலும் ரிப் கெர்பி மட்டும் எப்படியோ என் ஆழ்மன ஏக்கமாகப் படிந்துவிட்டான். ரொம்பவும் விரும்பிப்படித்த ஒரு புத்தகம் தொலைந்துபோய் சிறுவயதில் ரொம்ப நாள் தேடிக்கொண்டிருந்ததன் விளைவாக இருக்கலாம்.

ஃபிளக்ஸைப் படித்துப் பார்த்தேன். காமிக்ஸ் திருவிழா என்று உள்ளே அம்புக்குறி போட்டிருந்தார்கள். என்ன இந்தச் சவுக்குக் காட்டுக்குள்ளே காமிக்ஸ் புத்தகக் காட்சியா. உள்ளே தார்ச் சாலை கூட இல்லையே. அந்த மண் சாலை வழியாக உள்ளே சென்றேன். இருபக்கமும் காமிக்ஸ் நாயகர்கள் துப்பாக்கியும் கௌபாய் தொப்பியுமாக வரவேற்றார்கள். சிறுவயதில் ரிப் கெர்பி, ஜேம்ஸ்பாண்டு, மாயாவி போன்றவர்களைத் தவிர எனக்கு வேறெந்த ஞாபகமும் இல்லை. இப்போது பார்த்தால் இவ்வளவு பேர் இருந்திருக்கிறார்கள், இருக்கிறார்கள்.

புத்தகக் காட்சியின் அரங்கம் தெரிந்தது. நிறைய சைக்கிள்கள், கார்கள், பைக்குகள் வெளியில் நிறுத்தியிருந்தார்கள். நான் இறங்கிப் போனேன். பத்துப் பதினைந்து அரங்குகள்தான் இருந்தன என்றாலும் நல்ல கூட்டம். நான் ஒவ்வொரு அரங்காகப் போய்ப் பார்த்தேன். ஒன்றிரண்டு அரங்குகளில்தான் புத்தகங்கள் விற்பனை செய்யப்பட்டன. மிச்சமுள்ளவற்றில் காமிக்ஸ் காதலர்கள் தங்களிடம் உள்ள முப்பது, நாற்பது, ஐம்பது ஆண்டுகள் பழமையான தமிழ் காமிக்ஸ்களையும் உலக காமிக்ஸ்களையும் காட்சிக்காக மட்டும் வைத்திருந்தார்கள். விற்பனை அரங்குகளில் விட அந்த அரங்குகளில்தான்

கூட்டம் அதிகம். ஒருசிலர் பழைய காமிக்ஸ்களைக் கையில் வைத்துக்கொண்டு தேம்பியழுதுகொண்டிருந்தனர். எனக்குத் திருமண வீட்டின் நினைவு வந்தது. ஒருவர் ஒரு அரங்கத்தில் காமிக்ஸ் புத்தகத்தின் உரிமையாளரிடம் காலில் விழுந்து கெஞ்சிக்கொண்டிருந்தார். "எவ்வளவு லட்சம் வேணும்னாலும் தருகிறேன். இந்தப் புத்தகத்தை தாங்க" என்றார். காமிக்ஸ் உரிமையாளரோ இல்லை மன்னித்துவிடுங்கள். புதிதாகத்தான் இதே காமிக்ஸை வெளியிட்டிருக்கிறார்களே. அதை வாங்கிக்கொள்ளுங்கள். அதன் விலை இருநூறு ரூபாய்தான் இருக்கும் என்று சொல்லி விற்க மறுத்துவிட்டார். "இல்லைங்க எனக்கு இந்தப் பழைய காமிக்ஸ்தான் வேணும். மேலே இந்தப் புத்தகத்துல நான் அப்போ வாங்குற ஏஜென்சியோட ரப்பர் ஸ்டாம்ப் அடையாளமும் இருக்கு. தயவுசெஞ்சு கொடுத்திடுங்க" என்று அவர் கெஞ்சிக்கொண்டிருந்தார்.

நான் அங்கிருந்து நகர்ந்துவிட்டேன். புத்தக விற்பனை நடைபெறும் அரங்கில் முண்டியடித்துக்கொண்டு உள்ளே நுழைந்தேன். அங்கே ரிப் கெர்பியைப் பார்த்ததும் கண்ணீர் முட்டிக்கொண்டு வந்தது. எடுத்து நெஞ்சில் வைத்துக்கொண்டபோது சில்லென்று இருந்தது. கண்ணை மூடிக்கொண்டு அப்படியே நின்றேன். அப்புறம் அந்தப் புத்தகத்தை அங்கேயே வைத்துவிட்டு அங்கிருந்து அகன்றேன். சிற்றுரை அரங்கம் என்று ஒன்றும் அமைக்கப்பட்டிருந்தது. அங்கே யாரோ பேசிக்கொண்டிருப்பதுபோல் சத்தம் கேட்டது. பரிச்சயமான பெண்குரல். உள்ளே நுழைந்தேன்.

அட நீதான்! உனக்கும் காமிக்ஸுக்கும் என்ன சம்பந்தம். எப்படி நீ இங்கே வந்தாய். ஒரே புதிராகத்தான் இருக்கிறது. சிற்றரங்குதான் என்றாலும் நான் நுழைந்ததை நீ கவனித்தது போல் தெரியவில்லை. என்ன ஒரு அலங்காரம். கண்ணைச் சுற்றிலும் மை. கல்கத்தா காளி போல இருந்தாய். நீ பேசுவதில் ஒரு சொல்லைக் கூட நான் மனம்கொள்ளவில்லை. உன் நீண்ட, பெரிய ஜிமிக்கிகளில்தான் என் பார்வை இருந்தது. உன் பேச்சின் அறிவையும் திமிரையும் அந்த ஜிமிக்கிகள்தான் அந்த ஆட்டத்தின் மூலம் அடக்கிக்கொண்டிருந்தன. உன் உரை முடிந்த பிறகு உன்னிடம் வந்து சொல்ல வேண்டும், "உன் ஜிமிக்கிகளின் பேருரை அற்புதம்" என்று. உன் தோற்றத்துக்கு நான் அளிக்கும் பாராட்டுகள் உன்னை அவ்வளவு குதூகலப்படுத்தும் என்றாலும்

உன் அறிவுக்கு உரிய பாராட்டை நான் தருவதே இல்லை என்பது தொடர்ந்து நீ வைக்கும் குற்றச்சாட்டு.

உன் உரை முடிந்து நீ கீழே இறங்கி ஒவ்வொருவர் பாராட்டையும் ஏற்றுக்கொண்டு அரங்கின் இறுதிப் பகுதி வரும்போது நான் குறுக்கே வந்து நின்றேன். அந்தச் சவுக்குக் காட்டில் காமிக்ஸ் புத்தகத் திருவிழாவை நான் எதிர்கொண்டதைப் போன்ற திடீர் ஆச்சரியமும் பரவசமும் உனக்கும் வெடிக்க “எப்படி இங்கே?” என்றாய். அப்புறம் மெலிதாகக் கட்டிப்பிடித்துப் பின் விலகிக்கொண்டாய்.

ஆடை மாற்றிக்கொண்டுவருகிறேன் என்றாய். எங்கே மாற்றுவாய் என்று கேட்டதற்கு பின்னால் புத்தகங்கள் வைப்பதற்கு ஒரு தற்காலிக அறை இருக்கிறது அதற்குள்தான் என்றாய். “சிசிடிவி கேமரா ஏதாவது வச்சிருக்கப்போறாங்க” என்று நான் சொன்னதற்கு “இருந்துட்டுப் போகட்டுமே” என்றாய். அதற்கு இங்கேயே மாற்றிக்கொள்ளலாமே என்று கேட்டேன். எல்லாருக்கும் ரகசியமாக ஆடை மாற்றிக்கொள்வதிலும் பிறர் ஆடை மாற்றுவதை ரகசியமாகப் பார்ப்பதிலும்தான் ஈடுபாடு இருக்கும் என்று சொல்லிவிட்டுப் போய்விட்டாய்.

நீ வருவதற்கு எப்படியும் கால் மணி நேரத்துக்குக் குறையாது என்று எனக்குத் தெரியும். ஒரு நாளைக்கு வெவ்வேறு நிகழ்வுகளுக்கும் வெவ்வேறு மனநிலைகளுக்கும் ஏற்றவாறு நீ மாற்றி மாற்றி உடைகளும் அந்த உடைகளுக்கு ஏற்ப ஒப்பனையும் அணிந்துகொள்வாய். இப்போது காளிக்குப் பிறகு என்னவாக வருவாய் என்று ஊகிக்க முடியவில்லை.

சிறிது நேரத்தில் முழங்காலுக்குச் சற்றுக் கீழ்வரை மட்டுமே நீளும் சீரற்ற விளிம்புகளைக் கொண்ட ஸ்கர்ட் ஒன்றையும் மேலே உள்பனியன் மாதிரி ஒன்றையும் அதை மூடுவதுபோல் ஆனால் பொத்தான்கள் இல்லாததாய் ஒரு சட்டையையும் மாட்டிக்கொண்டு வந்தாய். ஸ்கர்ட் தொடங்கும் இடத்தில் சட்டை முடிந்துவிட்டிருந்தது. இந்த ஆடையின் பெயரெல்லாம் எனக்குத் தெரிந்திருந்தால் இதெல்லாம் ஒரு வரியில் முடிந்திருக்கும்.

புத்தகக் காட்சியிலிருந்து காரை நோக்கி வரும்வரை உன் கையைப் பற்றிக்கொண்டே வந்தேன். பொதுபொதுவென்றும் சில்லென்றும் இருக்கும் உன் கைகளைப் பற்றிக்கொள்வதில்

எனக்கு எப்போதும் விருப்பம். காருக்குள் உட்கார்ந்து கிளப்பியதும் “எங்கே” என்று கேட்டாய். இதுவரை என்னுடைய திட்டம் மன்னார்குடி போய் பியர் சாப்பிடுவது, இப்போது வேறு என்றேன். வேறு என்ன என்று கேட்டாய். சொல்கிறேன் அதற்கு முன் இதெல்லாம் என்ன கூத்து, இந்த உலகத்தில் என்ன நடக்கிறது என்று சொல். இந்தச் சவுக்குக் காட்டில் புத்தகக் கண்காட்சியா என்று கேட்டேன். காமிக்ஸ் காதலர்களின் ரகசியச் சங்கங்கள் சில இருக்கின்றன என்றும் அவற்றால் நடத்தப்படும் புத்தகக் காட்சிகள் இப்படித்தான் விநோதமாக இருக்கும். ஆறு மாதத்துக்கு ஒருமுறை நடத்தப்படும். நடப்பதற்கு ஒரு வாரத்துக்கு முன்புதான் ரகசியமாகத் தகவல் வரும். காமிக்ஸ் காதலர்கள் தவிர வேறு யாருக்கும் தகவல் போகாது என்பதால் இது பற்றி வெளியுலகத்துக்கே தெரியாது என்றாய்.

“நீ எப்போ காமிக்ஸ் காதலி ஆனே. எனக்கே தெரியாம” என்று கேட்டேன். நாம் என்ன ஒருசில ஆண்டுகள்தானே பழக்கம். நானோ சிறு வயதிலிருந்தே காமிக்ஸ் வெறிபிடித்தவள் என்றாய். நானும் இதில் உறுப்பினராக வேண்டுமென்றால் என்ன செய்ய வேண்டும் என்று கேட்டேன். “ஒரு இனிஷியேட்டர் உன்னை அந்த சங்கத்துக்குள்ளே கொண்டுவரணும். ரொம்ப அரிதான பத்துத் தமிழ் காமிக்ஸ் புக்ஸ் வச்சிருக்கணும். அப்புறம் உடம்புல ரெண்டு இடங்கள்ல உனக்குப் புடிச்ச காமிக்ஸ் ஹீரோ இல்லன்னா கேரக்டரைப் பச்சைக்குத்திக்கணும். ஒரு இடம் கண்ணுல படுற மாதிரி இருக்கணும். இன்னொரு இடம் கண்ணுல படாத இடம். பச்சைக் குத்துறவங்களை கிவர்னு சொல்லுவோம்” என்றாய். அடிப்பாவி என்னிடம்கூட காட்டாத இடத்தை யாரிடமோ காட்டியிருக்கிறாயே என்று கேட்டேன். ஆணோ பெண்ணோ கிவரிடம் அந்தரங்க இடத்தைக் காட்டித்தான் ஆக வேண்டும். மறைக்க வேண்டிய இடத்தில் ஒரு பெரிய பிளாஸ்திரி போட்டு மறைத்துவிட்டு மேலே பச்சை குத்துவார்கள் என்றாய். மேலும் இப்போது கிவராக இருப்பவர் ஒரு பெண். நான் அவரிடம்தான் குத்திக்கொண்டேன். இரண்டாண்டுகளுக்கு ஒரு முறை கிவர் மாறிக்கொண்டே இருப்பார் என்றாய். உன் கையில் இருக்கும் துப்பாக்கிக்கு இதுதான் அர்த்தமா என்று கேட்டேன். ஆமாம். அது ரிப் கெர்பியின் துப்பாக்கி என்றாய். சட்டென்று காரை நிறுத்தினேன். இருக்கை வார் போட்டிருந்ததால் ஏதும் அடிபடவில்லை. என்ன செய்கிறாய் நீ என்று கோபித்துக்கொண்டாய். அவள்

கையைப் பிடித்து அந்தத் துப்பாக்கியைப் பார்த்தேன். வாழ்க்கை எப்படியெல்லாம் குறிவைத்திருக்கிறது.

சட்டென்று ஏதோ நினைவுக்கு வந்ததுபோல் உன்னிடம் கேட்டேன். ஆமாம் அங்கே ஏதோ மேடையில் பேசிக்கொண்டிருந்தாயே. காமிக்ஸ் புத்தகக் காட்சியில் அப்படி என்ன உரை என்று கேட்டேன். 'காமிக்ஸ் பாத்திரங்களிலும் காமிக்ஸ் படைப்பாக்கக் கலைஞர்களின் பங்களிப்பிலும் பாலினச் சமத்துவம் மற்றும் பிரதிநிதித்துவம்' என்ற தலைப்பில் உரையாற்றியதாகக் கூறிய நீ அந்த அரங்கம் முழுக்கவும் ஆண்களாகத்தான் இருந்தார்கள் என்று வருத்தப்பட்டாய்.

5. பொன்னாம்பூண்டார்

மறுபடியும் கேட்டாய் "எங்கே போறோம்" என்று. எனக்கு இன்றைக்குக் காலையிலிருந்து நடந்து கொண்டிருப்பதையெல்லாம் சொன்னால் நீ நம்புவாயா என்பதில் இப்போது கவலையில்லை. ஏனெனில் நீயும் அதன் ஒரு பகுதியாக வந்துவிட்டாய். அதனால் கடலை வயல் அம்மனில் ஆரம்பித்துத் திருமண வீட்டின் விநோதம் வரைக்கும் உன்னிடம் கூறினேன். சொல்லிக்கொண்டிருக்கும் நானும் கேட்டுக்கொண்டிருக்கும் நீயும் தேம்ப ஆரம்பித்தோம். அந்த ஊர் ஏதோ ஒருவகையில் இந்தப் பிரபஞ்சத்திலிருந்து விடுபட்டு இருக்கிறது. அங்கே நாம் அவசியம் போக வேண்டும் என்றாய். எனக்கும் அப்படித்தான் இருந்தது. அந்த ஊரின் விநோதங்களின் மர்மங்களின் முடிச்சை அவிழ்த்துப் பார்க்க வேண்டும் என்ற ஆசை எனக்குத் துளிகூட இல்லை. அதன் ஒரு பகுதியாக மறுபடியும் இருந்து அந்த கீதத்தைக் கேட்க வேண்டும். அதுதான் என் ஆசையும் உன் ஆசையும்.

கிராமத்துச் சாலை என்பதால் குறுக்கே ஆடு மாடுகள் பிள்ளைகள் கிழடுகள் வந்துவிடுவார்கள் என்பதால் சட்டென்று பைக்கில் போய்க்கொண்டிருக்கும் ஒருவர் தன் மாமன் மச்சான் கூட்டாளிகளைப் பார்த்தால் அப்படியே நடுவில் வண்டியை நிறுத்திப் பேச ஆரம்பித்துவிடுவார் என்பதால் காரை மெதுவாக ஓட்டிக்கொண்டிருந்தேன். அதன் விளைவாக இன்னொரு விஷயத்தைக் கண்டுபிடிக்க முடிந்தது. சாலையோரம் வெள்ளை வேட்டி வெள்ளை சட்டையுடன் நான்கைந்து

பேருடன் பேசிக்கொண்டிருந்த ஒருவர் நெற்றியில் கைவைத்து என்னையே பார்த்துவிட்டு வண்டியை நிறுத்தினார். இன்னார் பையனா என்று என்னை விசாரித்தார். ஆமாம் என்று கேட்டேன். என் வீட்டுத் திருமணத்துக்குத்தானே வந்தீர்கள் என்று கேட்டார். என்னது நாம் போய்விட்டு வந்தது தப்பான திருமணமா? இவரிடம் ஆமாம் என்று சொன்னேன். “முகூர்த்தம் இன்னும் முடியலை தம்பி. நேரா போயி சோத்தாங்கை பக்கம் திரும்புனீங்கன்னா கொஞ்ச தூரத்துல கல்யாண வீடு வந்துடும். பொன்னாம்பூண்டார் வீட்டுக் கல்யாணம்னு கேளுங்க சொல்வாங்க. நீங்க போங்க. நான் ஒரு முக்கியமான ஆளுக்காக வெய்ட் பண்ணிக்கிட்டு இருக்கேன்” என்றார். குனிந்து உன்னைப் பார்த்துவிட்டு “நம்ம வீட்லையா தம்பி. கல்யாணத்துல பார்த்தது. ஆளே மாறிட்டாங்க. போங்க தாயி” என்றார். “இல்லை நான் இவரோட சோல்மேட்” என்றாய் நீ. அவர் முகம் இருண்டுவிட்டது. சமாளித்துக்கொண்டு “ஓ ஃப்ரண்டா. சரி நீங்க போங்க தம்பி. நான் வர்றேன்” என்றார். அடுத்த குண்டு. முகூர்த்தம் இன்னும் முடியவில்லை என்பது. அப்படியென்றால் அந்தக் காலை இன்னும் முடியவில்லை.

பக்கத்தில் ஒரு கடையில் மொய்கவர் வாங்கி அதில் ஆயிரத்தோரு ரூபாய் வைத்துவிட்டு அப்பா பெயர் எழுதினேன். கல்யாண வீட்டுக்குச் சென்று மொய்வைத்துவிட்டு வந்தேன். பெண்ணின் கண் உட்பட எல்லாக் கண்களும் உன்னையே பார்த்துக்கொண்டிருந்தன.

6. மாயவலை

இன்று காலையில் நான் முதலில் கலந்துகொண்ட திருமணம் நடந்த ஊருக்கு வந்தேன். திருமண வீட்டுக்கு வந்தேன். அங்கே எல்லோரும் கலைந்துவிட்டிருந்தார்கள். நடுத்தர வயதுள்ள ஒருவரை நிறுத்தி விசாரித்தேன். அப்புறம் ஊரில் வெவ்வேறு வயதுள்ள வெவ்வேறு தொழில்சார்ந்த நபர்களையும் பள்ளிப்படிப்பின் இறுதி ஆண்டுகளில் இருக்கும் சிறுவர்களையும் கூட விசாரித்தோம். கடையில் வண்டியை ஒரு குளக்கரையில் நிறுத்திவிட்டு ஆளுக்கொரு சிகரெட்டை உருவிக்கொண்டு பற்ற வைத்து இழுத்தோம். நாம் திரட்டிய தகவல்களின் சாராம்சம் இதுதான்.

இந்தக் கதை தொடங்கியது 35 ஆண்டுகளுக்கு முன்பு. அப்போது அந்தப் பெரியவர் பன்னிரண்டாம் வகுப்பு மாணவர். ஒரு மாந்தோப்பில் இரண்டு பெண்கள் இரண்டு ஆண்கள் என்று தன்னுடன் படித்துக்கொண்டிருந்தவர்களுடன் பேசிக்கொண்டிருந்திருக்கிறார். சிறு பிள்ளைகளாய் இருந்தே ஒன்றாக விளையாடியவர்கள் என்பதால் யாரும் ஒன்றும் சொல்ல மாட்டார்கள். அவருடன் பேசிக்கொண்டிருந்த பெண்களுள் ஒருத்திதான் அவரது இப்போதைய மனைவி. அதாவது திருமணத்தில் அவருடைய கையைப் பிடித்துக்கொண்டு நின்றிருந்தவர். இவர்கள் பேசிக்கொண்டிருந்தபோது அந்த வழியே ஒரு பெண் தன்னுடைய தோழிகளுடன் ஆற்றுக்குத் தண்ணீர் எடுக்கப் போயிருக்கிறாள். எதேச்சையாக இவரைப் பார்க்கும் கணம் ஏதோ ஒரு ராகத்தை முணுமுணுக்க ஆரம்பிக்கிறாள். அந்தப் பெண்ணுடன் சென்றவர்கள் இங்கே இவருடன் நிற்பவர்கள் எல்லோரும் தேம்ப ஆரம்பிக்கிறார்கள். இவர் மட்டுமே அமைதியாக அந்தப் பெண்ணைப் பார்த்துக்கொண்டே நிற்பவர் சட்டென்று பாட ஆரம்பிக்கிறார். மற்றவர்களின் தேம்பல் இன்னும் வெடிக்கிறது. அவருடைய மனைவி அவரைக் கட்டிக்கொள்கிறாள்.

அதற்கு முன்பு அவர் பாடியதே இல்லை என்பதுடன் அவர் எங்கிருந்து இந்தப் பாடலை எடுத்தார் என்பது தெரியவில்லை என்றும் ஊர்க்காரர்கள் கூறினார்கள். இந்தப் பாடல்களால் விளைந்த விநோத முடிச்சு என்னவென்றால் அவரும் அவரைக் கட்டியணைத்த பெண்ணும் மீட்கவே முடியாத காதலில் விழுகிறார்கள். பாடலைத் தொடங்கிவைத்த பெண்ணும் அவர் மீது காதலில் விழுகிறாள். அவருக்கு இது நன்றாகத் தெரியும். ஆனால் அவரால் இதில் ஒன்றுமே செய்ய முடியவில்லை. அவளுடைய பாடல்தான் இதற்குக் காரணம்.

இந்த முக்காதல் கொஞ்சம்கொஞ்சமாக ஊருக்குத் தெரிய ஆரம்பிக்கிறது. ஊர்க்காரர்களுக்குக் காதல் பிரச்சினையாக இல்லை என்பதுதான் இதில் விநோதம். இதில் எந்தக் காதலைச் சேர்த்துவைப்பது என்பதுதான் பிரச்சினை. ஏனெனில் அந்த அளவுக்கு ஒருவரையொருவர் நிறைவு செய்யும் பாடல்கள் அந்தக் கிராமத்தின் மீது ஒரு மாயவலையை காந்தவலையை வீச ஆரம்பித்திருந்தன. கோயிலிலோ குளக்கரையிலோ பள்ளிக்குப் போகும் வழியிலோ எங்கெல்லாம் அந்தப் பெண் அவரைப்

பார்க்கிறாளோ அப்போதெல்லாம் அந்த அற்புதம் நிகழும். சமயத்தில் அவருடன் இந்நாள் மனைவியும் அந்நாள் காதலியும் உடன்நிற்பாள். ஊர் இரண்டு குரல்களுக்கும் மூன்று காதலுக்கும் இடையே நின்று பரிதவிக்கும்.

ஆண்களைவிட பெண்களுக்குத்தானே முதலில் திருமண வயது வரும். பாட்டுப் பெண்ணின் திருமண வயது எட்டியவுடன் அவள் வீட்டுக்காரர்கள் இவர் வீட்டில் கேட்டுப்பார்த்தார்கள். இவருடைய வீட்டுக்காரர்களுக்கு முழு சம்மதமே ஆனால் இவர் சம்மதிக்கவில்லை. இவருடைய இந்நாள் மனைவிக்கும் இவர் அந்தப் பெண்ணைத் திருமணம் செய்துகொள்வதில் சம்மதமே. இவரிடம் அந்தப் பாட்டுப் பெண்ணையே திருமணம் செய்துகொள்ளும்படி எவ்வளவோ மன்றாடினாள். இவரோ மறுத்துவிட்டார். நான் உன்னை மட்டும்தான் காதலிக்கிறேன். உன்னைத்தான் திருமணம் செய்துகொள்வேன். இல்லையென்றால் எனக்கு எப்போதுமே திருமணம் வேண்டாம் என்று சொல்லிவிட்டார்.

முதலில் திருமணம் நடந்தது இவருக்கும் இவர் காதலித்த பெண்ணுக்கும்தான். அந்தத் திருமணத்தில்தான் இன்று நான் கண்டது போன்ற ஒரு காட்சி அந்தக் கிராமத்தில் முதல்முறையாக அரங்கேறியிருக்கிறது. ஆனால் நின்ற திசைகள் வேறு வேறு. மாப்பிள்ளையாக இவர் இங்கே நின்றிருக்கத் திருமணத்துக்கு வந்த அந்தப் பெண் கண்ணீர் மல்க ராகம் பாட ஆரம்பித்திருக்கிறாள், அவளுடைய அப்பாவின் கையைப் பற்றிக்கொண்டு. ராகத்தை ஆரம்பித்துச் சிறிது நேரம் கழித்து இவர் ஆரம்பித்திருக்கிறார். இன்று நடந்த அதே கதைதான்.

அதன் பிறகு கொஞ்ச வருஷம் கழித்து அந்தப் பெண்ணும் திருமணம் செய்துகொண்டு நீடாமங்கலம் அருகே உள்ள பூவனூருக்குச் சென்றுவிட்டாள். ஆசிரியையாகிவிட்டாள். இவரும் ஆசிரியராகி இப்போது தலைமை ஆசிரியராக இருக்கிறார். ஒரே ஊரில் இருந்தபோது அடிக்கடி கேட்கப்பட்ட பாடல்கள் இப்போது திருமணம், திருவிழா போன்றவற்றுக்காக வரும்போது மட்டும் என்று சுருங்கிவிட்டன. ஒட்டுமொத்த ஊருமே இவர்கள் சந்திப்புக்காகத் தவம்கிடக்கும். ஏனெனில் தனியாக இவர்கள் ஒருபோதும் பாடியதே இல்லை.

இதில் ஆச்சரியமான விஷயம் என்னவென்றால் இரண்டு பேருமே வெவ்வேறு சாதி. ஆனால் ஒரு ஊரே இந்த இருவரும் சேர வேண்டும் என்று ஏங்கியிருக்கிறது. எனக்குத் தெரிந்து சுற்றுப்பட்டு ஊர்களில் இப்போதுகூட இது சாத்தியமில்லை. முப்பது முப்பந்தைந்து ஆண்டுகளுக்கு முன்பு இது எப்படி சாத்தியம் என்பது இன்று திருமணத்தின் அவர்கள் முன்னிலையை அனுபவித்து உணர்ந்தேன். ஊர்க்காரர்கள் தங்கள் எல்லா ஆடைகளையும் கழற்றிப்போட்டுவிட்டுப் பிறந்தமேனியாக, பிறந்தமேனி என்றால் குழந்தையாகவே, மூழ்கி நீந்துவதற்கு அவர்களுக்குக் கிடைத்தவர்கள் இந்த இருவரும்தான். இந்த இருவரும்தான் இந்த ஊரைப் பிணைத்துவைத்திருக்கிறார்கள், அதில் ஒருவர் வேறு ஊருக்கு வாழ்க்கைப்பட்டுப் போயிருந்தாலும்கூட.

ஒருவேளை இந்தப் பூமியிலேயே அப்பழுக்கற்ற ஒரு இடமாக, களங்கமற்றவர்கள் நிறைந்த அபூர்வமான ஒரு இடமாக இந்த ஊர் இருக்குமோ என்றும் விசாரித்துப் பார்த்தேன். அப்படியொன்றும் இல்லை. இங்கேயும் கொலைகள் நிகழ்ந்திருக்கின்றன. திருட்டு குடி குழிபறிப்பு என்று எல்லாம் இருக்கிறது. ஆனால், அவர்கள் முன்னிலையில் அப்படியே எல்லாம் தலைகீழாய் மாறிவிடும். ஏன் தலைமையாசிரியராக இருக்கும் அவரே அந்தப் பெண்ணின் முன்னிலை வரும் வரை வேறு மனிதராகத்தான் இருக்கிறார். மற்றவர்கள் அளவுக்கு மோசம் இல்லை என்றாலும் வட்டிக்கு விடுபவராக, தன் வயலில் வேலை பார்ப்பவர்களிடம் கடுமையாக நடந்துகொள்பவராகத்தான் அறியப்படுகிறார். ஆனால், அந்தப் பெண்ணைப் பற்றி விசாரித்தவரை அதுபோன்ற ஒரு தூய்மையை இந்த உலகமே பார்த்திருக்காது என்றுதான் கூறினார்கள். அப்புறம் ஏன் அது இந்தக் களங்கத்தை எடுத்துத் தன்னுள் கொஞ்சம் கொட்டிக்கொள்ளப் பார்த்திருக்கிறது என்று எனக்குள் கேள்வி எழுந்தது.

மறந்துவிடாமல் நான் விசாரித்த இன்னொரு விஷயம் அந்தப் பாடல்களைப் பற்றியது. எனக்கு நான் கேட்ட பாட்டின் ஒவ்வொரு வரியும் நினைவில் இருந்தது. இதுவரை அவர்கள் பாடிய பாடலையெல்லாம் யாராவது தொகுத்திருப்பார்களா ரெக்கார்டரில் பதிவுசெய்திருப்பார்களா என்று விசாரித்துப் பார்த்தேன். ரெக்கார்டரில் பதிவு செய்ததில்லை, கையில் இருந்தாலும்கூட. ஆனால் நினைவிலிருந்து அந்த வரிகளை

ஒருவர் தொகுத்துவைத்திருக்கிறார் என்றார்கள். யார் அது என்று கேட்டேன். முதன்முதல் அந்தப் பெண் ராகம் பாடிக்கொண்டே கடந்துசென்றபோது இவர் கூட நின்றுகொண்டிருந்த கூட்டாளி ஒருத்தர்தான் என்றார்கள். இதுவரை இருநூறு பாடல்களுக்கு மேல் தொகுத்திருக்கலாம் என்றார்கள். அந்தக் கூட்டாளி தான் ஊரில் இல்லாதபோது ஏதாவது பாடப்பட்டால் ஊர் திரும்பிய பிறகு அதைக் கேட்டு எழுதிக்கொள்வார் என்றார்கள். முப்பத்தைந்து ஆண்டுகளாக எழுதுகிறார், ஆனால் அதை என்ன செய்கிறார், என்ன செய்யப்போகிறார் என்றெல்லாம் தெரியவில்லை என்றார்கள். இப்போது அவருக்கு அறுவைச் சிகிச்சை நடந்து சென்னையில் இருக்கிறார் என்றார்கள்.

இதையெல்லாம் அசைபோட்டு முடித்தபோது நாமிருவரும் கட்டிப்பிடித்துக்கொண்டு அழுதோம். அங்கேயே ஒருவருக்கொருவர் ஆரப்புணர்ந்துகொள்ள வேண்டும்போல் இருந்தது. நம் உடலை முழுவதும் ஒருவருக்கொருவர் உறிஞ்சிக்குடித்து அங்கே நாம் முழுவதும் இல்லாமல் போக வேண்டும் என்றும் நாம் இருந்த இடத்தில் அந்தப் பெண்ணின் ராகம் மட்டும் கேட்க வேண்டும் என்றும் நமக்குத் தோன்றியது.

7. நான்கைந்து நொடிகள்

அவர் இந்த ஊர்தானே அவரையும் போய்ப் பார்த்துவிட்டு வருவோமே என்றாய். விசாரித்து அவர் வீடு தேடி சென்றுவிட்டோம். சுற்றுச்சுவர் புதியதாகவும் பங்களா பழைய பாணியில் ஆனால் வர்ணம் பூசப்பட்டுப் புதுப் பொலிவிலும் தோற்றமளித்தது. காரை வாயிற்கதவுக்குப் பக்கத்திலேயே நிறுத்திவிட்டு வாயிற்கதவின் நாதாங்கியை சீரான இடைவெளி விட்டு இரண்டு முறை தட்டினேன். கொஞ்ச நேரம் கழித்து மேலே உப்பரிகையிலிருந்து அந்தப் பெண் எட்டிப்பார்த்தார். இன்னும் அதே ஆடை அலங்காரத்தோடுதான் இருந்தார். திறந்துகொண்டு உள்ளே வரும்படி கூறினார். நாய் ஏதும் இல்லையா என்று கேட்டேன். கட்டிக்கிடக்கிறது என்றார். நாங்கள் இருவரும் உள்ளே வந்தோம். வீட்டின் நான்கு பக்கமும் நன்கு இடம் இருப்பது தெரிந்தது. சுற்றுச்சுவருக்கு உள்ளே வீட்டின் வலது பக்கம் கார் ஒன்று நிறுத்தியிருந்தது. இடது பக்கம் வழியாகப் பின்னால் பெரிய மாட்டுக் கொட்டகை

இருப்பது தெரிந்தது. மாட்டுக் கொட்டகைக்கு முன்பாகவே ஆடுகளும் கட்டிக்கிடந்தன. பஞ்சாரங்கள் திறந்துகிடந்தன. அந்தப் பெண் கீழே வந்துவிட்டார். என்ன விஷயம் யாரைப் பார்க்க வேண்டும் என்று கேட்டார். “ஹெட்மாஸ்டர் சாரைப் பார்க்கணும். உங்களையும்தான். காலையில் நான் கல்யாணத்துக்கு வந்திருந்தேன்” என்றதும் சட்டென்று அந்தப் பெண் தலைகுனிந்தார். அப்போதுதான் நான் உணர்ந்தேன். பாடும்போது அந்தப் பெண் அழகென்றால் இப்போது இந்தப் பெண்தான் அழகு என்று. அதைத்தான் தலைமை ஆசிரியர் நன்கு உணர்ந்திருப்பாரோ.

இதோ உட்காருங்கள். சார் வந்துவிடுவார் என்று உள்ளே சென்றார். வேட்டியை இழுத்துக் கட்டிக்கொண்டு வீட்டில் அணிவதற்கான ஒரு சட்டையின் மேல் பட்டன்களைப் போட்டபடி அவர் வந்தார். எழுந்து வணக்கம் வைத்தோம். அவரும் வணக்கம் வைத்துவிட்டு உட்காரச் சொன்னார். “உங்களைக் கல்யாணத்துல பார்த்தது மாதிரி இருக்கு. இவங்கள அப்ப பார்த்த மாதிரி தெரியலையே. மன்னிச்சுடுங்க மொத்தத்துல ரெண்டு பேரையும் யாருன்னு தெரியலையே” என்றார். காலையில், காலையில் என்ற சொல்லைப் பயன்படுத்துவதற்கே அச்சமாக இருக்கிறது, அது முடிந்துவிட்டதா என்று தெரியாததால், நான் மட்டும்தான் திருமணத்துக்கு வந்திருந்தேன் என்றும் அதுவும் அப்பா முடியாமல் இருந்ததால் எனக்கு யாரையும் பரிச்சயம் இல்லை என்றும் வேறொரு திருமணத்துக்குப் பதிலாக இந்தத் திருமணத்துக்கு வந்து மொய்யும் வைத்துவிட்டேன் என்றும் கூறினேன். “மொய்ப் பணத்தை அவங்ககிட்டருந்து வாங்கித் தரணுமா தம்பி” என்று கேட்டார். இல்லை இல்லை சரியான திருமணத்துக்குப் போய் அங்கேயும் மொய் வைத்துவிட்டேன். சொல்லப்போனால் நான் உங்களைப் பார்த்த திருமணம்தான் சரியான திருமணம் என்று நினைக்கிறேன் என்றும் கூறினேன். அவர் தன் இடது பக்கம் திரும்பித் தன் மனைவியை ஒரு பார்வை பார்த்தார். எங்களால் எந்த அர்த்தமும் கண்டுபிடிக்க முடியாத பார்வை. அந்தப் பெண் அவருடைய தோளில் ஒரு கையை வைத்தார். “சொல்லுங்க. இவங்க யாரு உங்க மனைவியா” என்று கேட்டார். “இல்லை, என்னுடைய கேர்ள் ஃப்ரண்ட். சரியா சொல்லணும்னா ஸோல்மேட்டுன்னுதான் சொல்லணும்”. தலைமை ஆசிரியர் அல்லவா. புரிந்திருக்கும். கண்ணை மூடிக்கொண்டு உள்வாங்கிக்கொண்டார்.

“இப்போ என்ன என்னோட கதையைக் கேட்கணுமா” என்று கேட்டார். இல்லை ஊரிலுள்ள எல்லோரிடமும் நாங்கள் கேட்டுவிட்டோம். எல்லாம் சேர்ந்து ஒரு அழகு உங்கள் கதையில் உருவாகியிருக்கிறது. நீங்கள் சொல்லப்போகும் கதையில் அது நிச்சயம் இருக்காது என்றாய் நீ. குழப்பத்துடனும் ஆச்சரியத்துடனும் உன்னைப் பார்த்தேன். அவர் பேசுவதைக் கேட்க வந்தால் நீ இப்படிச் செய்கிறாயே என்று நினைத்துக்கொண்டேன். நான் நினைத்ததைப் புரிந்துகொண்டவள் போல் என்னையும் ஒரு பார்வை பார்த்துவிட்டு அவரிடம் சொன்னாள், “ஆனால் சில கேள்விகள் இருக்கு. அந்தப் பொண்ணு முதன்முதல்ல பாடும்போது நீங்க இவங்களோடயும் இன்னொரு பொண்ணுகூடயும் ரெண்டு பசங்ககூடயும் பேசிக்கிட்டிருந்தீங்கன்னு சொன்னாங்க. அந்த சமயத்தில உங்களுக்கு ஏற்கெனவே காதல் வராத பட்சத்துல பாடிக்கிட்டுப் போன அந்தப் பொண்ணு மேலதான காதல் வந்திருக்கணும்?”

தனக்குக் காரணங்கள் தெரியவில்லை என்றாலும் அந்தக் கணத்தில் பாடல் காதில் விழுந்து தானாகக் கண்கள் சில நொடிகள் மூடிவிட்டன என்றும் திறந்தபோது இந்தப் பெண்ணின் கண்கள் மட்டுமல்லாமல் முகம் முழுவதும் தன்னைப் பார்த்துத் ததும்பிக்கொண்டிருந்ததாகவும் அந்தப் பெண் ஏதோ ஒரு கட்டற்ற மடையைத் திறந்துவிட்டாள் எதையாவது வைத்து அடையேன் என்று இந்தப் பெண்ணின் ததும்பும் முகம் தன்னைத் தூண்டியதாகவும் உணர்ந்தபோது எந்த அவசியமும் அழுத்தலும் இல்லாமல் பாட ஆரம்பித்தேன். என்ன பாடுகிறேன் என்பதையும் நான் உணரவில்லை. அப்போது என் முகம் ததும்பும் இவள் முகத்திலிருந்து விலகி ஒவ்வொரு முகமாய் மாறிப் பயணித்து இறுதியில் பாடலைத் தொடங்கிவைத்த அந்தப் பெண்ணின் முகத்தில் போய் முடிந்தது. ஏற்கெனவே இந்த ஊரில் அடிக்கடிப் பார்த்திருக்கும் பெண்தான் ஆனால் அப்போது என்ன ஒரு முகம். அதுவும் உறைந்துபோய் என்னையே பார்த்துக்கொண்டிருந்தது.

ஆனால், நான் அவளுடைய பாடலைக் கேட்டபோது கண் திறந்தேன் என்று சொன்னேன் அல்லவா, அந்தக் கணத்தில் இவள் மீது அளவில்லாத காதலில் விழுந்துவிட்டேன். நான்கைந்து நொடிகளில் இவளுடையதை விட அழகான ஒரு

முகத்தைப் பார்த்தும் மாறாத காதல் அது என்று நிமிர்ந்து அந்தப் பெண்ணைச் சிறிது புன்னகையுடன் சொன்னபோது அந்தப் பெண் செல்லமாய் அவரைக் கிள்ளுகிறாள். இவள் மீது அப்படியொரு காதல் ஏற்படக் காரணம் அந்தப் பெண்தான் அவள் ஆரம்பித்து வைத்த ராகம்தான். அந்தப் பெண் பாடிய ராகத்தின் தூண்டுதலால் தோன்றிய இந்தக் காதலை நான் ஏன் அவ்வளவு நம்பினேன் என்றால் எனக்குள் பாட்டு இருந்திருக்கிறது என்பதை அது கண்டுபிடித்திருக்கிறது. அதற்கு முன்னால் சும்மா சினிமா பாடல்கள் ஒரு வரி ரெண்டு வரி பாடுவதோடு சரி. அதுவும் நான் பாட ஆரம்பித்தால் நண்பர்கள் கிண்டல் செய்வார்கள். அதனால் பாடுவதே இல்லை. ஆனால் இப்போதோ அவள் பாட ஆரம்பித்து நான் தொடரும்போது இந்த ஊரே மந்திரம் போட்டதுபோல் உட்கார்ந்திருப்பார்கள் என்று எல்லோரும் சொல்வார்கள். எனக்குத் தெரியாது. ஏனென்றால் நானும் அப்படித்தான் மந்திரம் போட்டதுபோல் பாடிக்கொண்டிருப்பேன். அப்படிப்பட்ட பாடலை எனக்குத் தந்து அந்தப் பாடல் மூலம் எங்களுக்குள் ஒரு காதலையும் அவள் தந்திருக்கிறாள். சரியாக எங்கள் மூன்று பேருக்குமே காதல் தோன்றிய தருணம் அது.

மேலும் சொன்னார், “எங்க ரெண்டு பேருக்கும் கல்யாணம் ஆகி இருபத்தியேழு இருபத்தியெட்டு வருஷம் ஆகுது தம்பி. எத்தனையோ முறை சண்டை வரும். பேசாம இருந்திருக்கோம். எங்க புள்ளைகளாலகூட மறுபடியும் எங்களைச் சேர்த்துவைக்க முடியாது. ஒரே கிளாஸ்ல ஒண்ணாப் படிச்சிட்டோம்ல. அதுனால எங்க ரெண்டு பேருக்குமே வீம்பு இருக்கும். ஆனா கல்யாணம் கண்காட்சின்னும் எதுலயாச்சும் அவளைப் பார்த்துட்டா அவளுக்குப் பாட்டு வந்துடும் நானும் அதை முடிச்சு வச்சுடுவேன். சொல்லப்போனா ராகம் மட்டும்தான் அவ நீட்டுவா. நான் பின்தொடர்வேன். அதுக்கப்புறம் நானும் இவளும் எங்களுக்குள்ள எந்தப் பிரச்சினையுமே அதுவரைக்கும் வந்ததில்லைங்கிற மாதிரி ஆயிடுவோம். அதனாலதான் இவளுக்கு அவதான் தெய்வம்” என்று இவர் முடிப்பதற்கும் அந்தப் பெண் அழ ஆரம்பித்தார். எழுந்து நின்று தட்டிக்கொடுத்தார்.

நீ அந்தப் பெண்ணை அழைத்துக்கொண்டு தனியாகப் போனாய். நான் இவருடன் பேசிக்கொண்டிருந்தேன். இந்தப் பெண் அற்புதமானவர் என்பதில் எந்தச் சந்தேகமும் இல்லை. ஆனால்,

அந்தப் பெண்ணோ ஒரு பேரதிசயம். இந்த வாழ்க்கையை இப்படியெல்லாம் வீணடிக்க வேண்டுமா என்று கேட்டேன். "அப்படியெல்லாம் ரொம்ப சீரியஸா எடுத்துக்க வேண்டாம் தம்பி. எனக்கு அவ கடவுள்னா இவ மேல நிலைகொள்ளாத பைத்தியம். இன்னை வரைக்கும்தான். அவளுக்கு சரியா இவளைக் கொண்டுபோய் வைக்க முடியாதுன்னு இவளுக்கும் தெரியும் எனக்கும் தெரியும். முதல்ல சரிக்கு சமானம்னே ஒண்ணு இருக்கா தம்பி. ஒரு நடிகை எனக்கு ரொம்ப புடிச்சவங்க. சின்ன வயசுல அவங்க மேலே பைத்தியமா இருப்பேன். ஆனா ரெண்டாந்தாரமா ஒருத்தருக்கு வாழ்க்கைப்பட்டுப் போனாங்க. அப்போ இப்படி தன் வாழ்க்கைய உடம்ப வீணடிச்சிட்டாங்களேன்னு எனக்கும் கோபமாதான் வந்துச்சு. ஆனா அது அவங்க வாழ்க்கை தம்பி. யாருகிட்டையும் ஒப்படைக்கிறதுக்காக அந்த வாழ்க்கையையும் உடம்பையும் அவங்க கொண்டுவரலை. அப்படியே ஒப்படைச்சாலும் அது அவங்க விருப்பமுன்னு அவங்க அகாலமா செத்துப்போனப்போ புரிஞ்சிக்கிட்டேன் தம்பி" என்றார்.

அதற்குப் பிறகு அவர் ஏதும் பேசவில்லை. நானும் அப்படியே இருந்தேன். சற்று நேரத்தில் அந்தப் பெண்ணும் நீயும் தேநீருடனும் பிஸ்கெட்டுடனும் வந்து என்னை மீட்டீர்கள். இப்போது ஒருவிதச் சிரிப்பு அந்தப் பெண்ணின் முகத்தில் காணப்பட்டிருந்தது. தேநீர் அருந்திவிட்டு அவர்கள் இருவரிடமும் விடைபெற்றோம்.

8. தெய்வம்

வீடுகளெல்லாம் முடிந்த பிறகு ஒரு இடத்தில் நிறுத்தச் சொன்னாய். "ரொம்ப அடக்குதுப்பா. இந்தப் புளியமரத்துக்குப் பின்னாடி போய்ட்டுவர்றேன்" என்றாய். அவர்கள் வீட்டிலேயே சொல்லியிருக்கலாமே. கிராமங்களிலெல்லாம் அடுத்தவர்களை எட்டிப்பார்த்துக்கொண்டே இருப்பார்கள் என்றேன். பரவாயில்லை. எனக்கு இப்போது ஒன்றுக்குப் போக வேண்டும் என்று சொல்லிவிட்டு நான் காரை நிறுத்தவும் நீ இறங்கிப் போனாய்.

சற்று நேரத்தில் படபடப்புடன் ஓடிவந்தாய். "கொஞ்சம் இறங்கி வாயேன்" என்று கூப்பிட்டாய். என்ன என்று கேட்டேன்.

பக்கத்தில் வந்தாய். நான் ஒன்றுக்கு அடிக்க ஆரம்பித்த பிறகுதான் கவனித்தேன். சரியாய் அந்த இடத்துக்கு இரண்டடிக்கு முன்பு ஒரு நல்லபாம்பு சுருண்டு கிடந்திருக்கிறது. ஒன்றுக்கு ஈரம் பட்டதும் அப்படியே எழுந்துகொண்டு படம் விரித்தது. எனக்கு என்ன செய்வதென்றே தெரியவில்லை. இப்போது முழுவதும் போய்விடுவோம் என்று நானும் போய்க்கொண்டிருந்தேன். அது அசையவே இல்லை. இருந்து முடிந்ததும் ஓடிவந்துவிட்டேன் என்றாய். "நல்லரவின் படங்கொண்ட அல்குல் பனிமொழி, வேதப் பரிபுரையைப் பார்த்துத் திகைத்துப் போயிருக்கும்" என்றேன். "கிண்டல் பண்ணாதே. எனக்குப் படபடப்பு அடங்கலை" வாயேன் அது இருக்கான்னு எட்டிப் பார்ப்போம்" என்று அழைத்தாய். நானும் உன்னுடன் போனேன்.

நீ காட்டிய இடத்தில் இன்னும் அந்த பாம்புப் படம் விரித்தபடி நட்டுவைத்த வேல்கம்பு போல் இடம் வலமாக ஆடிக்கொண்டிருந்தது. சிறிது நேரத்தில் அந்த ஆட்டம் கொஞ்சம் கொஞ்சமாக நின்றது. முழுவதும் அசைவற்றுப் போனது. அதன் உடல் மேலிலிருந்து கருக்க ஆரம்பித்தது. நம் இருவருக்கும் உடலில் மயிர்களெல்லாம் குத்திட்டு நின்றன. நீ அந்தப் பாம்பை நோக்கி நடக்க நானும் உன்னைத் தொடர்ந்தேன். தயக்கம் சிறிதும் இல்லாமல் அந்தப் பாம்பின் தலை நுனியில் கையை வைத்தாய். பிறகு அதனை ஆசீர்வதிப்பதுபோல் உன் உள்ளங்கையைப் படத்தின் மேல் வைத்துக்கொண்டு கண்மூடிக்கொண்டாய். உன் கண்ணிலிருந்து நீர் வழிய ஆரம்பித்தது. நீ கையை எடுத்ததும் நானும் படத்தின் மேல் கையை வைத்துப் பார்த்தேன். அப்படி ஒரு குளிர்ச்சி உடலெல்லாம் விஷமாக ஏறியது. எனக்கும் கண்ணீர் வழிந்திருந்ததைக் கண் திறந்த பிறகே உணர்ந்தேன்.

நீ நீர் பாய்ச்சிய இடத்தில் தெய்வம் ஒன்று முளைத்திருக்கிறது என்று நான் சொன்னது கிண்டலுக்காக இல்லை. நீயும் அதைக் கிண்டலாக எடுத்துக்கொள்ளவில்லை. உன் கொண்டையிலிருந்து சாமந்திப் பூவைக் கொத்தோடு எடுத்தாய். அவ்வளவு பெரிய கொத்தை நீ சூடியிருந்தது அப்போதுதான் என் கண்ணில் படுகிறது. ஒருவேளை அந்தப் பெண் கொடுத்திருக்கலாம். பூவை அந்தப் பாம்பின் முன்னே வைத்து ஏதோ முணுமுணுத்தாய். பிறகு காருக்குத் திரும்பினோம்.

காரைக் கிளப்பிய பிறகு சொன்னேன் "இந்த சாமியின் முதல் அர்ச்சகர் நீதான். உனக்குத் தெரியுமா உலகத்தோட முதல்

அர்ச்சகரும் ஒரு பெண்தான்னு சொல்லுவாங்க." நீ இதற்குப் பதில் கூறவில்லை. அடுத்த முறை இதற்காகவே வர வேண்டும். வந்து கிடா வெட்டிக் கும்பிட வேண்டும் என்றாய்.

9. சதுரங்கம்

காரில் உட்கார்ந்து கிளப்பிவிட்டு இப்போது பூவனூர்தானே என்று கேட்டேன். ஆமாம் அதற்கு முன்பு உனக்கு ஒன்று தெரிய வேண்டும் என்ற நீ "ஒண்ணு தெரியுமா அவங்க ரெண்டு பேரும் இன்னைக்கு செக்ஸ் வச்சிக்கிட்டுருக்காங்க. அதுவும் எப்போ தெரியுமா. நீ கதவு தட்டுனப்போ" என்றாய். அடிப்பாவி என்று வாயைப் பிளந்து மறுபடியும் திடீர் பிரேக் அடித்தேன். சிறு குலுங்கலுடன் உனக்கு இதே வேலையாகப் போய்விட்டது என்று கோபித்துக்கொண்டாய். நீ எப்படிக் கண்டுபிடித்தாய் என்று கேட்டேன். நீ வாயில்கதவைத் தட்டும்போது நான் தள்ளிதானே நின்றுகொண்டிருந்தேன். சற்று நேரம் கழித்துதான் அந்தப் பெண் மாடியில் உள்ள கதவைத் திறந்தார். அந்தப் பெண்ணின் ஆடைகள் சற்றே நெகிழ்ந்திருந்தன. ஒரு அவசரமும் வெட்கமும் அந்தப் பெண்ணின் முகத்தில் தென்பட்டன. மேலும் ஒரு பெண்ணின் ஒப்பனையில் ஏற்படும் சிறு குலைவையும் இன்னொரு பெண் கண்டுபிடித்துவிடுவாள் என்றாய் நீ. மேலும் இதை அந்தப் பெண்ணிடம் கேட்டு நான் உறுதிப்படுத்தியும் கொண்டேன் என்று சொல்லிவிட்டுச் சிரிக்க ஆரம்பித்தாய். "எப்படி ஒரு அம்பது வயசு பெண்கிட்ட இப்படி வெட்கமே இல்லாமல் கேட்டிருக்கே" என்று உன் தொடையைப் பிடித்துக் கிள்ளினேன். நீ திரும்ப என்னைக் கிள்ளினாய். அந்தப் பெண்ணின் அந்தத் தோற்றம் எனக்குப் பிடித்திருந்தது. ஒரு குறுகுறுப்பை எனக்கு ஏற்படுத்தியது. மேலும் திருமணத்துக்குச் சென்றுவிட்டு வந்திருக்கிறார்கள். அதன் தாக்கம்தான் இதுவோ என்றும் எனக்குத் தோன்றியது. "அதனால்தான் உள்ளே போய் டீ போட்டுக்கிட்டு இருந்தப்போ சட்டுன்னு கேட்டுட்டேன். அவங்க வெட்கப்பட்டுட்டு என் தோள்ல புதைஞ்சிக்கிட்டாங்க."

திருமணத்துக்குப் பிறகு அவர்களுக்குள் இதுபோன்ற புணர்ச்சி நிகழ்வது இது முதல்முறையல்ல என்றாய் நீ. ஒவ்வொரு முறையும் பாடல் நிகழும்போது வீட்டுக்குத் திரும்பி இருவருக்கும் இடையில் அப்படியொரு புணர்ச்சி நிகழுமாம் என்றாய்

நீ. மற்ற தருணங்களில் நிகழும் புணர்ச்சிக்கும் இதற்கும் நேரெதிர் வித்தியாசம் இருக்குமாம் என்றாய். ஆம் இதுபோன்ற தருணங்களில் இந்தப் பெண்தான் புணர்ச்சி முழுவதையும் தன் கட்டுப்பாட்டில் வைத்திருப்பாராம். மற்ற சாதாரண தருணங்களிலெல்லாம் கிராமத்துப் பெண்களுக்கு நிகழ்வது போலத்தான் தன் காம நிலைகளையோ உணர்வுகளையோ வெளிப்படுத்திக்கொள்ள முடியாது. ஆனால் இதுபோன்ற தருணங்களில் அப்படியல்ல. தன் மேல் படரும் கருநாகம் எப்போது தன்னைத் தீண்டிவிடுமோ என்று அஞ்சிக்கொண்டு ஒருவர் படுத்திருப்பதுபோல் இவர் படுத்திருப்பாராம். முழுவதும் சுற்றிவளைத்து இறுதியில் கொத்தியோ விழுங்கியோ தின்றுவிடுவதைப் போல இந்தப் பெண் ஆக்கிரமித்துவிடுவாளாம் என்றாய் நீ.

நீ என்ன நினைக்கிறாய் என்று நான் கேட்டேன். "நீ என்ன நினைக்கிறீயோ அதையேத்தான் நானும் நினைக்கிறேன். பாடுற பெண்தான் அது. அவ கூடுவிட்டுக் கூடு பாயிறா. அதைத் தன்னோட பாட்டு மூலமா ஆரம்பிச்சு வைக்கிறா" அதன் பிறகு எல்லோரும் அவள் வசம், அந்தப் பாட்டின் வசம் என்றாய் நீ. இதற்குத் தனக்கு உறுதியான சான்று கிடைத்துவிட்டது என்றாய். என்ன சான்று என்று கேட்டேன். அந்தப் பெண் தன்னுடைய இரண்டு மகள்களின் படங்களைக் காட்டினார். அச்சுஅசலாக அந்தப் பாடும் பெண்ணின் சாடைதான் அது என்று அவர் சொன்னார். ஊர் உலகமும் அப்படித்தான் சொல்கிறது என்கிறார். ஆனால், இந்தப் பெண்களை வயிற்றில் சுமந்தது இவர்தான் என்பதால் இந்தப் பெண்ணின் பத்தினித்தனம் பற்றி ஊருக்குள் எந்தக் கேள்வியும் எழவில்லை என்கிறார் என்றாய். திருமண உறவுக்கோ ரத்த உறவுக்கோ வெளியிலுள்ள ஒரு ஆணின் அச்சுஅசலான ஜாடையில் ஒரு பெண்ணுக்குப் பிள்ளைகள் பிறப்பதை ஏற்றுக்கொள்ளலாம். ஆனால், எந்தத் தொடர்பும் இல்லாத இன்னொரு பெண்ணின் ஜாடையில் எப்படி இன்னொரு பெண்ணுக்குப் பிள்ளைகள் பிறக்கும் என்று கேட்டாய்.

"இதையெல்லாம் அந்தப் பெண் எப்படி எடுத்துக்கிறாங்க" என்று கேட்டேன். அவர்கள் இதையெல்லாம் வரமாகத்தான் எடுத்துக்கொள்கிறார்கள் என்றாய். தன்னுடைய இரண்டு பெண்களையும் தெய்வத்தின் அம்சமாகத்தான் அந்த அம்மாவும்

அப்பாவும் ஊர்க்காரர்களும் பார்க்கிறார்கள். ஆனால் அந்தப் பெண்களுக்கு இந்தத் தெய்வாம்சங்களை சுமப்பதில் சங்கடம் இருக்கும்போல. சென்னையில் படித்து ஒருத்தி இப்போது அங்கேயே டாக்டராக வேலை பார்க்கிறாள். இன்னொருத்தி பெங்களூருல ஒரு வடிவமைப்பு நிறுவனத்தில் வேலை பார்க்கிறாள் என்றாய் நீ. “என்னோட மொபைல்ல அந்த ரெண்டு பேரோட படங்களையும் ஃபோட்டோ எடுத்துக்கிட்டு வந்திருக்கேன். நம்ம ரெண்டு பேர்ல அந்தப் பாடுற மோகினியை நீதானே கல்யாணத்துல பார்த்திருக்கே. அவங்க ஜாடையும் இந்தப் பொண்ணுங்க ஜாடையும் ஒண்ணா இருக்கான்னு பாரு” என்றாய். பார்த்தேன். நான் சொல்வதற்கு என்ன இருக்கிறது.

இதெல்லாம் ஏன் நடக்கிறது என்று என்னையே கேட்டுக்கொள்வதுபோல் உன்னையும் பார்த்துக் கேட்டேன். தெரியவில்லை. முதன்முதலில் அந்தப் பாடல் ஆரம்பித்ததில் தொடங்கியது. அது ஏன் ஆரம்பித்தது என்று யாராலும் சொல்ல முடியாது அல்லவா? ஆனால் பாடலைத் தொடங்கிய பெண் இன்றுவரை இவருக்காக ஏங்குகிறாள். இவருடன் சேர்ந்துவிட வேண்டுமென்று துடிக்கிறாள். தன் பெண்ணின் திருமணம் இன்று முடிந்த பிறகு அவளுடைய கணவன் இவரைச் சந்தித்து மன்றாடியிருக்கிறான். இவருடைய மனைவியும் இவரிடம் இத்தனை ஆண்டுகள் மன்றாடிப் பார்த்துவிட்டாளாம். ஆனால் இவர் மசியவே இல்லை. அதற்கு இரண்டு காரணங்கள். ஒன்று தன் மனைவி மீது கொண்ட காதல். அது வளர்ந்துகொண்டே போகிறதே தவிர குறையவே இல்லை. இன்னொரு காரணம் இருவரும் ஒன்றாய் வாழ்ந்தால் பாடலின் ஆயுள் முடிந்துவிடும் என்று இவர் பயப்படுகிறார். அந்தப் பெண்ணுக்குப் பாடல் என்பது ஒரு வழிமுறைதான். ஜென் புத்த மதத்தில் வருமே ‘நிலவைச் சுட்டும் விரல்’ அதுபோல. ஆனால், இவருக்குப் பாடல் என்பது அந்த விரலால் சுட்டப்படும் நிலவு. அந்தப் பெண்தான் தன்னிடம் பாடலைச் சுட்டியிருக்கிறார் என்பதால் எதையும் விட அந்தப் பெண்ணையும்விட பெரிது அந்தப் பாடல்தான் என்பதால் அவர் மாறவே மாட்டாராம் என்றாய். ஆனால் தன் மனைவியைப் புணர்ந்து நிரப்பிய அவரின் விந்து முழுக்க அந்தப் பெண்ணின் முகம் என்றாய். ஆரம்பத்தில் எனக்கு எப்படி அந்தப் பெண்ணின் பூவனூர் கணவர் இதையெல்லாம் அனுமதிக்கிறார் என்று பெரும் சந்தேகம் ஏற்பட்டது. இந்த உலகத்து மனிதர்கள் அவ்வளவு வெள்ளந்தியானவர்களா என்ற

கேள்வி எழுந்தது. ஆனால் இந்தப் பெண்களின் படங்களைப் பார்த்தபோது அது தீர்ந்துவிட்டது என்றாய்.

இதற்கு மேல் பூவனூருக்குச் சென்று அந்தப் பெண்ணைப் பார்க்க வேண்டுமா என்று கேட்டாய். வேண்டாம் ஆனால் சமீபத்தில் நடந்த சதுரங்க ஒலிம்பியாடால் பிரபலமடைந்திருக்கும் பூவனூர் கிராமத்தின் சதுரங்க வல்லபநாதர் திருக்கோயிலுக்குச் சென்றுவிட்டு வருவோம். அப்பர் பாடிய கோயில் என்றேன்.

போகும் வழியில் நான் முதலில் பார்த்த கடலை வயல் வந்தது. அதன் ஒரு மூலையில் போர்செட்டுக்கு அருகே சிறு கொட்டகை போட்டு ஒரு கோயில் உருவாகியிருந்தது. சாலையோரத்திலும் 'சுயம்பு கடலையம்மன் திருக்கோயில்' என்று பலகை வைத்திருந்தார்கள்.

நானும் நீயும் காரை ஓரத்தில் நிறுத்திவிட்டு அந்தக் கோயில் நோக்கிச் சமப்படுத்தப்பட்ட வரப்பில் நடந்தோம். அங்கே அந்த விவசாயி இடுப்பில் துண்டைக் கட்டிக்கொண்டு பூசாரியாகிப் பூஜை செய்துகொண்டிருந்தார். எங்களைப் பார்த்ததும் "கடலையம்மனின் மகிமையே மகிமை. நான் சொல்லலை தம்பி. கடலையை நீங்க திங்க மாட்டீங்க. கடலைக்கு உரியவங்களைப் பார்ப்பீங்கன்னு" என்றார். நீ ஏதும் புரியாமல் என்னைப் பார்த்தாய். இந்த இடம் மட்டும் உனக்குச் சொல்லாமல் விட்டுவிட்டேன். நான் விளக்குவேன் என்று நீயே திரும்பிக்கொண்டாய். அவர் தீபாராதனை காட்டி எங்களிடம் நீட்டினார். கண்ணில் ஒற்றிக்கொண்டு திருநீற்றை வைத்துக்கொண்டோம். தட்டில் ஐம்பது ரூபாய் போட்டேன். அவரிடம் சைகையால் விடைபெற்றுவிட்டுத் திரும்பிவரும்போதுதான் கவனித்தேன். அந்த உண்டியல் நன்கு கழுவப்பட்டும் அம்மனின் முன்பு ஒரு லிங்கமாய் வைக்கப்பட்டிருந்தது.

காரில் ஏறியதும் பின்சீட்டில் மண் விழுந்துவிடாதவாறு ஒரு பையில் வைத்திருந்த கடலையை உன்னிடம் கொடுத்தேன். அதன் பிறகு அந்த விடுபட்ட கதையையும் சொன்னேன். நீ உன் பக்க ஜன்னல் கதவைத் திறந்துவைத்து ஆசை ஆசையாகத் தின்னத் தொடங்கினாய். எனக்கும் நீட்டினாய். இது அம்மன் உனக்குத் தந்தது என்றேன். கடலை ஓட்டையெல்லாம் பத்திரமாக மறுபடியும் பைக்குள்ளேயே போட்டுக்கொண்டாய்.

இன்றைக்கு இரண்டு தெய்வங்கள் உருவாவதை நேரில் பார்த்தாயிற்று என்றேன். கூடவே தெய்வாம்சங்களும் இருப்பதை அறிந்துகொண்டோம் என்றாய்.

பூவனூர் சென்று சதுரங்க வல்லபநாதரை தரிசித்தோம். மன்னரின் மகளாகத் தோன்றிய அம்பிகையை சிவபெருமான் சதுரங்கத்தில் வென்று மணந்தார் என்பது ஐதீகம் என்றேன். அம்பிகை தனது நகர்வுகளை மீண்டும் மீண்டும் கூர்மைப்படுத்திக்கொள்ள அதே பூவனூருக்கு வந்திருக்கிறாள் என்றாய் நீ. இங்கே அருகில் எங்கோதான் இருக்கலாம். யார் கண்டது அவளது கட்டங்களுள் ஒன்றில்கூட நாம் நின்றுகொண்டிருக்கலாம் என்றேன். தரிசனம் முடித்துவிட்டுத் திரும்பினோம். எங்கே திரும்பினோம் என்று தெரியவில்லை. ஆனால் காலை இன்னும் முடியவில்லை.

- 2024

❏